जगावेगळी माणसं

मिश्कीन इंगवले
निकीता सिंग

अनुवाद : पराग पोतदार

VISHWAKARMA PUBLICATIONS VP™

जगावेगळी माणसं
The Unreasonable Fellows

First Published In English By : Penguin Book India 2014

प्रथमावृत्ती– ऑगस्ट २०१६
© Author

ISBN- 978-93-83572-44-1

मूळ प्रकाशक **–हार्पर स्पोर्ट्स**
मराठी रूपांतराचे प्रकाशक – विश्वकर्मा पब्लिकेशन्स, पुणे

प्रकाशक
विश्वकर्मा पब्लिकेशन्स
२८३, बुधवार पेठ, सिटी पोस्टाजवळ, पुणे ४११००२.
दूरध्वनी: +९१–२०–२४४४८९८९ / २०२६११५७
ई मेल: info@vpindia.co.in
वेबसाईट : www.vpindia.co.in

लेखक : **निकीता सिंग, मिश्कीन इंगवले**

अनुवाद : **पराग पोतदार**

मुद्रितशोधन : **विश्वकर्मा पब्लिकेशन्स**

मुखपृष्ठ : **मेघनाद देवधर**

अक्षरजुळणी : **गोल्डफिश ग्राफिक्स**

लेखकाचे मनोगत

मी स्वतः जगावेगळा अजिबात नाही. त्यातून माझा जीवनप्रवासही नाट्यमयतेने भरलेला नाही. तरीही २०११ च्या सुट्ट्यांच्या कालावधीत मला बोल्डर कोलेरॅडो येथे २५ जगावेगळ्या माणसांसोबत तब्बल ६ आठवडे राहण्याची संधी मिळाली. त्यामुळे माझ्या हृदयाचा दुसरा किंबहुना धाडसाने सांगायचे तर पहिलाच ठोका चुकला. मे २०११ मध्ये मी बोल्डरमध्ये असण्याचे खरे तर काही कारण नव्हते. जगभरातील सामाजिक उद्योजक या ठिकाणी खांद्याला खांदा लावून जमले होते. शिकण्यासाठी आणि शिकवण्यासाठी एकत्र आले होते. त्यांनी जीवनाविषयी बाळगलेला धाडसी दृष्टिकोन व त्यासाठी त्यांनी उचललेली पावले व प्रत्यक्षात आणलेले प्रयोग यांची सुरेख देवाणघेवाण तिथे होत होती. ही संस्था होती 'अनरिझनेबल इन्स्टिट्यूट'. अशा व्यावसायिक उपक्रमांच्या पाठिशी भक्कमपणे उभी राहणारी संस्था. यातील प्रत्येकामध्ये किमान १० लाखाहून अधिक लोकांचे आयुष्य बदलण्याची क्षमता आहे. जगाच्या कानाकोपऱ्यातून आलेल्या या लोकांनी नाविन्यपूर्ण आणि अफलातून अशा उपक्रमाची पायाभरणी केलेली आहे.

जी. बी. शॉ यांचे एक वाक्य हे संस्थेचे मुळ ध्येय आहे.

सामान्यतः जगणारा माणूस हा स्वतःला जगाकडे दत्तक देतो. परंतु जगावेगळा माणूस मात्र जगाला दत्तक घेण्याचा प्रयत्न करतो. सर्व प्रगतीचा आधार ही जगावेगळी माणसंच असतात.

त्यामुळे ही 'अनरिझनेबल इन्स्टिट्यूट' अशी जागा आहे जिथे माझ्यासारख्याचं खरं तर काही कामच नव्हतं. मी अपघातानेच इथे आलेला होतो. हेल्थकेअरच्या एका सहसंस्थापकाने एक क्रांतीकारी असे साधन भारतासाठी तयार केलेले होते. माझे मन अजुनही मुंबईतच होते. माझी डॉक्टरांची टीम, डिझायनर्स आणि इंजिनिअर्स यांच्यातच मन गुंतलेले होते. अभिरामन विश्वनाथन या माझ्या सहकाऱ्यामुळे मी इथे येऊन पोहोचलो होतो. (हा आमच्याकडे काम करीत होता परंतु त्याने जेमतेम तीन महिने काम केले व त्यानंतर तो भारताच्या प्रशासकीय सेवांमध्ये काम करण्यासाठी निघून गेला.) त्याने मोठ्या कष्टाने, स्वतःच्या बळावर प्रयत्न करून आणि मला फारशी कल्पना न देता त्याने येथे अर्ज केलेला होता. बायोसेन्सचे डॉ. अभिषेक सेन या सहसंस्थापकासमवेत त्याचे यायचे निश्चित केले होते. परंतु ऐनवेळी भारतातील हॉस्पीटलमध्ये काही तातडीच्या जबाबदारीच्या कामामुळे त्यांचे जाणे ऐनवेळी रद्द झाले. बायोसेन्समधील इतरही कुणी जाऊ शकणार नव्हते. त्यामुळे त्याने अखेरीस मला विचारणा केली. मी बॅग पॅक केली आणि मुंबईहून डेनव्हरला पोहोचलो. बोल्डरमधील एका छोट्या घरात मुक्काम केला आणि येथून पुढील सहा आठवडे हेच माझे छोटेखानी घर असणार होते.

या सहा आठवड्यांमध्ये मी आयुष्य, ऊर्जा, चिकाटी, अपयश आणि धाडस या विषयीच्या अनेक नव्या गोष्टी मला समजून घेता आल्या. 'हिरो' जन्माला येत नसतात तर प्रयत्नांनी घडत असतात यावर तर माझा ठाम विश्वासच बसला. ते परिस्थितीमुळे जरी वेगळ्या दिशेला गेले असले तरी त्यावर त्यांनी त्यांच्या इच्छाशक्तीने मात करून दाखवली. त्यांचे दैव कुणी लिहून ठेवलेले नव्हते. परंतु त्यांनी त्यांच्या प्रयत्नांनी ते नव्याने लिहायला भाग पाडले. कधी अनपेक्षित भाग्याने त्यांना घडवले तर कधी त्यांनीच प्रयत्नांनी स्वतःचे भाग्य घडवले. त्यांनी चुका केल्या. त्यांनी पाठपुरावा केला. ते अपयशीही ठरले. ते पुन्हा राखेतून उभे राहिले आणि त्यांनी काहीतरी नवे केले. ते रडले. ते हसले. ते अपेक्षित–अनपेक्षित अशा दुःखद, धक्कादायक अनुभवांतूनही गेले. ते कधी अतिशय सामान्य होते, कधी महान, कधी सरासरी वाटावेत असे तर कधी अद्वितीय वाटावेत असेही!... दिवसातल्या वेळेवर ते वाटणे अवलंबून होते आणि कोणत्या चष्म्यातून तुम्ही त्यांच्याकडे पाहता यावरही! ते त्यांच्या ध्येयाचा सातत्याने पिच्छा पुरवणाऱ्यांतले आहेत. काही वेळा ते प्रवाहापासून दूर गेल्यासारखेही वाटत परंतु तात्पुरतेच... कारण ते हार मानून मरायला तयार नव्हते. ते पुन्हा त्यांच्या ध्येयाच्या मागे लागत. न थकता! ते काही जन्मतः हिरो नव्हते. इतकंच काय त्यातील अनेकांनी तर हिरो बनण्याचे स्वप्नदेखील कधी पाहिलेले नव्हते. सगळ्या गोष्टी त्यांना प्रत्येक वेळी माहिती होत्या असेही काही नव्हते. अनेकदा तर ते संपूर्णतः 'क्लूलेस' असत. अनेकदा तर ते चुकीचे वागले हेदेखील सिद्ध होत होते. अनेकदा ते जगत असताना त्यांचे मार्गही अनिश्चित होते, त्यांचे दृष्टिकोन अस्पष्ट आणि संभ्रम असणारे होते. परंतु जेव्हा जेव्हा त्यांना प्रकाशाचा किरण दिसला त्याक्षणी त्यांनी तो संधीचा क्षण समजून पकडला आणि धरून ठेवला. त्यांनी मनात आशावाद जागवला आणि पुन्हा नियोजन सुरू केले. त्यांनी संघर्ष केला आणि मनासारख्या गोष्टी घडवून आणल्या.

पुन्हा, पुन्हा आणि पुन्हा... !

मी पाहिलेल्या २५ जगावेगळ्या माणसांपैकी १० निवडक लोकांचे जगणे देण्याचा प्रयत्न केला आहे. बोल्डरमधल्या सहा आठवड्यांमध्ये या सर्वांबरोबर राहून त्यांच्या जगण्याचा व त्यांच्या विचारांचा अनुभव मी घेतला आहे.

या पुस्तकामध्ये १० सामान्य माणसांच्या कथा आहेत आणि त्यांचा असामान्य असा जीवनप्रवास आहे! त्यानेच त्यांना 'अनरिझनेबल' बनवलेले आहे. जगावेगळे बनण्याच्या या प्रवासात त्यांनी 'जैसे थे' या स्थितीला थेट आव्हान दिले आणि प्रश्न विचारले. त्यांच्या पद्धतीने त्यांनी जगाला आकार देण्याचा प्रयत्न केला. त्यातील अनेकांची तर नुकती कुठे सुरुवात आहे. त्यातील अनेकांनी तर त्यांच्या उद्दिष्टपूर्तीचाही आनंद घेतलेला नाही

मात्र त्यांचा प्रवास सुरू आहे. तरीही ते माझ्या पुस्तकामध्ये कायम हिरोच बनून राहतील. जग बदलण्यासाठी धाडसाने उभे राहणाऱ्यांपैकी ते एक आहेत. या साऱ्या त्यांच्या कहाण्या आहेत.

मिश्कीन इंगवले.

या पुस्तकावर काम करणे हा खरोखर अफलातून असा अनुभव होता. मला आतापर्यंत कल्पनेच्या विश्वात राहून लिहिण्याची सवय होती. माझ्या सोयीनुसार मला हवे तसे कल्पनेच्या राज्यात राहून मी कथानक वळवू शकत होते. त्यामुळे त्यातील प्रत्येक शब्दावर माझे पूर्ण नियंत्रण असायचे. नॉन–फिक्शन हा संपूर्णतः वेगळा असा प्रांत आहे. या पुस्तकाची सुरुवात केली तेव्हा मी बरीच धास्तावलेली होते. मी हे काम यशस्वीरितीने करू शकेन की नाही याविषयी माझ्या मनात जरा साशंकताच होती. परंतु जेव्हा मी या लोकांच्या रेकॉर्ड केलेल्या मुलाखती ऐकायला सुरुवात केली तेव्हा मला एक संपूर्णतः नवा दृष्टिकोनच मिळाला. ज्या वाटेवरून फारसे कुणी गेलेले नाही अशा वाटेवरून जाण्याचे धाडस ज्यांनी दाखवले व स्वतःच्या निर्णयावर जे ठाम राहिले. त्याचवेळी त्यांनी काही लक्षणीय बदल घडवले आणि त्याचा परिणाम जगावर होऊ लागला, अशा सर्व लोकांच्या प्रेरणादायी कथा ऐकायच्या हे माझे काम होते.

जेव्हा मी एकेका उद्योजकाची जीवनकहाणी वाचू लागले तसतशी मला हे पुस्तक लिहिण्याची इच्छा अनिवार होऊ लागली. मला नेहमीच चांगल्या कथा भुरळ घालतात आणि मला प्रत्येक ठिकाणी त्यांचा शोध घेण्याची आवड आहे. जर एखाद्याने त्यांचे शेजारी एका दशकापूर्वी घर सोडून दुसरीकडे गेले असं जरी मला सांगितलं तरीही तो सारा काळ त्यांच्यासाठी कसा असेल यावर संपूर्ण कथानक माझ्या मनात तयार होते. घर सोडून जाताना पत्नीची मनोभूमिका काय असेल, मुलांच्या नजरेतून त्याचे भावविश्व कसे असेल आणि त्याचे सर्वोत्तम मित्र सोडताना त्याची अवस्था काय झाली असेल हे सारे मी कल्पनेने वर्णन करून लिहू शकते. त्यामुळे जेव्हा मला अशा वास्तवातील लोकांवरील कथानक पुस्तकरुपाने लिहिण्याची संधी मिळाली तेव्हा तुम्ही कल्पना करू शकता मला किती आनंद झाला असेल. मिश्कीनने त्या सर्वांच्या मुलाखती अगोदरच घेतलेल्या होत्या आणि ते सारे रेकॉर्ड केलेले होते. मला या प्रकल्पात सहभागी करताना त्याने काही भाग लिहूनही काढलेला होता. सुरुवातीची धास्तावलेली स्थिती सोडली तर त्यानंतर मी 'नॉन फिक्शन' लिहिलेले नाही याची पर्वा न करता स्वतःला त्यामध्ये झोकून दिले. आम्हाला 'डेडलाईन' सांभाळायची होती. (मी स्वतः

अशा पद्धतीने कधीही काम केलेले नव्हते.) आणि हे काम पूर्ण करण्यासाठी वेगाने ते करावे लागणार होते.

सर्व व्यक्तिरेखा लिहिताना प्रत्येकाने मला एका वेगळ्या जगात नेऊन सोडले. प्रत्येकवेळी एक वेगळा विषय घेऊन त्यावर वेगळ्याच पद्धतीने केलेले काम समोर येत होते. हा साराच अनुभव थरारक होता. त्यामुळे मला पुन्हा एकदा संधी मिळाल्यास अशाच विषयावर काम करायला नक्की आवडेल. पुढच्या राहिलेल्या लोकांच्या मुलाखतींचे लेखन करायलाही मला खूप आवडेल.

यातील एकाही फेलोशी माझी कधीही प्रत्यक्षात भेट झालेली नव्हती तरीही मी त्यांच्याशी अदृश्य अशा एखाद्या बंधाने जोडली गेलेली आहे असे मला हे काम करताना सतत वाटत राहिले. आम्ही आता सारे फेसबुक मित्र झालो आहोत. आणि या पुस्तकाच्या निमित्ताने मला लागणारी पुरक माहिती किंवा इतर काही माहिती घेण्यासाठी मी त्यांच्याशी इ-मेलद्वारे व प्रसंगी फोनवर संपर्कात असते. (सर्व फेलोंबरोबर एका स्काईप कॉलचे आयोजन मिश्कीनने केले होते. त्यावेळी मी त्याला त्यावेळी येऊ शकत नसल्याचे कळवले होते. कदाचित लेखकाचे हे मनोगत लिहिताना मला वरील वेगळेपण लिहायचे होते म्हणूनही असेल!) थोडक्यात सांगायचं तर मी या साऱ्या कथानायकांचे आवाज तासनतास ऐकलेले आहेत. ते जन्माला आल्यापासून ते त्यांची जडणघडण आणि त्यांची सारी वाटचाल मी वेळोवेळी ऐकलेली आहे. त्यांनी त्यांच्या मनातील खोलवर दडलेले विचारही त्या मुलाखतीच्या रुपाने मांडलेले आहेत. त्यामुळे त्यांच्याशी अदृश्य बंध निर्माण झाले नसते तरच नवल. बाकी कशाहीपेक्षा मला महत्त्वाचे वाटते ते म्हणजे, मला स्वतःला खूप काही शिकायला मिळाले. सामाजिक आणि पर्यावरणातील विविध प्रश्नांशी इतक्या वेगळ्या स्तरावरून ओळख झाली. ते प्रश्न नीटपणाने जाणून घेता आले. आपल्या आजुबाजुला असलेल्या अनेक प्रश्नांविषयी त्यामुळे माझ्या मनात जागरुकता निर्माण झाली. तसाच परिणाम हे पुस्तक वाचताना वाचकांच्याही मनोभूमिकेवर निश्चितपणे होईल असा मला विश्वास वाटतो. प्रत्येक फेलोने ज्याप्रमाणे संघर्ष केला, अपयशाला सामोरे गेले, हारून न जाता लढत राहिले आणि यशस्वी होईपर्यंत प्रयत्न करीत राहिले तो सारा प्रवास निश्चितच प्रेरणादायी आहे. ते जे काम करीत आहेत ते निश्चितच कौतुकास्पद आहे आणि ते लोकांपर्यंत घेऊन जाण्याची जबाबदारी आम्ही स्वीकारलेली आहे. ज्यांच्या 'अनरिझनेबल' अशा वृत्तीमुळे लाखो लोकांचे आयुष्य बदलले अशा जगभरातील १० निवडक उद्योजकांचा प्रवास आम्ही आपल्यासमोर आणत आहोत.

निकीता सिंग

अनुवादकाचे मनोगत

आपल्यातही यावी अशीच 'जिगर' म्हणून...

तसं पाहायला गेलं तर आपण सारे एकेका चौकटीत जखडलेले असतोच.

कुणी त्याच्या नोकरीच्या चौकटीत.. कुणी कुटुंबाच्या.. कुणी ठरावीक साचेबद्ध व्यवसायाच्या...

अनेकदा त्याची सुरुवात झालेली असते अपघाताने... वंशपरंपरेने.. अथवा साचेबद्ध अशा शिक्षणाने...

पण रुळलेल्या वाटा सोडून जाण्याचं धाडस खरंच कितीजणांमध्ये असतं?

ते धाडस तर दाखवता येत नाहीच पण मग,

आपण कारणं उभी करतो..

परिस्थितीकडे बोट दाखवतो.. आपणच उभी केलेली अपरिहार्यता दर्शवतो...मध्येच कच खातो.. अपयशाने बिथरून पुन्हा रुळलेल्या वाटेवर येतो...

थोडक्यात काय ती धमक आपल्यात नसते... अगर आपण ते धाडस करायला धजावत नाही.

पण अशीही काही माणसं असतात जी चौकटीत जगणं नाकारतात. झुगारून देतात बाहुल्यांसारखं एकसुरू नाचणं.. ते आपली वाट शोधू पाहतात. पडतात.. ठेचकाळतात.. धडपडतात.. पुन्हा उभी राहतात... कधी अपयशाने हारून जातात पण तरीही वेगळं जगायचं सोडत नाही. याचवेळी जग बदलण्याची स्वप्नही उराशी जपतात...

'अनरिझनेबल फेलोज' हे इंग्रजीतलं पुस्तक माझ्या हातात जेव्हा आलं तेव्हा मात्र मला माझ्यासमोरच कुणीतरी आरसा आणून ठेवलाय आणि वास्तव दाखवतोय असं वाटलं.

अशीच कारणांची मालिका उभी करत जगणारा मी आणि माझ्यासारखे असंख्य जण एका बाजूला आणि प्रतिकूलतेची पर्वा न करता जे मनापासून करावंसं वाटतं ते करण्यासाठी जीव ओतणारे हे 'अनरिझनेबल' दुसऱ्या बाजूला...

खरं तर ती सुद्धा माणसंच. आपल्यासारखीच.. कमी अधिक फरकाने आपल्यासारख्याच परिस्थितीतून आलेली... पण आतून पक्की जिगरबाज... धाडसी.. मोडून न पडणारी... हार न मानणारी.. कच न खाणारी... झटणारी.. झगडणारी... अपयशी झाली तरी राखेतून पुन्हा उभं राहणारी...!!

जगावेगळ्या माणसातला आणि सामान्य माणसातला फरक अधोरेखीत होत होता तो इथेच!

नॅट, जेनिफर, टाईज, डोन्ना, सांगा, साबा, लुईस, शिवानी, राज, ॲन्ना ही सारीच अफलातून माणसं... वरवर साधी वाटणारी पण काहीतरी जगावेगळं करून दाखवण्याची उमेद आणि उर्मी असणारी. समाजाचं आणि देशाचं आणि जगाचंही भलं करण्यासाठी एकदम 'कमिटेड' असावी अशी... नुसत्या कल्पनेच्या मनोराज्यात न थांबता प्रत्यक्ष कृतीची जोड देत जग सुंदर करण्यासाठी मनापासून धडपडणारी... याच जगात राहून देखील त्यांच्या कामातून 'जगावेगळी' बनलेली ... त्यांच्या प्रत्यक्ष जगण्यातून 'कसं जगावं?' याची खरीखुरी प्रेरणा देणारी...

त्यामुळेच हे पुस्तक अनुवादासाठी माझ्याकडे आलं तेव्हापासून मी एका भारावलेल्या अवस्थेत या पुस्तकाचा अनुवाद केला. त्या प्रत्येकाचं जगणं मी प्रत्यक्षात अनुभवत होतो.. त्यांची जिद्द आणि प्रतिकूलतेशी हार न मानता ते करीत असलेला संघर्ष थक्क करणारा होता... त्याचा बारीकसा का होईना अंकुर आपल्याही मनात रुजावा आणि काहीतरी वेगळं करावं अशी जाणीव तीव्र करणारा होता.

या पुस्तकाचा अनुवाद करताना जीवन समृद्ध होत होते.

आज ना उद्या आपणही आपली वेगळी दिशा शोधावी अशी उर्मी मनात जागवणारा हा प्रवास होता.

या पुस्तकाच्या निमित्ताने निर्माण झालेल्या या भावनेला लवकरच कृतीचे पाऊल लाभावे आणि स्वतःची पायवाट आखण्याच्या दिशेने प्रवास सुरू व्हावा इतकीच माफक अपेक्षा आणि साऱ्या 'जगावेगळ्या' अफलातून माणसांच्या कर्तृत्वाला सलाम!!

– पराग पोतदार

अनुक्रमणिका

१

किलन एनर्जी

सांगा मोझेस

इको–फ्युएल आफ्रिका (इएफए)चे मुख्य कार्यकारी अधिकारी म्हणजे सांगा मोझेस. सामाजिक बांधिलकी मानणारे आणि आपल्या देशवासियांचे आयुष्य अधिक संपन्न, समृद्ध व्हावे यासाठी धडपडणारे असे हे व्यक्तिमत्व. युगांडातील लोकांना चांगली, स्वच्छ, परवडणारी अशी स्वयंपाकाची ऊर्जा पुरवावी आणि त्याचप्रमाणे बेसुमार जंगलतोड नियंत्रित करावी या दुहेरी ध्येयासाठी ते कार्यरत आहेत. युगांडातील सर्व भाषा त्यांना येतात. युगांडातील किंवा कोणीही अपरिचित त्यांना भेटला तरी त्यांना ओळखपाळख लागत नाही. ते सहजतेने त्यांच्याशी संवाद साधतात. अकाउंटंट म्हणून काम केलेले सांगा हे कंपाला येथील माकीरेरे विद्यापीठाच्या बिझनेस ॲडमिनिस्ट्रेशन या विषयाचे पदवीधर आहेत. 'इएफए' सुरू करण्यापूर्वी त्यांनी तीन कंपन्या सुरू केल्या. युगांडातील १२० हून अधिक कर्मचारी तिथे कार्यरत आहेत. मोझेस हे टेड फेलो (२०१२), कम्युनिटी सोल्यूशन्स फेलो (२०१२) आणि अनरिझनेबल इन्स्टिट्यूट फेलो (२०११) आहेत. युगांडा तसेच जगभरातील अनेकांसाठी ते एक चांगले मार्गदर्शक आणि प्रेरणास्थान आहेत.

१९८० च्या सुमारास जेव्हा युगांडामध्ये सिव्हील वॉर सुरू होते तेव्हाचा काळ. पश्चिम युगांडामध्ये सांगा मोझेस या मुलाचा जन्म झाला. (नक्की जन्म कधी झाला ते त्यांनाही ठाऊक नाही कारण त्याची कुठलीही लिखित नोंद त्यांच्याकडे नाही.) त्यांचे वडिल ट्वागिरा जोसेफ

आणि आई नायंगोमा लॉय हे गुराखी असून ते हिमा या आदिवासी जमातीतील आहेत. ही जमात टुटसीस या जमातीच्या अतिशय जवळची जमात आहे. त्यांचे सारे बालपण गावातच गेले. त्यामुळे गुरे राखणे, गाईचे दूध काढणे या गोष्टी अंगवळणी पडलेल्या होत्या. सांगा यांच्या मालकीच्या ३० गायी होत्या! त्यावेळी आर्थिक परिस्थिती कशी होती, असे जर विचारले तर सांगा म्हणतो, ''हे पहा, शेवटी गरीब आणि श्रीमंत या सापेक्ष संकल्पना आहेत. कारण त्या स्थानिक परिस्थितीचा विचार करता आम्ही नक्कीच गरीब नव्हतो कारण आमच्याकडे मुबलक दूध होते!''

त्यांच्या गावातील जी काही मोठी माणसे होती त्यांना शिक्षणाचे फारसे कौतुक नव्हते. सांगा म्हणतो, 'या विषयी अर्थातच तुम्ही त्यांना कुठलाही दोष देऊ शकत नाही. ते कधीही जर शाळेत गेलेले नसतील आणि शाळा म्हणजे काय हेच त्यांना जर ठाऊक नसेल तर त्यांना दोष देऊन कसं चालेल? त्यांच्या दृष्टीने त्यांच्या मुलांनी त्यांच्याप्रमाणे जगायचे कसे हे शिकणे महत्वाचे होते. त्यांच्या परंपरा जपणे महत्त्वाचे होते... त्यामुळेच माझ्या जमातीला माझेही योगदान असावे या हेतूमुळेच माझे लवकर लग्न करण्यात आले.'

सांगाने कधीही शाळेत जाण्याचा विचारही केलेला नव्हता. त्याच्याच शेजारी राहणाऱ्या व काही वर्षांनी मोठ्या असणाऱ्या एका मुलाने त्याला शाळेचे पहिले दर्शन घडवले होते. लहानगा सांगा जवळच्याच एका वर्गात दबकतच शिरला आणि हळूच खाली बसला. आपल्याकडे कुणाचंही लक्ष जाऊ नये हीच त्याची धडपड होती. आणि खरंच.. त्याच्याकडे कुणाचंही... अगदी शिक्षकांचंही लक्ष गेलं नाही. तो वर्ग वरच्या श्रेणीचा होता. नर्सरीचा नव्हता. खरंतर त्याने तिथून सुरुवात करायला हवी होती. गंमत म्हणजे, या लहानग्या सांगाने वर्षाच्या अखेरपर्यंत त्याच वर्गात बसून अभ्यासाकडे लक्ष दिले. त्याने आधीच्या वर्गात शिक्षणच घेतलेले नाही ही गोष्ट कुणाच्याही लक्षात आली नाही. त्याला सुरुवातीला समजून घेताना खूप अडचणी आल्या परंतु हळूहळू त्याने सर्व नीट समजून घेतले आणि विशेष म्हणजे त्याला पुढच्या वर्गात पाठवावे अशी शिफारस झाली. मुलांना जे लहान वर्गामध्ये शिकवले गेले होते ते न शिकता तो पुढे गेला होता.

हे जे काही अपघाताने घडले होते त्याचा भविष्यात काही परिणाम झाला असं सांगाला वाटले का?.. खरं सांगायचं, तर कधीही नाही! पहिल्या परीक्षेत त्याचा क्रमांक शेवटचा आला परंतु हळूहळू त्याचा अभ्यास सुधारत गेला.

कधी कधी तुम्ही मधूनच सुरू केलेल्या एखाद्या गोष्टीवरही चांगली पकड मिळवू शकता. प्रत्येकवेळी सुरुवात कुठून केली हे महत्त्वाचं असतच असं नाही.

अद्वितीय...

सांगा मोठा होऊ लागला. इयत्ता पाचवीत असताना त्याने पहिला व्यवसायदेखील सुरू केला. तो म्हणजे दूध विकण्याचा! सांगा पहाटे लवकर उठायचा. घरातल्या ३० गायींचे दूध काढायचा. नंतर गावातल्या बाजारपेठेमध्ये ते दूध विकायला न्यायचा आणि गावात भल्या सकाळी विक्रीला आलेल्या मोजक्या विक्रेत्यांपैकी तो एक असायचा. तिथल्या बाजारात विक्री होऊन जे काही दूध उरेल ते घेऊन तो शाळेतल्या विद्यार्थ्यांकडे विकायला घेऊन जायचा. त्याची शाळा तब्बल सहा मैल लांब होती...

शाळेत असताना त्याची ओळख 'दूधवाला' अशीच झाली होती. त्याच्यापेक्षा वयानं मोठी आणि शक्तीनं जास्त असणारी मुलं अनेकदा त्याला मारायची. त्याच्याकडून दूध हिसकावून घ्यायची. पण तरीही त्या सगळ्या परिस्थितीतून सांगा जिद्द सोडायचा नाही. लहान वयात असतानाही चांगली कमाई करायचा.

पण थोड्याच दिवसात त्याला उमगलं की, शाळेतल्या मुलांना दूध विकणं हा काही तितकासा चांगला व्यवसाय होऊ शकत नाही.

का??

सांगाच्या मते, ' शाळेतल्या मुलांकडे सतत पैशांचा ओघ नसतो. त्यामुळे हा व्यवसाय फायद्यात चालत नाही. अनेकजण तर उधारीवरच दूध घ्यायचे. अनेकदा तर दूध विकल्यानंतर मला आठवड्याभरानंतर त्याचे पैसे मिळायचे. आणि जर माझ्याकडून जबरदस्तीने दूध घेतले गेले तर छदामही मिळायचा नाही.'

बाजारात दूधाची सर्वात चांगली विक्री व्हायची आणि खरा ग्राहक तिथेच असायचा. नियमितपणे दूध घेणाऱ्या आणि ज्यांच्याकडून चांगला व्यवसाय मिळतो अशा लोकांची एक यादीच सांगाने तयार केली. त्याच्याकडचे सगळे दूध तिथेच बाजारपेठेतच विकले जावे असा प्रयत्न सुरू केला.

शाळेमध्ये काय शिकवले होते यातलं फारसं काही आता सांगाच्या लक्षात नाही परंतु शाळेचा गणवेश घातल्यानंतर नेमकं काय आणि कसं वाटलं होतं हे मात्र त्याला आजही आठवतं. ''सकाळी सकाळी शाळेचा गणवेश घालण्यातला आनंद भन्नाट असायचा. संध्याकाळी परतताना बऱ्याचदा त्यावर स्वेटर घातला जायचा. त्यावेळी पॅंटचे दोन जोड सुद्धा नसायचे. आज माझ्याकडे शर्ट, पॅंट भरपूर आहेत. त्यावेळी कधी बूटांचीही पर्वा नसायची. कारण शाळेत ते कुणाकडेच नव्हते!''

''तो शाळेत शिक्षकांकडून फारसे काही शिकला नाही परंतु त्याचे 'ग्राहक' असलेल्या वर्गमित्रांकडून मात्र बरेच काही शिकला. ''ही सारी मुले वेगवेगळ्या आदिवासी जमातीतील होती. त्या सर्वांशी कशापद्धतीने व्यवहार करायचा हे मी नेमकेपणाने शिकलो. मला वाटतं, खऱ्या अर्थाने शिकवून जाणारा हाच खरा अनुभव होता.''

त्याच्या डोळ्यांपुढे काही स्वप्न नव्हते परंतु प्राथमिक शाळेच्याही पुढे आपल्याला जायचंय इतकं मात्र त्याला नक्की ठाऊक होतं.

माध्यमिक शाळा त्याच्या घरापासून आता आणखीनच लांब होती. ती शाळा दुसऱ्याच एका गावात होती. तिथे शिकण्यासाठी आवश्यक असणारी एक शिष्यवृत्ती सांगाने मिळवली आणि त्याची तिथेच राहून शिकण्याची सोय झाली. सांगाला घर सोडावे लागले आणि त्याला तिथल्याच बोर्डिंग स्कूलमध्ये रहावे लागले. युगांडातील लेक एमब्युरो नॅशनल पार्कजवळ त्याचे बोर्डिंग स्कूल होते.

तिथे परिस्थिती याहून खूपच वेगळी होती. घरापासून खूपच लांब असल्याने सांगा आता इथे दूध विकू शकणार नव्हता. परंतु जगण्यासाठी त्याला काहीतरी करणे आवश्यकच होते. पैसे तर कमवायचे होते, या बहाद्दराने नवाच व्यवसाय शोधून काढला, केशकर्तन! त्याने चक्क न्हाव्याचे दुकान उघडले.

पण त्याला केस कसे कापायचे हे माहीत होते का? त्याला हे सुरू करण्यासाठी पैसे मिळाले तरी कुठून?

'नशिबाने माझ्याकडे थोडे पैसे होते. माझ्या दूधाच्या विक्रीतून मिळालेले पैसे मी साठवून ठेवले होते. परंतु ते अर्थातच पुरेसे नव्हते. मग माझ्या आईने एक बकरी विकली आणि मला

गुपचूप पैसे दिले. केवळ त्यामुळे मी भाड्याने दुकान, त्यात बसायला खुर्ची, एक आरसा... अशा महत्त्वाच्या गोष्टी खरेदी करू शकलो. केस कापणं हे काही फार अवघड काम नाही. मी काही इतर केशकर्तनालयामध्ये गेलो आणि त्यांना काम करताना पाहत पाहत शिकलो.

व्यवसायच भन्नाट!... सांगाचे हे केशकर्तनालय त्याच्या विद्यार्थ्यांना फारच आवडले.

आता दुकान चालवायचे म्हटले की तिकडं जरा लक्ष देणं आलंच. मग व्हायचं काय की शाळेत दांड्या व्हायला लागल्या आणि शिक्षक नाराज. मग सांगानं काय केलं, त्याचा पहिला कर्मचारी नेमला. सांगा जेव्हा शाळेत असेल तेव्हा हा त्याचा नेमलेला कर्मचारी दुकान सांभाळायचा.

''कधी कधी तो मला गंडवायचा. कारण एकतर वयाने तो माझ्यापेक्षा मोठा होता. अनेकदा तो दुकानात यायचाच नाही... पण मला तर ते दुकान चांगले चालवायचे होते आणि पैसे मिळवण्यासाठी मला हा व्यवसाय नीट करायचाही होता. पण आठवडाभर सगळं जमवताना कसरतच व्हायची, कारण मला शाळाही बुडवून चालणार नव्हतं. त्यामुळे माझ्याकडे सर्वोत्तम पर्याय एकच होता, तो म्हणजे, शनिवार आणि रविवार या सुटीच्या दिवशी व्यवसायावर अधिक लक्ष केंद्रीत करणं.''

ठरल्याप्रमाणे सांगाने दुकान चांगलंच चालवलं.

''आता मी खरंच एक श्रीमंत मुलगा झालो होतो.''

तो साधारण किती कमवत असावा?

''मी जवळपास १० हजार युगांडन शिलिंग्ज कमवायचो... अर्थात आठवड्याला चार युएस डॉलर्स!''

शाळेत जाणाऱ्या एका मुलाच्या दृष्टीने ही कमाई निश्चितच वाईट नव्हती.

सांगाने त्यानंतर स्वतःसाठी बूटांचा एक जोड खरेदी केला. तो दिवस त्याच्यासाठी सर्वाधिक आनंदाचा आणि अभिमानाचा होता. ''मी सम्राट बनलो होतो... माझ्या पायात स्वतःचे बूट होते.''

सांगाच्या मेहनतीमुळे त्याने त्याच्या सहकाऱ्यांच्या मनामध्ये एक आदराचे स्थान निर्माण केले. त्याचे मित्र त्याला प्रेमाने 'दा इन्व्हेस्टा' (गुंतवणूकदार) अशी हाक मारायचे.

मग त्याने पुन्हा दुसरे किंवा तिसरे केशकर्तनालय सुरू करण्याचा विचार केला का?

सांगा सांगतो, ''नाही. मी याकडे एक पूरक व्यवसाय म्हणूनच पाहत होतो. त्यामुळे मी संपूर्णतः व्यवसाय या दृष्टीने त्याकडे पाहतच नव्हतो. या व्यवसायामुळे मी शाळेत जाऊ शकत होतो. शाळेची पुस्तके घेऊ शकत होतो आणि आनंदी राहू शकत होतो.

माध्यमिक शाळेच्या आणखी वरच्या वर्गात गेला तेव्हा त्याची सर्वात आवडीच्या अशा विषयाशी ओळख झाली. तो म्हणजे अकाउंटिंग. मुगीशा डाउसन या प्राध्यापिका हा विषय शिकवायच्या. सांगाला या विषयात भलतीच गोडी होती. सांगाइतका त्या विषयाशी कुणीही समरस झालेला नव्हता. या विषयात तो खूप मनापासून लक्ष द्यायचा आणि आपण जे दुकानात करतो ते चुकीचं की बरोबर याच्याशी जुळवून पाहायचा.

या विषयी बोलताना आजही त्या सोनेरी दिवसात सांगा हरवून जातो. ''जेव्हा पहिल्यांदा शिक्षक वर्गात आले आणि त्यांनी अकाउंटिंग शिकवायला सुरुवात केली, तेव्हा माझ्या मनातून पहिला आवाज आला, ''वॉव!''. पहिल्यांदा मला वर्गात अतिशय मज्जा येत होती. कारण ते बोलत होते, पैशांविषयी... आणि तुम्हाला सांगतो, मी अगदी आतून आनंदित झालो होतो. शाळेत पहिल्यांदा असं काहीतरी शिकवलं जात होतं ज्यावर माझं प्रेम होतं!''

या इतक्या लहान वयातदेखील सांगाची स्वप्नं फार मोठी होती. ''त्या वयात देखील मला राजकारणात जाण्याची इच्छा होती आणि मला राष्ट्राध्यक्ष बनायचं होतं. तुम्हाला सांगतो, शाळेतसुद्धा सगळी मुलं माझ्यातलं हे वेगळेपण पाहत बसायची. मी नेहमीच महत्त्वाच्या जबाबदारीच्या कामांसाठी निवडला जायचो. मी वर्गातही हेड बॉय, मॉनिटर असाच असायचो. मला खूप सारे मित्र होते. याच गोष्टींनी माझ्या डोक्यात घर केलं होतं.''

पण शाळेनंतर सांगाची स्वप्नही बदलू लागली. सांगाने बिझनेस ॲडमिनस्ट्रेशन (बीबीए) शिकण्यासाठी मॅकिरेरी युनिव्हर्सिटी बिझनेस स्कूलमध्ये प्रवेश घेतला. इथल्या अनुभवानंतर मात्र त्याचा राजकारणाविषयीचा दृष्टिकोन संपूर्णतः बदलला.

विद्यार्थी निवडणुकांमध्ये त्या काळी मोठे राजकारण चालायचे. सांगा सत्ताधारी पक्षाच्या नेतृत्वाच्या जवळचा सहकारी बनला. एकूण राजकीय प्रचार मोहीमेचा कर्ताधर्ता सांगाच बनला. तिथे त्याने अनेक गोष्टी बारकाईने पाहिल्या आणि त्या अनुभवांच्या आधारावर प्रेसिडेंटचा पक्ष

असलेल्या नॅशनल रेसिस्टंन्स मुव्हमेंट (एनआरएम)वर एक पुस्तक लिहिले. 'व्हाय युगांडा स्टील निड्स मुसोविनी?' असे या पुस्तकाचे शीर्षक होते. अध्यक्ष मुसोविनी यांना हे पुस्तक खूप आवडले. त्यांना सांगाला भेटायला बोलावले. त्यामुळे पक्षातील त्याच्या बरोबरच्या अनेक जणांचा अक्षरशः जळफळाट झाला. सांगा अध्यक्षांना भेटला तेव्हा त्यांनी २० दशलक्ष युगांडन शिलिंग्ज अर्थात १० हजार अमेरिकन डॉलर्समध्ये ते पुस्तक खरेदी करण्याची इच्छा प्रदर्शित केली. त्यांनी चेकवर सही केली परंतु सांगाला त्याचे पैसे कधीच मिळाले नाहीत.

का?

'राष्ट्राध्यक्षांच्याच अत्यंत जवळचा असलेला आणि राजकारणात महत्त्वाचे स्थान असलेल्या माणसाने ते पैसे घेतले आणि ते मला परत कधीच मिळाले नाहीत.'

प्रेसिडेंटला राजकारणातील पुढच्या टर्ममध्येही निवडून येण्याची इच्छा होती व त्यासाठी त्याने सांगाकडून हे पुस्तक विकत घेतले होते. राजकीय प्रचाराचे एक प्रभावी साधन म्हणून एनआरएमने या पुस्तकाचा वापर केला. वृत्तपत्रांतून त्याचे काही भाग प्रसिद्ध करण्यात आले व त्यांना भरपूर प्रसिद्धी मिळाली. प्रेसिडेंटने सही करून चेक दिलेला होता, त्यामुळे सांगा त्यांना दोष देऊ शकत नव्हता. परंतु पैसे मिळाले नव्हते हीदेखील वस्तुस्थिती होती. या घटनेमुळे सांगा राजकारणापासून दूर गेला. त्याने त्याच्याच देशात राजकारणाचा खरा भ्रष्टाचारी चेहरा पाहिला होता.

सांगाने प्रिटिंगसाठी सुमारे ५०० अमेरिकन डॉलर्स गुंतवले होते ते सारे वाया गेले. त्याचे मोठे नुकसान झाले. व्यवसायात आलेली ही पहिली खोट! परंतु त्यातून तो खूप काही शिकला. अकाउंटिंगवर भर देत त्याने बिझनेस ॲडमिनस्ट्रेशनचा तीन वर्षांचा अभ्यासक्रम पूर्ण केला.

मुसोपा अहमद या विद्यापीठातील एका मित्रासमवेत त्याने आणखी एक व्यवसाय सुरु केला. विद्यार्थ्यांसाठी ते नोट्स बनवून त्या प्रकाशित करून ते द्यायचे. ''आम्ही त्यासाठी स्वतःचे छपाई केंद्र सुरू केले. प्रकाशनाचे साहित्य आणायचो आणि ते प्रसिद्ध करायचो. मुलांना परीक्षेसाठी नोट्स लागायच्या. त्यामुळे आम्ही अल्पावधीत लोकप्रिय झालो.'

आम्ही तसा चांगला व्यवसाय करीत होतो पण त्याचे स्वरुप मर्यादीत होते. दोघांनाही त्यातून काही फारसे उत्पन्न मिळत नव्हते. मुसोपा आणि सांगा या दोघांनीही नोकरीचा शोध घ्यायला

सुरुवात केली. 'आम्ही असं ठरवलं होतं की आमच्यातील ज्याला कुणाला पहिल्यांदा नोकरी मिळेल त्याने नोकरी धरायची आणि व्यवसाय दुसऱ्यावर सोपवायचा. नशिबाने, मला पहिल्यांदा नोकरी मिळाली आणि मुसोपाने प्रिटिंगचा व्यवसाय सुरु ठेवला.'

''युगांडा फायनान्स ट्रस्ट या मायक्रो फायनान्स कंपनीमध्ये फ्रंट डेस्क ऑफिसर म्हणून मला नोकरी लागली. पहिल्या वर्षी मी फ्रंट डेस्कला काम केले. दुसऱ्या वर्षी मला विक्री विभागात पाठवण्यात आले. तिसऱ्या वर्षी माझा बॉस मला म्हणाला, ''तू विक्री विभागात कशासाठी काम करतोयस? आम्हाला अकाउंटिंग आणि फायनान्समध्ये चांगला तयार असणारा कुणीतरी हवा आहे.'' मग माझे पुन्हा एकदा स्थलांतर वित्त विभागात झाले आणि अखेरीस मी अकाउटंट बनलो.''

कंपाला येथील मुख्यालयामध्ये सांगाने काम केले. 'मी तिथे खूप काही शिकलो. मला कामाचा आनंदही मनसोक्त घेता आला.'

इथवरच्या प्रवासात २००९ साल उजाडले होते आणि सांगा आता त्याच्या आईवडिलांना आणि बहिणीला घरी नियमितपणे पैसे पाठवत होता. एक दिवस घरी परतत असताना, सांगाला त्याची १२ वर्षांची बहिण भेटली. डोक्यावर जळणासाठी लाकडं घेऊन ती निघाली होती. तिने जेव्हा सांगाला पाहिलं तेव्हा ती रडू लागली.

'मला आजही आठवतोय तो बुधवार होता. आणि माझ्या बहिणीला शाळा बुडवावी लागली होती.'

जळणासाठी लाकडं आणावी लागतात म्हणून खूपदा शाळा बुडते असं बहिणीने कळवळून सांगितलं. सांगाचं हृदय पिळवटून निघालं. इतक्या लहान वयात बहिणीला जो संघर्ष करावा लागत होता, तो पाहून सांगा अस्वस्थ झाला. जंगलाच्या बेसुमार तोडीमुळे गावामध्ये जळणासाठी लाकडंच मिळायची नाहीत मग त्याच्या बहिणीला आसपासच्या परिसरात खूप फिरावं लागायचं आणि कुठूनतरी जळणासाठी लाकूड आणावं लागायचं. त्याची बहिण कळवळून पुन्हा म्हणाली, 'तू मला इथं असंच सोडून जाऊ शकत नाहीस. मी इथे अक्षरशः मरतेय. माझ्यासाठी दुसरी कुठलीतरी नोकरी शोध. इतर कुणाच्याही मदतीची कुठलीही आशा मला नाही.'

आता परिस्थिती अशी होती, की सांगाला अकाउंटन्सी सोडलं तर दुसरं काहीच येत नव्हतं. 'मला हवामानातील हे बदल किंवा जंगलतोड किंवा कशाविषयीच काही माहिती नव्हती. परंतु गावात गेल्यानंतर गावातील लोकांचं जगणं किती अवघड झालं आहे आणि त्यांना त्यासाठी किती संघर्ष करावा लागत आहे हे जेव्हा समजलं आणि मी हादरून गेलो. जळणासाठी लाकूड वापरण्याला काय पर्याय असू शकताात याचा शोध घ्यायला मी सुरुवात केली.'

'या शोधात असताना मला कुणीतरी डॉ. डिसिल्व्हा यांचा संदर्भ दिला. मी ज्या विद्यापीठात शिकलो होतो त्याच विद्यापीठात ते प्राध्यापक होते. दक्षिण अमेरिकेतील देशांतून ते इकडे आलेले होते. रिन्युएबल एनर्जी विभागाचे ते प्रमुख होते. त्यामुळे मी त्यांचे मार्गदर्शन घ्यायला गेलो. बायोगॅसपासून शाश्वत आणि स्वच्छ ऊर्जा कशी बनवता येऊ शकते याविषयीची प्रचंड माहिती त्यांनी मला दिली आणि बायोचार्कोलची एक नवी कल्पना माझ्या मनात जन्माला आली. आणि... आता माझ्यापुढे एक छान पर्याय तयार होता. मग मी इथे काय करत होतो?'

सांगाने तत्काळ त्याच्या नोकरीचा राजीनामा दिला. आता त्याच्याकडे प्राध्यापक डिसिल्व्हा यांनी दिलेल्या कल्पनांचे गाठोडे होते. त्यातली एक कल्पना सांगाच्या मनात आता रुजलेली होती आणि त्याला निश्चितपणे ठाऊक होते की आता त्याला काय करायचे होते. राजीनामा दिल्यानंतर त्याच्या बॉसची प्रतिक्रिया काय होती?

'मी माझ्या बॉसकडे गेलो आणि त्याला शांतपणे सांगितलं, की मी राजीनामा देतोय.' आणि ते म्हणायला लागले, असे तुझं डोकं तर ठिकाणावर आहे ना. आम्ही तुझ्या प्रशिक्षणावर भरपूर पैसे खर्च केलेले आहेत. मग हे काय मधेच? तुला दुसरीकडे कुठे नोकरी मिळाली आहे का? पगाराचा काही प्रश्न आहे का?' मी त्याच्याच कंपनीत रहावे म्हणून त्याने त्याक्षणी माझा पगार दुप्पट करण्याची तयारी दर्शवली. मी मात्र ठामपणे नकार दिला. तो मात्र तयार झाला नाही. त्याने माझा राजीनामा काही मंजूर केला नाही.'

सांगाच्या बायकोनेही पगार दुप्पट होतोय तर ही चांगली संधी आहे, असे समजावले. सांगा त्या कंपनीत आणखी एक महिनाभर कामावर जात राहिला. परंतु त्याला रात्रीची झोप येईना. तो जे काही करतोय ती त्याची फार मोठी चूक आहे, असंत त्याला सारखं वाटायचं. सांगा पुन्हा दुसऱ्यांदा त्याच्या बॉसकडे गेला आणि या वेळी मात्र त्याने बॉसला राजीनामा मंजूर करण्यास भाग पाडले.

कारण एका छान कल्पनेने माझ्या मनात जन्म घेतला होता आणि मला माहीत होते, की जर मी तिचा विकास होऊ दिला नसता तर ती माझ्या आयुष्यातील सर्वात मोठी घोडचूक ठरणार होती. मला मला जुन्याच नोकरीत अडकून पडावे लागले असते. मी शांतपणे झोपूही शकलो नसतो. मला दररोज रात्री स्वप्न पडायची. त्यामुळे मला माहीत होतं, की मी आता काही पूर्वीप्रमाणे नोकरी करत राहू शकणार नाही.

'मी जेव्हा नोकरीवर पाणी सोडले, तेव्हा माझ्या हातात अवघे ५०० युएस डॉलर्स होते... मला व्यवसाय सुरू करण्यासाठी किमान १० हजार डॉलर्सची गरज होती. त्यामुळे माझ्या हातात जेवढे पैसे आहेत त्या पैशांतूनच मला सारे काही नियोजन करायचे होते.'

सांगा ज्या माध्यमिक शाळेत शिकत होता त्याच शाळेत शिकणाऱ्या बेन टॅन्डेकवायर या मित्राशी भेट झाली. तो एका स्थानिक स्वयंसेवी संस्थेसमवेत कम्युनिटी डेव्हलपमेंट ऑफिसर म्हणून काम करत होता. सांगाची कल्पना ऐकल्यानंतर तो या प्रकल्पासाठी काही पैसे गुंतवण्यास तयार झाला. सांगाबरोबर पूर्ण वेळ काम करण्यासाठी त्याने नोकरी सोडली नाही. (अर्थात त्याला पगार देता येईल इतके पैसेच जमलेले नव्हते.) पण तरीही तो कंपनीचा संस्थापक सदस्य मात्र बनला.

सांगा ज्या घरात भाड्याने रहात होता ती जागा कंपालाच्या अगदी जवळ होती. (कंपालाची जागा इतकी महाग होती, की ती त्यांना परवडण्यासारखी नव्हती. त्यातून ही जागा एका साखर कारखान्याच्या जवळ होती. सुरुवात करण्यासाठी लागणारा तिथे निर्माण होणारा कृषी कचरा येथे अनायासे उपलब्ध होणार होता.) त्या भागात काही मोकळी जागा होती. त्यांनी तिथे एक छोटीशी टपरी बांधली आणि चार लोकांना कामावर ठेवले. हे त्यांचे कार्यालय बनले आणि ते आता इथून सूत्र हलवू शकणार होते. या ठिकाणची त्यांची गुंतवणूक म्हणजे, एक बांधलेली शेड, छोटेखानी दुकाने, एक सायकल आणि मजुरीसाठी निवडलेले हात.

त्यांनी हा शेतीतून निर्माण होणारा कचरा गोळा करायला सुरुवात केली. त्यातून त्यांनी चारकोल पावडर तयार केली. परंतु प्रत्यक्षात स्टोव्ह पेटू शकेल असे चारकोल बनवण्यासाठी लागणारे पुरेसे पैसे मात्र त्यांच्याजवळ नव्हते. त्यासाठी आवश्यक यंत्रसामग्री त्यांच्याकडे

नव्हती. त्यामुळे हातांचाच वापर करून त्याला हळूवारपणे आकार देण्याचा प्रयत्न त्यांनी सुरु केला. (नुसत्या पावडरपेक्षा अधिक चांगले स्वरुप होते.)

'आणि गंमत म्हणजे त्यांचा हा प्रयत्न यशस्वी झाला. परंतु अर्थातच खरोखर चांगल्या दर्जाचा म्हणता येईल असं काही अद्याप बनवू शकले नव्हते. कारण केवळ हातांनी आकार दिलेला असल्याने जेव्हा स्टोव्ह पेटवताच त्याची राख होऊ लागली. जळण्यासाठी जितके कडक असायला हवे होते तितके ते नव्हते. हीच आता आमच्यापुढची मोठी समस्या आणि आव्हान होते.'

पण अनेकदा नशिबाचाही भाग असतो, त्याच काळामध्ये शासनाला जाणवले की, अनेक माणसे चांगले काहीतरी करण्यासाठी धडपडताहेत. सांगाप्रमाणे धडपडणाऱ्या लोकांसाठी शासनाने १०००० अमेरिकन डॉलर्सचे अनुदान घोषित केले.

'मी शासनाच्या एका अधिकाऱ्याला भेटलो आणि आम्ही करत असलेली धडपड त्याला सांगितली तेव्हा त्याने त्यात रुची दाखवली. अनुदान मिळवण्यासाठी शासनाकडे अर्ज करण्याची सूचना केली. शासनाच्या अंतर्गत काम करणाऱ्या उद्योजकांच्या एका समुहाने आयोजित केलेल्या एखाद्या बिझनेस प्लॅनसारखे त्याचे काहीसे स्वरुप होते. त्याला ते प्रायव्हेट सेक्टर फाउंडेशन म्हणत व खासगी उद्योजकांना मदतीचा हात देत असत.'

जागतिक बँकेचे प्रायोजकत्व असलेले हे कँपेन सांगासाठी आणि त्याच्या व्यवसायासाठी अक्षरशः वरदान ठरले. त्याने अनुदानासाठी अर्ज केला आणि तो प्रस्ताव मंजूरही झाला!

त्यांना ॲडव्हान्स म्हणून ५ हजार अमेरिकन डॉलर्स प्राप्त झाले. त्यातून त्यांनी फॅक्टरी स्थापन केली. आवश्यक यंत्रसामग्री खरेदी केली. अधिक लोकांना कामावर घेतले. वितरकांना आवश्यक ते प्रशिक्षण दिले आणि त्याच्या व्यवसायाने उंची गाठायला सुरुवात केली.

'आम्हाला शासनाकडून आणखी ५ हजार अमेरिकन डॉलर्स अनुदान स्वरुपात मिळणार होते.... पण ती शिल्लक रक्कम आम्हाला कधीही मिळाली नाही. विकसनशील देशांमध्ये कशाचीच खात्री देता येत नाही. परंतु जे काही पैसे आम्हाला मिळालेले होते त्यातून एक शाश्वत व्यावसायिक मॉडेल मात्र आम्ही निश्चितपणे उभारले होते.'त्यांच्या कल्पना आता

प्रत्यक्ष आकार घेत होत्या. चारकोल उत्तम रितीने तयार होत होते, वितरकही अतिशय आनंदी होते आणि त्यांच्या कामात सक्रीय झालेले होते.

कच्चा माल म्हणून ऊसाची मळी, कॉफी आणि तांदुळाचा बाहेरचा भाग वापरला जात असे. हा कच्चा माल प्रामुख्याने शेती आणि कृषी उद्योगांमध्ये उपलब्ध होत असे. त्यामुळे सांगाची कंपनी त्यांची ही यंत्रणा शेतकऱ्यांना आणि उद्योग कंपन्यांना भाड्याने देत असे. कृषी कचऱ्याचे चारकोल पावडरमध्ये रुपांतर कसे करायचे याचे प्रशिक्षणही देत असे.

इएफए ही सांगाची कंपनी चारकोल पावडर प्रति किलो चार सेंट्स या दराने त्यांच्याकडून विकत घेत असे.

हीच पावडर त्यांनी तयार केलेल्या सोलर पावडर मशीनमध्ये टाकली जात असे आणि त्यातून त्या चारकोल पावडरचे रुपांतर स्वयंपाकाच्या इंधनात होत असे. हे स्वयंपाकाचे इंधन म्हणजे कॉम्पॅक्ट केलेली चारकोल पावडरच होती. उच्च तापमानाला चटकन राख न होता ती इंधन म्हणून जळत राहत असे.

'आमच्याकडे एक तरुणांची टीम सायकलींसह तयार असे आणि वितरकांकडे छोटी छोटी दुकाने असत. ग्रामीण भागात आणि छोट्या टाऊनशिप्समध्ये ती उभारलेली असत. ही दुकाने प्रामुख्याने स्त्रिया चालवत. तरुण मुले हे चारकोल सायकलवरून दुकानांत पोचवत असत आणि दुकानांतील महिलांना १७ सेंट्सला ते विकत असत. या महिला ते प्रत्यक्ष बाजारात २० सेंट्सना विकत असत.'

या व्यवसायाने असंख्य लोकांना जगण्याचा एक आधार दिला. दुकान सुरू झाल्यानंतर लोकांना नव्याने उत्पन्नाची संधी प्राप्त झाली.

'आम्ही विविध भागांत जायचो आणि चारकोलची विक्री करण्यात कुणाला रस आहे का हे शोधायचो. काही लोक हे पूर्वीपासून लाकडूफाटा इंधन म्हणून विकत असत तर काहीजण या व्यवसायात नवे होते. त्यामुळे आम्ही त्या लोकांच्या मुलाखती घेत असू मग त्यांना प्रशिक्षणासह विविध प्रक्रियांमधून न्यायचो. व्यवसायासाठी आवश्यक असणारी किमान कौशल्ये त्यांच्यामध्ये यावीत हाच आमचा मुख्य हेतू होता. आम्ही त्यांना त्या दुकानांसाठी किमान गुंतवणूक करण्याचा आग्रह करायचो. जर त्यांच्याकडे गुंतवणूक क्षमता असेल तर ते

अगोदरपासून व्यवसायात आहेत त्यांना सक्षम बनवायचो आणि जर गुंतवणूक क्षमता नसेल तर त्यांना नव्याने आम्ही व्यवसायात आणायचो.'

आज मितीला इएफएच्या माध्यमातून अशा ५० दुकानांना माल वितरीत होतो.

'आम्ही त्या मानाने सातत्य राखू शकत नव्हतो. कारण सूर्याची शाश्वती देता येत नव्हती. त्यामुळे आम्ही पुरेसा चारकोल तयार करू शकायचो नाही. परंतु दिवसाला आम्ही सरासरी ५०० किलो चारकोल तयार करायचो. याचा अर्थ महिन्याला सरासरी १५ हजार किलो चारकोल बनवायचो.'

शेतीतल्या कचऱ्यातून १५ हजार किलो चारकोल तयार होतो ही खरोखर आश्चर्य वाटावी अशी बाब. अर्थात काही प्रमाणात (साधारणतः ५० किलोच्या आसपास) चारकोल सुकवण्याच्या प्रक्रियेत वाया जात असे.

सांगा त्याच्या नोकरीतून जेवढे कमवत होता तेवढे उत्पन्न व्यवसायातून मिळत नव्हते. व्यवसाय आणि त्याच्या अनुषंगाने होणारा खर्च विचारात घेतला तर तो खूप जास्त होता. त्यातून त्यांना या व्यवसायातून जे काही उत्पन्न मिळत होते ते पुन्हा या व्यवसायात नव्याने गुंतवत होते. त्यामुळे शेवटी हाती काही शिल्लक राहत नव्हते.

'मला स्वतःलाच चार किंवा पाच महिने पगार मिळत नव्हता.'हे सांगताना सांगाला हसू आवरत नव्हते.

या कंपनीचे नाव होते, इको-फ्युअल आफ्रिका लिमिटेड आणि या कंपनीची दोन प्रमुख लक्ष्य होती.

'पहिले म्हणजे, शेतीतल्या कचऱ्यातून तयार झालेल्या इंधनापासून ४० दशलक्ष आफ्रिकन लोकांना स्वच्छ, परवडणारी आणि शाश्वत अशी स्वयंपाकाची ऊर्जा मिळवून द्यायची. आणि दुसरे लक्ष्य होते, २०२० च्या अखेरपर्यंत किमान अडीच लाख झाडे लावायची.'आपली कंपनी भविष्यात कुठे असावी असे त्याला वाटत होते?

'आमची कल्पना प्रत्यक्षात उतरत होती. त्यामुळे आम्हाला विविध जिल्ह्यामधून प्रस्ताव येत होते. ते कळवायचे, की आम्हालादेखील तुमच्यासारखाच प्रकल्प उभारायचा आहे. त्यामुळे त्या क्षणी आमचे उद्दीष्ट अधिक विस्तार करण्याचे होते. अधिक चांगल्या दर्जाची यंत्रसामग्री

घेण्यासाठी सक्षम व्हावे, आपले बिझनेस मॉडेल अधिक प्रभावी बनवावे आणि त्यानंतरच फ्रँचायजी स्थापन करून आमच्यासारखा बिझनेस सुरू करण्याची इच्छा असलेल्यांना सामावून घ्यावे,

त्यामुळे प्रत्येक भागात एक छोटी फॅक्टरी सुरू करून त्याचे व्यवस्थापन करण्याऐवजी स्थानिक माणसांनाच फॅक्टरी हाताळता येईल इतके आम्हाला त्यांना सक्षम बनवायचे होते! ही त्यांच्यासाठी खर्चातही मोठी बचत करणारी गोष्ट ठरणार होती. फॅक्टरी स्थापन करण्याची इच्छा असणाऱ्या व्यक्तीला ते सुरुवातीला काही गुंतवणूक करण्याचा आग्रह करणार होते आणि त्यानंतर तांत्रिक सुविधा प्रदान करणार होते आणि त्यानंतरही कंपनीचा काही टक्क्यांचा वाटा राहणार होता.

स्वतःचा विस्तार करण्यापेक्षा या पद्धतीने विस्तार केल्यास ते त्यांच्यासाठी अधिक सोपे ठरणार होते.

इतर व्यावसायिकांकडून या व्यवसायात रस असल्याचे त्यांना खरेच दिसून आले का?

'सब सहारन आफ्रिकेपुढेच अनेक समस्या होत्या. त्यामुळे ज्यांना कुणाला आमच्या व्यवसायाविषयी समजत होते त्यांना आम्ही प्रत्यक्ष तिथे जाऊन त्यांच्या देशासाठी व्यवसाय सुरु करावा असे वाटत होते. त्यामुळे मला असे वाटले की हे मॉडेल कदाचित प्रभावी ठरू शकले असते.'

इएफए पुढे आता जे सर्वात मोठे आव्हान उभे राहिले होते, ते म्हणजे, त्यांच्याकडे असलेल्या यंत्रसामग्रीची अकार्यक्षमता. त्यांच्याकडे असणारी यंत्रसामग्री अद्ययावत करणे भाग होते. ते एका तासाला ५० किलो चारकोल तयार करू शकत असत. परंतु जेव्हा सलग हे काम सुरू राहायचे (साधारणतः १० तास) तेव्हा तितका ताण ही यंत्रे सहन करू शकायची नाहीत. कारण त्यावर अगोदरपासून खूप काम होत आलेले होते.

अर्थात त्यातही आश्चर्य वाटण्यासारखे काही नव्हते. कारण त्यांच्याकडे असणारी जी काही यंत्रसामग्री होती ती त्यांनी स्थानिक पातळीवरूनच तयार करून घेतलेली होती आणि त्यासाठी लागणारे भाग हे भारत, चीन अशा आशियायी देशांतून आणलेले होते. फ्रेम्स व इतर गोष्टी

स्थानिक पातळीवरच करण्यात आलेल्या होत्या. सांगाचाच एक मित्र अभियंता होता, त्यानेच या साऱ्या यंत्रसामग्रीची जोडणी केलेली होती.

यंत्रसामग्रीच्या अकार्यक्षमतेखेरीज पैशांचा तुटवडा ही इएफए समोरील आणखी एक मोठी समस्या होती.

'आमच्याकडे जितके काही पैसे होते त्यांच्या बळावर आम्ही पूर्ण क्षमतेनुसार कार्यरत होतो. परंतु आम्ही जे करत आहोत ते सर्वोत्तम नाही याचीही आम्हाला जाणीव होती. कारण दिवसागणिक मागणी वाढत चाललेली होती. युगांडाची लोकसंख्या ३० दशलक्ष इतकी होती, हे सारे लोक इंधनासाठी जळणाची लाकडे आणि चारकोलवरच अवलंबून होते. त्यामुळे विस्ताराची प्रचंड क्षमता असलेली अशी ही बाजारपेठ डोळ्यांसमोर होती.'

'सद्यस्थितीत आम्ही साधारणतः एका गावाला म्हणजे सुमारे ५ हजार लोकांना पुरेल इतके इंधन तयार करत होतो. त्यावरून तुम्हाला एकूण बाजारपेठेचा अंदाज येऊ शकेल.'

वस्तुस्थिती स्पष्ट होती, की इएफए आता या घडीला त्यांच्या पायाभूत सुविधा आणि यंत्रसामग्रीच्या अद्ययावतीकरणासाठी पैसे खर्च करूच शकणार नव्हती. त्यातून इतक्या मोठ्या बाजारपेठेपर्यंतही आहे त्या परिस्थितीत पोहोचणे शक्य नव्हते, त्यामुळे आता गुंतवणुकदारांची गरज लागणार होती, हे उघड होते.

परंतु या साऱ्या परिस्थितीतही सांगा अतिशय आत्मविश्वासाने भारलेला होता. त्यांच्याकडे एक भन्नाट असे बिझनेस मॉडेल होते आणि ते त्यांच्या देशवासियांच्या चांगल्या आयुष्यासाठी मनापासून योगदान देत होते. युगांडातील सर्व लोकांना एक स्वच्छ आणि परवडणारी स्वयंपाकाची ऊर्जा पुरवतानाच त्यांना त्यांचा सामाजिक व आर्थिक स्तर उंचावण्याची संधी देणे आणि बेसुमार जंगलतोड रोखणे असे सारेच आदर्श मुद्दे त्यात अंतर्भूत होते. त्यामुळे आपल्याकडे अतिशय उत्साही गुंतवणूकदार नक्की येतील, याची त्याला खात्री होती.

२०११ मध्ये सांगाने अनरिजनेबल इन्स्टिट्युटमध्ये अर्ज केला. अवघ्या ५०० अमेरिकन डॉलर्सच्या बळावर २०१० मध्ये कंपनी सुरू करून वर्षभर जी कामगिरी केली आणि इको-फ्युएल आफ्रिकेबाबतची जी क्षमता दिसून आली त्या बळावर त्याचा हा प्रस्ताव मान्य झाला. इको फ्युएल आफ्रिकाच्या माध्यमातून युगांडातील ३५०० गरीब कुटुंबांना स्वयंपाकाची ऊर्जा

पुरवली जाते. त्यातून १५०० जणांना नोकरी मिळाली होती आणि युगांडामध्ये १२ हजार झाडे लावण्यात आली.

आपल्या बहिणीला जळणाची लाकडे आणण्यासाठी दूरवर जावे लागू नये या धडपडीतून एक काहीतरी चांगले असे प्रत्यक्षात आकार घेत होते. पण मग त्याची बहिण काय करत होती?

'माझ्या कुटुंबामध्ये जरा समस्या अधिक होत्या. आमच्या समाजामध्ये लहान मुलांची लग्नं फार लवकर लावली जातात. माझ्या बहिणीचे खरे तर शाळेत जायचे वय होते परंतु माझ्या आईने तिच्यासाठी नवरा शोधला देखील होता. आता तिची शाळा सुटली आहे आणि लवकरच तिचं लग्नही होणार आहे.

त्यावर त्याची प्रतिक्रिया काय होती?

'ते जे काही करु पाहत होते ते मी त्यांना करूच दिले नसते. त्यामुळे त्यांनी मला थांगपत्ता लागू न देता तिचं लग्न लावून दिलं. परंतु आता किमान त्यांच्या गावामध्ये चारकोल उपलब्ध झाले आहे, ही त्यातल्या त्यात समाधानाची बाब.' सांगाने त्याच्या कुटुंबासाठी एक चांगला स्टोव्ह आणून दिला आणि घरात चारकोल कधी कमी पडणार नाही याची काळजी घेतली.

त्यांच्या सद्यस्थितीतील बिझनेस मॉडेल व्यतिरिक्त त्यांच्या मनात इतर काही पर्यय तयार होते का?

'विविध पद्धतींचा वापर करून ही चारकोल पावडर तयार केली जात होती. आपली चारकोल पावडर ही ऑर्गेनिक फर्टीलायझर म्हणून वापरता येऊ शकते याची जाणीव आम्हाला झाली. जेव्हा ती जमिनीत मिसळली जाईल तेव्हा जमिनीची सुपिकता त्यातून वाढत होती. इतर फर्टिलायझरच्या तुलनेत हे अधिक प्रभावी होते. आमचे चारकोल जमिनीत मिसळल्यानंतर खूप काळापर्यंत टीकून राहत होते.'

इएफएच्या माध्यमातून शेतकऱ्यांना या वापराविषयी सजग करण्याचा प्रयत्न केला जात आहे परंतु त्याच वेळी हे क्षेत्र अधिक विस्तारण्याचा त्यांचा प्रयत्न आहे. जर त्यांना मोठ्या प्रमाणावर फर्टिलायझर तयार करण्याचा आणि शेतकऱ्यांना विक्री करण्याचा मार्ग गवसला असता तर ही व्यवसायाची आणखी एक दिशा ठरणार होती. त्यामुळे इएफए त्याचा खूप गांभीर्याने विचार

करत आहे. सांगाच्या कामाचा झपाटा लक्षात घेतला तर कदाचित येत्या काही वर्षांत त्यांची कंपनी आफ्रिकेतील सर्वांत मोठी ऑर्गेनिक फर्टिलायझरचे उत्पादन करणारी कंपनी ठरू शकेल. त्यांची योजना अर्थातच सध्या संशोधनाच्या पातळीवर आहे. परंतु भविष्यात ते या क्षेत्रामध्येही उतरू शकतात.

सांगाच्या मनात जन्म घेणारी व्यवसायाची प्रत्येक नवी कल्पना ही पर्यावरणासाठी सुरक्षित असेल याची खात्री असते. त्यामुळे जेव्हा पर्यायांचा विचार केला जातो तेव्हा ते देखील तितकेच सुरक्षित असते.

या साऱ्या प्रवासामध्ये सांगाच्या मनात काय सुरू होते? त्याचे आयुष्याबद्दलचे स्वतःचे असे काय तत्त्वज्ञान आहे? सांगाच्या आयुष्यातील सर्वांत सुगंधित करून सोडणारी गोष्ट आहे तरी कोणती?

'अशक्य आहे तेच साध्य करण्याचा प्रयत्न आणि ते लक्ष्य साध्य करूनच दाखवणे' सांगा अभिमानाने सांगतो.

> 'जेव्हा तुम्ही नव्याने काही सुरू करायचे ठरवता, तेव्हा तुम्ही प्रतिकूलतेतून आलेले असता, तुमच्यासाठी अनेक गोष्टी अशक्यप्राय असतात. परंतु तुम्ही जर त्या गोष्टीचे स्वप्न मनापासून पाहिलेले असेल आणि तुमची त्या स्वप्नाप्रती श्रद्धा असेल, तर प्रत्येक गोष्ट शक्य आहे.'

'मी विद्यापीठामध्ये जाईन असा मी कधीही विचार केला नव्हता. कारण माझ्या गावातून तिथे कुणीही कधीही गेलेले नव्हते. आणि जेव्हा मी या अनरिझनेबल इन्स्टिट्युटमध्ये आलो तेव्हा एका वेगळ्याच कहाणीला सुरुवात झाली.'

सांगाचा व्यवसाय हा त्याच्या गावापासून दूर होता. जेव्हा त्याने व्यवसाय सुरू करण्याचे ठरवले तेव्हा त्यांना लागणारा कच्चा माल अर्थात शेतीतील कचरा त्या गावांमध्ये जवळच उपलब्ध होणार होता, हा विचार करूनच कंपालाहून छोट्या टाऊनशिपमध्ये गेला होता.

'तिथे इंटरनेटसारखी कोणतीही सुविधा नव्हती. मला इंटरनेटचा ॲक्सेस हवा असेल तर गावापासून १७ मैल अंतरावर असणाऱ्या कंपालाला जावे लागायचे. दुसरे म्हणजे, युगांडामध्ये क्रेडीट कार्डधारक अशा कुणालाही मी ओळखत नव्हतो. आमच्याकडेही कुणाकडे क्रेडीट कार्ड नव्हती. आणि इंटरनेटवरून पेमेंट करायचे असेल तर क्रेडिट कार्ड हा एकमेव पर्याय होता.'

सांगाने या व्यवसायाची घडी बसवायचा आणि त्याचा विस्तार करण्याचा प्रयत्न सुरू केला तेव्हा अर्थातच या मार्गात अडथळे खूप होते.

मला जवळपास प्रत्येकानं समजावलं होतं. तुझा वेळ असा यात वाया का घालवतोयस? तुला कोण पैसे देणार आहे असे?' पण शेवटी काय झालं, ज्या २५ लोकांना अनुदान मिळणार होतं त्यात माझा नंबर लागला होता.

तुमची स्वप्नच तुम्हाला ध्येयापर्यंत घेऊन जातात ती अशी.

'काही वेळेला असं वाटून जातं की हे काही शक्य नाही. परंतु मी म्हटलं तसं, जर तुमच्या उराशी स्वप्न असेल आणि तुमचा त्या स्वप्नांवर विश्वास असेल तर प्रत्येक गोष्ट शक्य आहे.'

नवीन काय?

मी सांगाशी बोलले त्याच्यानंतर त्याच्या आयुष्यामध्ये अनेक चांगल्या घडामोडी घडल्या आहेत. इको फ्युएल आफ्रिकाच्या माध्यमातून ३० हजार लोकांना लाभ मिळत आहे. त्यांच्या संपूर्ण वितरण यंत्रणेमध्ये २५०० शेतकरी असून त्यातील जवळपास १००० महिला आहेत. त्यांनी २६० महिलांना रिटेलर म्हणून नेमले असून त्यातील प्रत्येक महिला आता महिन्याला ११५ अमेरिकन डॉलर्स स्वतः कमवत आहे. २०१२ मध्ये इको फ्युएल आफ्रिका कंपनीला टेक ॲवॉर्डही प्राप्त झाला. सांगाला कम्युनिटी सोल्युशन्स फेलो म्हणून २०१२ मध्ये सन्मान मिळाला आहे. सांगाने आता लग्न केलंय आणि त्याला सुंदरशी एक वर्षांची मुलगीही आहे.

२

देण शक्तीचं... लोकांसाठी...
डोन्ना मॉर्टन

डोन्ना मॉर्टन या सामाजिक क्षेत्रामध्ये गेल्या ३० वर्षांपासून कार्यरत आहेत. ग्रीनपीस या संस्थेसमवेत काम करताना आणि विविध स्वयंसेवी संस्थांच्या उभारणीच्या काळात त्यांना मदत केल्यामुळे डोन्ना यांना अटकही झालेली आहे. तसेच स्लाईटलाईन इन्स्टिट्यूटच्या माध्यमातून त्यांनी युएस थिंक टँकसाठीही योगदान दिलेले आहे. त्यांचं आयुष्य अनुभवांनी समृद्ध आहे. नुकतेच त्यांनी शासनयंत्रणा, स्वयंसेवी संस्था आणि फर्स्ट नेशन व नव्या बिझनेस ऑर्गनायझेशनला मार्गदर्शन व सल्ला देण्याचे काम सुरू केले आहे. संज्ञापन, अर्थशास्त्र, सामाजिक व्यवस्था, भागीदारी, आर्थिक विकास आणि चित्रपट निर्मिती या विषयांमध्ये त्यांचा हातखंडा आहे.

फर्स्ट पॉवर या संस्थेच्या त्या सहसंस्थापक आणि मुख्य कार्यकारी अधिकारी आहेत. फर्स्ट नेशन्स आणि इतर कम्युनिटींमध्ये असणाऱ्या लोकांना ग्रीन एनर्जी देण्यासाठी ही संस्था प्रयत्नशील आहे. या माध्यमातून लोकांना नोकरीच्या संधी आणि आर्थिक लाभ मिळावा असा त्यांचा प्रयत्न आहे. अनरिजनेबल फेलोसाठी त्यांची २०११ मध्ये निवड झाली होती. जगातील सर्वोत्तम असे सोशल इनोव्हेशन सुरू केल्याबद्दल त्यांची ही निवड करण्यात आली होती. सेंट्रल फॉर इंटीग्रल इकॉनॉमिक्स (सीआयई)च्या वतीने त्यांना अशोका फेलोशिप

देऊन सन्मानित करण्यात आले आहे. बाजारात व्यवहार्य ठरतील असे शाश्वत सामाजिक व पर्यावरणीय पर्याय निवडून त्यांना प्रोत्साहन देण्याचे काम 'सीआयई' करते.

डोन्ना यांना त्यांच्या वक्तृत्वशैलीमुळे आणि कामामुळे लोकप्रियता लाभलेली आहे. बिझनेस अलायन्स फॉर लोकल लिव्हिंग इकॉनॉमिज (बीएएलएलइ), बायोनिअर्स, व्हीबीएन, कला, आरोग्य, स्त्रिया आणि धोरणात्मक संस्था अशा विविध संस्था संघटनांच्या व्यासपीठावरून प्रमुख भाषण करण्याची संधी त्यांना वेळोवेळी लाभत असते. कॅनेडियन ब्रॉडकास्टिंग कॉर्पोरेशन (सीबीसी) सह अर्थसंकल्पीय विश्लेषणासह विविध विषयांवर त्यांना प्रसिद्धीमाध्यमांकडून सातत्याने प्रसिद्धी मिळत असते. फायनान्शिअल पोस्ट, ग्लोब, मेल आणि विविध जागतिक स्तरावरील मॅगझिन्समध्ये त्यांच्याविषयीचे लेखन प्रसिद्ध झाले असून रेडिओवर त्यांच्या मुलाखतीही झालेल्या आहेत.

टोरांटोतील प्रचंड गुन्हेगारी असलेल्या जिल्ह्यात डोन्ना यांचा जन्म झाला. त्यामुळे अगदी सुरुवातीपासूनच त्यांना विविध प्रकारच्या संस्कृती असलेल्या लोकांसमवेत मिसळण्याचा अनुभव मिळाला होता. डोन्ना लहान असताना ज्या शाळेत जात होत्या त्या शाळेतील केवळ २० टक्के लोकसंख्या ही कॉकेशियन होती.

'जगाविषयीचे एक प्रभावी भान घेऊनच मी मोठी होत गेले. मी जरी कॅनडामध्ये मोठी झाले तरीही माझे भारत, पाकिस्तान, आफ्रिका, ग्रीस, इटली ... अक्षरशः संपूर्ण जगभरात माझे मित्र होते. आणि आम्ही सारे एकमेकांचे खरेखुरे मित्र होतो. माझ्यादृष्टीने हेच सर्वात मोठे गिफ्ट होते!'

डोन्नाचा परिवार गेल्या कित्येक पिढ्यांपासून कॅनडामध्येच राहत होता. अगदी टिपिकल कामकरी वर्गाची मानसिकता घेऊन जगणारे हे कुटुंब होते. फार काही अपेक्षा ठेवून जगणाऱ्यांपैकी ते कुटुंब नव्हते. डोन्ना त्यांच्या मानसिकतेविषयी सांगते, 'आपण कामगार आहोत. आपण मान खाली घालून काम करावं. आपण व्यवस्थेशी लढू शकत नाही. आपण काहीही बदलण्याच्या भानगडीत पडूच नये. आपल्याला नोकरी मिळाली हेच आपलं भाग्य.' त्यांना नेहमी चांगलं आणि कनवाळू माणूस बनून जगावं इतकंच वाटत असायचं. परंतु एकूणच कुटुंबामध्ये बदल स्वीकारण्याची मानसिकता बिलकूलच नव्हती.

तिचे वडिल हे अतिशय साध्या स्तरावर विक्रेते होते आणि आई सेक्रेटरी. डोन्नाला मात्र तिच्या अपेक्षा आणि उद्दिष्टांविषयीची आस्था एका दुसऱ्याच स्थलांतरीत कुटुंबांकडून मिळाली.

हे परिवार होते, कोरियन, इटालियन आणि जमेशियन. डोन्नाच्या सभोवताली असणारे हे सारे परिवार त्यांच्या कुटुंबातील मुलांसाठी स्वप्न पाहणारे होते. डोन्नाच्या परिवारापेक्षा ते अधिक शिकले सवरलेले होते. डोन्नाच्या कुटुंबातील कोणत्याही सदस्याने कधी विद्यापीठाची पायरीदेखील चढलेली नव्हती.

कुणीतरी एकदा तिला सांगितले, की तू अतिशय हुशार आहेस आणि विद्यापीठात शिकायला हवे. तेव्हा तिला पहिल्यांदा मनात विचार आला, की तिने विद्यापीठात शिकण्यासाठी प्रयत्न करायला हवेत. तिला नेहमी असे वाटायचे, की जर तिने खूप कष्ट केले आणि स्वतःच्या सगळ्या क्षमता विकसीत केल्या तर कदाचित एक दिवस ती हेअरड्रेसर नक्की बनू शकेल. त्यावेळची तिची ही सर्वात मोठी महत्त्वाकांक्षा होती! परंतु तिच्या आजूबाजूला असणाऱ्या कोरियन परिवारांनी तिच्यामध्ये महत्त्वाकांक्षेचे आणि आयुष्याचे काही ध्येय असावे याचे बीज पेरले.

'माझ्यात काही महत्त्वाकांक्षा निर्माण होणं आणि त्यासाठी मी घराबाहेर पाऊल ठेवण्याचा विचार करणं ही गोष्ट माझ्या कुटुंबासाठी फारच अवघड होती.'

डोन्ना ही अभ्यासात कधीही फारशी चांगली विद्यार्थिनी बनू शकलेली नव्हती कारण तिने कधी तसा बनायचा प्रयत्नच केलेला नव्हता. परंतु जेव्हा तिने विद्यापीठात जाण्याचा विचार केला तेव्हा ती अभ्यासाच्या बाबतीत आपोआपच गंभीर झाली आणि विद्यापीठात जाण्यासाठी तिला पुन्हा ट्रॅकवर आणावे यासाठी तिने शाळेमध्ये प्रयत्न सुरू केले. शाळेत खूपजणांना विनंती केली. हा तिचा पहिला संघर्ष होता. पहिल्यांदा तिला असं काही तरी हवं होतं ज्यासाठी संघर्ष करण्याची तिची तयारी होती. अखेरीस तिच्या प्रयत्नांना यश आले आणि शाळेने तिचे म्हणणे मान्य केले. त्या दिवसानंतर मात्र तिने मान खाली घालून मनापासून अभ्यास करायला सुरुवात केली.

'दरम्यान, मला जाणवले, की जग बदलण्यासाठी आपले आयुष्य खर्ची घातले, अशी अनेक माणसं आहेत. तोपर्यंत मला महात्मा गांधी किंवा मार्टीन ल्युथर किंग ही नावं माझ्या गावीदेखील नव्हती. परंतु 'इफ यु लव्ह धिस प्लॅनेट' असा एक चित्रपट मी पाहिला. माझ्या देशातील नॅशनल फिल्म बोर्डने हा चित्रपट तयार केला होता आणि तो अमेरिकेमध्ये अनधिकृत मानला जात होता. जेव्हा हा चित्रपट पाहिला तेव्हा मला या साऱ्या लोकांविषयी एक तीव्र सहवेदनेची

भावना निर्माण झाली. मला जणू त्या दिवसानंतर माझ्या जगण्याचे उद्दीष्ट सापडल्यासारखे झाले होते. एक महिला डॉक्टर तिच्या शिक्षणाचा उपयोग न्यायासाठी करताना मी त्यात पाहिली आणि मलाही तसेच काहीसे करावेसे वाटू लागले.'

त्या दिशेने जाण्याचे पहिले पाऊल म्हणजे विद्यापीठ होते. तिच्या शाळेमध्ये केवळ ४० विद्यार्थी पदवीधर होऊन विद्यापीठात जाऊ शकत होते. तिच्याच आसपास राहणाऱ्या अनेक हुशार विद्यार्थ्यांचा शेवट तुरुंगात झालेला तिने पाहिला होता. डोन्नाच्या मते, ही मुले अत्यंत हुशार आणि उद्योजक बनण्याची क्षमता असणारी होती. परंतु त्यांच्या बुद्धीमत्ता आणि सर्जनशीलता यांना योग्य दिशा अथवा आव्हान मिळालेले नव्हते.

पण डोन्नामध्ये 'स्पार्क' नक्की होता, तिला तो केवळ प्रज्वलित करण्याची गरज होती.

तिने विद्यापीठामध्ये कला शाखेचे शिक्षण घेतले. विद्यापीठात अतिशय पुराणमतवादी असे वातावरण होते त्याचवेळी लोक मात्र बुद्धीमत्ता संपन्न होते. तिने तिच्या अभ्यासक्रमात अनेक विषयांचा समावेश केला. त्यामुळे फाईन आर्टस, साहित्य, नाटक, चित्रपट, तत्त्वज्ञान, अर्थशास्त्र, शास्त्रीय संगीत आणि अशा विषयांचा अंतर्भाव करून तिने लिबरल आर्टची पदवी संपादन केली. तिला तिच्या शिक्षणाचा खर्च भागवण्यासाठी ग्रँट मिळाली.

या सर्व काळात खूप पैसा कमवावा असं तिला कधी वाटलं नसेल का?

डोन्ना सांगतात, 'खरं तर नाही. कारण माझी ती अंतःप्रेरणा कधीच नव्हती. पैशांनी कधी मला थरारून सोडले नाही अथवा त्याचे कधी फार आकर्षणही वाटले नाही. न्यायासाठी आपल्या आयुष्यातील काही ना काही योगदान देणे ही गोष्ट मात्र मला थरारून सोडणारी होती. थ्रिल होते ते याचेच! मी माझ्या बालपणीच्या वयात जर कुणाला ओळखत असेन तर तो म्हणजे माझा ड्रायव्हर. त्यामुळे मला नक्की कोणती गोष्ट आनंदी करणार आहे, याची मला निश्चित कल्पना होती.

तिच्या सुरुवातीच्या वीस वर्षांत तिने चळवळींविषयी काम केले आणि ग्रीनपीस साठी पैसे जमवण्याचे प्रयत्न केले.

अत्यंत श्रीमंत माणसापासून ते अगदी गरीबातील गरीब अशा समाजाच्या सर्व आर्थिक स्तरांतील लोकांपर्यंत जाऊन त्यांचे दरवाजे ठोठावण्याची संधी मला या निमित्ताने मिळाली होती. मला असे लक्षात आले, की अत्यंत गूढपणाने जगणाऱ्या लोकांना मी भेटले ते मोठमोठ्या बंगल्यांत, राजेशाही थाटात राहत होते आणि मी आत्मसमाधानी, आनंदी असे अनेक लोक पाहिले ते अगदी कमी पैशांत छोट्याशा घरांत राहत होते. मला यातून शिकायला मिळाले, की एक पूर्णत्वाची भावना, आत्मसमाधान आणि आनंद या गोष्टींचा संबंध तुम्ही मिळवत असलेल्या पैशांशी अजिबात नाही.'

लिबरल आर्टसमध्ये बीए पूर्ण केल्यानंतर त्यांना कोणत्यातरी विषयामध्ये मास्टर्स करायचे होते आणि त्यांना न्युयॉर्क विद्यापीठामध्ये फिल्म थिअरी या विषयावरील एक प्रोग्रॅम सापडला. त्यांनी त्या विषयासाठी स्कॉलरशिप मिळते का हे पाहायला सुरुवात केली. याच काळात 'द ब्रॅंटले रिपोर्ट' हे पुस्तक त्यांच्या पाहण्यात आले आणि त्याचा मोठा प्रभाव त्यांच्यावर पडला. त्यांनी त्याचक्षणी ठरवले की, एक संपूर्ण सुटी अथवा एक वर्ष अभ्यासापासून दूर राहायचे आणि ग्रीनपीस मध्ये काम करायचे निश्चित केले.

त्यांनी १९८९ मध्ये ग्रीनपीसमध्ये जाण्यास सुरुवात केली आणि ज्याचा शोध घेत होती ते जणू गवसल्यासारखे झाले. कारण समान मानसिकता असणाऱ्या लोकांसमवेत त्या काम करू लागल्या होत्या.

'मला अनेकदा परग्रहवासीय असल्यासारखेच वाटायचे. मी जेव्हा चित्रपट किंवा पुस्तकाने प्रभावित व्हायचे तेव्हाही नाट्यमय परग्रहवासीय असल्यासारखे मला वाटयचे. परंतु जेव्हा मी ग्रीनपीसमध्ये गेले, तेव्हापासून ही अलिप्ततेची भावना कमी झाली. कारण एखादी गोष्ट जर पटली नाही तर ती ठामपणाने नाही म्हणणारा एक ग्रुप मला मिळाला होता. ते सारेजण ठामपणाने म्हणू शकत होते, 'आम्हाला तुम्ही म्हणता ते मान्य नाही.'

आण्विक शस्त्रास्त्रे, अणूऊर्जेचे धोके, टॉक्सिन आदी बाबींविषयी असणाऱ्या धोक्यांविषयी त्या काळी लोकांमध्ये कसलीही चिंता नव्हती. खरं तर याच काळामध्ये भोपाळ गॅस दुर्घटना आणि चेर्नोबील या दुर्घटना घडलेल्या होत्या. मानवी क्षमता आणि त्याचा माणसांच्या, प्राण्यांच्या आणि जीवन संरक्षक यंत्रणेबाबत होत असलेला वापर पाहून त्यांना प्रचंड धक्का बसलेला होता. त्यामुळे या साऱ्या परिस्थितीत काहीतरी करायला हवे असे त्यांना मनापासून वाटत होते.

त्यामुळे डोन्ना यांनी ग्रीनपीससाठी पैसे जमवण्यास सुरुवात केली. या साऱ्या पैशांचे व्यवस्थापन करता यावे म्हणून त्यांनी एक कार्यालय घेतले आणि 'ॲक्शन टीम' म्हणून प्रत्यक्षात काम करणारी एक फौज कामावर घेण्यात आली. यामध्ये चळवळीतील स्वयंसेवी कार्यकर्ते होते. ते सारे स्वतः बोट चालवू शकणारे होते, पूलावरून लटकत जाऊ शकणारे होते, तेलखाणींमध्ये स्वतःला सावरू शकणारे होते. त्या स्वतःदेखील त्या टीमचा एक भाग बनल्या.

दोन वर्षांत प्रत्येक पाच आठवडे मी जेलमध्येच असायचे.

त्यांची ही नवीन जीवनशैली त्यांच्या कुटुंबाच्या पचनी पडण्यासारखीच नव्हती. त्यांच्यादृष्टीने काहीशी विचित्र, विक्षिप्त अशी ही मुलगी होती. ती कुठेही नेण्याच्या लायकीची नव्हती. ती मान खाली घालून गपगुमान काम करणारी नव्हती, कुटुंबातील इतर सभ्य, सरळ कर्मचाऱ्यांप्रमाणे ती काम करणारी कर्मचारीही नव्हती. त्यांनी जेव्हा पहिल्यांदा विद्यापीठामध्ये पाऊल ठेवले तेव्हा कुटुंबियांना काही नीटसा अंदाज आलेला नव्हता. त्यांच्या मते, ती ज्या अर्थी विद्यापीठात जाते त्या अर्थी ती एकतर डॉक्टर बनेल अथवा वकील. किंबहुना त्यांच्या कुटुंबाचे नाव उज्वल होईल असे काहीतरी करेल अशी त्यांची किमान अपेक्षा होती. बरं, हे देखील त्यांनी नुकतं कुठे स्वीकारायला सुरुवात करतात तो डोन्ना यांना विद्यापीठातील शिक्षण सोडून दिले आणि त्यांना नेहमीच या ना त्या कारणांसाठी अटक होऊ लागली.

तसं पाहता, त्यांचे कुटुंबिय नेहमी सहकार्याची भूमिका घेऊन पाठिशी उभे राहू पाहत होते परंतु हे सारे एकाच वेळी सांभाळणे त्यांना काही जमत नव्हते. हा सारा काळ कुटुंबियांच्या दृष्टीने अतिशय निराशेचा काळ होता.

डोन्ना यांनी ग्रीनपीससाठी विविध मोहीमांवर सातत्याने काम केले. त्यांनी अणू ऊर्जा विरोधी मोहीमेत काम केले. त्यासाठी को-पायलट बोटीतून प्रवास केला आणि सुमारे ७ हजार पर्सनल एअरक्राफ्ट कॅरियर्सवर रेडिएशन सिम्बॉल्सचा प्रसार केला.

'जेव्हा तुम्ही बोटीतून प्रवास करता तेव्हा पाण्याच्या लाटा तुमच्या डोक्यावर येऊन आदळतात आणि त्या लाटेच्या धडकेने तुम्ही पुन्हा बोटीच्या दुसऱ्या बाजूला जाऊन धडकता. तुमची अवस्था एखाद्या रबरडॉलसारखी झालेली असते.'

तिथे काम करण्याचा एकूण अनुभव कसा होता?

'अक्षरशः एखाद्या सैन्यदलातील तुकडीमध्ये आपण काम करावे अशा स्वरुपाचा तो अनुभव होता. आम्ही सारे रेडिओद्वारा एकमेकांशी संपर्कात होतो आणि एखाद्या सैन्यमोहीमेवरच असावे अशा पद्धतीने काम करीत होतो. मी तर हेरगिरीच्या टीमचाही काही काळ भाग होते. मी सैन्याच्या तळावर जायचे आणि त्यांची हेरगिरी करायचे आणि छुप्या मार्गाने काही माहिती मिळते का पाहायचे. त्यांच्या दुर्बल जागा शोधायचे. जिथे त्यांचा कँप असेल तेथील सर्वात कुमकुवत असे कुंपण कोणते आहे हे मी पाहायचे. कोणत्या भागामध्ये सर्वात कमी सुरक्षा आहे हे हेरायचे. आम्हाला आत घुसण्यासाठी उपयुक्त ठरू शकेल अशा कोणत्याही गोष्टीचा मी शोध घ्यायचे. मी अगदी साध्या कपड्यांमध्ये तिथे प्रवेश मिळवायचे. हातात एक स्केचपॅड घेऊन मी कला शाखेची विद्यार्थीनी असल्याचे भासवायचे. मी पुढे जाऊन म्हणायचे, 'वाह... पहा त्या समोरच्या सुंदर सावल्या आणि रेषा! कृपया मी आत येऊन त्याचे चित्र काढू का?' आणि मला आत प्रवेश मिळायचा. लोकांना बोलण्यामध्ये गुंतवून ठेवून मी त्यांच्या शिफ्ट चेंजेसबद्दल माहिती हुशारीने काढायचे आणि आम्हाला पूरक असणारी इतरही माहिती मी मिळवायचे.

आपल्याला गोळी मारली जाऊ शकते किंवा आपल्याला तुरुंगात डांबले जाऊ शकते याची त्यांना कधी भिती नव्हतीच. कामातून वेगळेपण दाखवण्याचाच झपाटा इतका होता की त्यावर इतर कोणतीही गोष्ट मात करू शकत नव्हती. निवडलेल्या मार्गावर अथकपणे चालायचे त्यांनी मनाने स्वीकारले होते. कोणत्याही परिस्थितीत त्यापासून दूर जाण्याची त्यांची इच्छा नव्हती.

परंतु, त्यांना कधीही भितीच वाटली नाही असे अजिबात नाही...

त्यांनी वयाच्या २२ व्या वर्षी स्वतःचे मृत्यूपत्र लिहिले.

'समजा मला मृत्यू आला किंवा मला तुरुंगात जावे लागले तर म्हणून मी माझ्या कुटुंबियांसाठी पत्र लिहिले आणि त्यांना सर्व कागदपत्रांची माहिती कळवली. मी जे काही करत आहे ते का आणि कशासाठी हे विशद करण्याचा प्रयत्न केला. मी ज्या काही गोष्टी त्यांना सांगत होते त्या साऱ्या खऱ्या होत्या आणि मला कधीही ठार मारले जाऊ शकत होते. किंवा मला कोणत्याही क्षणी तुरुंगात डांबले जाऊ शकणार होते.'

डोन्ना असं मानत की, ग्रीनपीस हे जणू एखाद्या यंत्राप्रमाणे कार्य करते. तिथे योग्य रितीने संदेशवहन, संवाद, कार्य आणि पैसे उभारण्याची यंत्रणा कार्यरत असते. परंतु ज्या लोकांच्या समवेत त्या काम करत होत्या त्यांच्याविषयी अपार प्रेम आणि आदराची भावना असल्याने त्यांनी हा विचार फारसा महत्त्वाचा कधी मानला नाही.

आयुष्यात पहिल्यांदा मला माझ्याप्रमाणेच विचार करणाऱ्या समविचारी लोकांचा एक समुह प्राप्त झालेला होता. मला त्यांनी त्यांच्यात स्वीकारलेले होते.

डोन्ना यांनी माध्यमांचे उत्तम प्रशिक्षण घेतले आणि त्या एक उत्तम प्रवक्त्या बनल्या. त्याचवेळी त्या उत्तम हेरही होत्या. इतकंच काय तर स्वतःला चांगल्या रितीने अटक करून घेण्यातही आता त्या तरबेज झाल्या होत्या! जेव्हा जेव्हा पोलीस त्यांना पकडायचे तेव्हा त्यांनी कधीही पोलिसांचा अनादर केला नाही. उलट त्याच पोलिसांविषयी त्यांच्या मनात किती आदर आहे हे त्यांना सांगायच्या. कारण तेदेखील त्यांच्या समुहाच्या रक्षणार्थ उभे होते आणि डोन्नाप्रमाणेच एका विश्वासाच्या धाग्याशी बांधलेले होते. काही वेळेस तर ज्या पोलिसांनी त्यांना पकडले होते त्यांच्याकडून सुंदर व चांगले अनुभवही आले होते.

पोलीसांची नोकरी व त्यांच्यावरील जबाबदारी काहीशी अडचणीची होती परंतु त्यांनी कधीही पोलिसांचा अनादर केला नाही. किंवा त्यांची नकारात्मक प्रतिमा रंगवून त्यांना राक्षसही मानले नाही. त्यांचे अनेक सहकारी पोलिसांना पाहताक्षणी 'घाणेरडे डुक्कर' अशा शब्दांत त्यांची अवहेलना करीत. परंतु डोन्ना यांना कल्पना होती की मूळ समस्या व्यवस्थेमध्ये आहे. पोलिसांवर दोषारोप करून काहीही उपयोग होणार नव्हता.

जर पुन्हा कधी ते सारे क्षण पुन्हा जगण्याची संधी मिळाली तर डोन्ना एका क्षणात उडी मारून ती संधी घेतील!

'मला कधी गोळी मारली गेली नाही परंतु मला नेहमी अटक व्हायची. कधी कधी हेलिकॉप्टरने माझ्यावर हल्ले झाले. कधीकधी तर पॅडी वॅगन्समध्ये कोंबून नेले. मला जे लोक नक्की त्रास देऊ शकतील अथवा जखमी करू शकतील अशा लोकांसमवेतही मला तुरुंगात अनेकदा डांबून ठेवले.

अखेरीस ग्रीनपीसमधून बाहेर पडण्याचा त्यांनी निर्णय घेतला. त्यांना इतरही अनेक ऑफर्स त्यावेळी दिल्या परंतु आपले तिथले काम झालेले आहे अशी काहीशी त्यांची भावना झालेली होती. त्यांना असे वाटले की तिथे खूप काही शिकायला मिळाले. जणू तिथे मिळालेल्या अनुभवांची पदवी घेतलेली आहे आणि आता पुढे जाण्याची वेळ आलेली आहे आणि अधिक भक्कम असे काही तरी करण्याची वेळ आता येऊन ठेपलेली आहे.

वयाच्या २४ व्या वर्षी डोन्ना परत कॅनडाला गेल्या आणि तिथे पुढच्या पिढीच्या भविष्याविषयी बोलणाऱ्या तरुणांची एक संघटना स्थापन केली. ११ ते १७ वर्षातील मुलांमध्ये पर्यावरण विषयक जागृती निर्माण करून यामुलांनी पर्यावरण हक्काविषयी बोलावे असा प्रयत्न ही संघटना करू लागली. त्याचवेळी नोकरी आणि अर्थव्यवस्था यांविषयी जागरुकता निर्माण करू लागली. त्यामुळे डोन्ना यांचे अवकाश आणखीनच विस्तारले. ग्रीनपीसमध्ये त्यांच्या याच गोष्टींवर जी मर्यादा येत होती ती आता पूर्णपणे दूर झाली होती.'

'मी जेव्हा ग्रीनपीसमध्ये काम करत होते तेव्हा मला असे जाणवायला लागले,की जेव्हा जेव्हा मी कर्मचाऱ्यांसंबंधित एखाद्या प्रश्नांवर काम करायचो तेव्हा मला जाणवायचे की इतरांसाठी तो केवळ कर्मचाऱ्यांचा प्रश्न म्हणून मर्यादीत असायचा आणि मी संपूर्ण पृथ्वीच्या संदर्भात त्याचा विचार करायचे. त्यामुळे ते कधी मला वेगळे वाटायचे नाही. म्हणूनच कदाचित मला पोलिसांविषयी तीच सहवेदना होती. माझ्या कर्मचाऱ्यांविषयी तीच सहवेदना होती आणि तीच सहवेदना मला उद्योजकांविषयीदेखील वाटायची. त्यामुळे मी त्यांच्याकडेही कधी दैत्य म्हणून पाहिले नाही. परंतु ग्रीनपीसमध्ये मात्र असे न मानणे जरा अवघडच होते. विशेषतः कॉर्पोरेट एक्झिक्युटीव्ह हे कायम लक्ष्य असायचे. परंतु माझ्या विचारांच्या कक्षा रुंदावत असल्याचे माझ्या लक्षात येत होते. त्यामुळे त्या रुंदावलेल्या कक्षा प्रत्यक्षात दिसून येतील अशा स्वरुपाचे काम करण्याची आता गरज निर्माण झालेली होती.

त्यांच्या संघटनेचे नाव ग्रेफीन अर्थात ग्रुप रिप्रेझेंटींग युथ फॉर फ्युचर इन्टरेस्ट असे ठेवण्यात आले. झेन पारकर या मैत्रिणीसमवेत या संघटनेची १९९१ मध्ये स्थापना करण्यात आली. ब्रिटीश कोलंबियातील तरुणांना त्यांचा स्वतःचा आवाज मिळवून देण्यासाठी आणि स्वतःमधील आत्मविश्वास जागवण्यासाठी त्यांनी काम सुरू केले. आगामी पिढ्यांविषयीही त्यांनी बोलण्याची व कृतीची जबाबदारी घ्यावी असा विचारही रुजवण्याचा प्रयत्न सुरू केला.

'आम्ही तरुण मुलांना आंतरपिढीय समानता (इंटर जनरेशन इक्विटी) ही संकल्पना समजावण्याचा प्रयत्न केला. ते आमचे मुख्य तत्वच होते. जर लोक आत्तापासून प्रत्येकापासून वेगळे राहू लागले आणि जागतिक विभिन्नतेतून उत्तर आणि दक्षिण असे दोन भाग स्वतंत्र झाले किंवा देशादेशांमध्ये विभिन्नता निर्माण झाली तर ती फार चुकीची गोष्ट ठरेल. या सगळ्यातून आपण आपल्याच भविष्याविषयी अधिकाधीक क्रूर होत जाणार आहोत.'

त्यांनी खरंच चांगलं काम उभे केले. शाश्वततेला एकत्रित आणण्याची त्यांची धडपड नक्कीच कौतुकास्पद आहे. ते जे काही करू पाहत होते त्यामध्ये अनेक गुंतागुंतीच्या गोष्टी होत्या.

कायम गुंतागुंतीच्या प्रकल्पांमध्ये मी खेचले गेले.

या साऱ्या प्रवासात कसाबसा खर्च भागवला जात होता. सामाजिक कार्यात राहायचे म्हणून घर चालवण्यासाठी वेटरचे काम करावे लागत होते. त्याचप्रमाणे विद्यापीठाशीही संबंध राहण्यासाठी त्या प्रयत्न करत होत्या. परंतु इतके असूनही आपण कधी उपाशी मरणार नाही याचा त्यांना विश्वास होता. कारण वेळ पडली तर त्या ट्रे उचलून बाहेर गेल्या असत्या आणि पडेल ते काम करून पैसे कमावले असते.

दरम्यानच्या काळात पैसे कसे कमवायचे याचेही गणित त्यांना उलगडले. त्यांना शासनाकडून संस्थेसाठी काहीप्रमाणात अनुदान मिळाले. ग्रेफीन करत असलेल्या कामामध्ये शासनाला रस होता. आणि तोही चांगल्या अर्थाने! ग्रीनपीसमध्ये असताना त्यांना जो अनुभव सातत्याने आला होता त्यापेक्षा हा अनुभव पुर्णतः भिन्न होता.

पण जेमतेम दोन वर्षांतच आपले इथले काम 'पूर्ण' झाले असल्याची भावना डोन्ना यांच्या मनात निर्माण झाली. ग्रेफीनमध्ये त्या जे काम करत होत्या ते काम ग्रीन पार्टी नावाने काम करणाऱ्या लोकांच्या एका गटाला खूप आवडले. त्यांच्या संस्थेला अनेक पालक, मार्गदर्शक होते. त्यापैकीच एक म्हणजे जागतिक बँकेचे माजी अर्थतज्ज्ञ मायकल मॅस्कॉल. त्यांनी एक दिवस डोन्ना यांना भेटायला बोलावले आणि पुढील फेडरल निवडणुकांसाठी ते स्वतः उभे राहणार असल्याचे त्यांनी सांगितले. आणि त्यांनी डोन्ना यांना त्यांचे उमेदवार म्हणून उभे राहण्यास सांगितले.

१९९३ मध्ये फेडरल निवडणुकांसाठी कॅनडातील ग्रीनपार्टी कडून डोन्ना यांना उमेदवारी देण्यात आली. त्यावेळी डोन्ना यांचे वय अवघे २६ होते. पहिल्यांदा खरं तर त्या याबाबतीत त्यांना खात्रीच नव्हती. परंतु त्यानंतर त्यांनी त्यात गांभीर्य दाखवले आणि इतरही अनेक लोक जोडले गेले. हे लोक त्यांच्या पाठिशी खंबीरपणे उभे होते. डोन्ना यांच्या बुद्धीमत्तेवर विश्वास ठेवून पैशांची मोहीम राबवणारे, कँपेन मॅनेजर असणारे अनेक लोक पाठिशी आले.

तिथे साऊथ वॅनकोव्हर आयलंड फेडरल रायडिंग्ज होते आणि त्यात डोन्ना या संसदेच्या सदस्य बनल्या होत्या. कॅनडातील ग्रीन पार्टीच्या इतिहासात इतका तरुण उमेदवार पहिल्यांदाच विजयी झाला होता. त्यांना कधीही एक टक्क्यांच्या वर मतेही मिळालेली नव्हती. पण तरीही डोन्ना यांनी ती संकल्पना डोक्यातून काढून टाकण्याचा विचार केला.

’खरं सांगायचं तर, ही फारच अफलातून संधी होती. एकही पैसा खर्च न करता एखादी मोठ्ठी पदवी पदरात पडावी असाच काहीसा हा प्रकार होता. माझ्यासमवेत त्या त्या क्षेत्रातील धोरणात्मक माहिती असणारे अनेक तज्ज्ञ होते. तेच सारे माझे सल्लागार बनले होते. माझ्यासमवेत विधी विषयातील प्राध्यापक, अर्थशास्त्राचे प्राध्यापक, कृषीविषयक प्राध्यापक, वाहतूकतज्ज्ञ, स्त्री धोरणांतील तज्ज्ञ, दारिद्र्यविषयातील अभ्यासक अशा साऱ्यांनी मला खूप मदत केली. ग्रीन पार्टीचे सूत्रबद्ध असे धोरण आखले गेलेले नव्हते त्यामुळे आम्ही ग्रीन पार्टी ऑफ कॅनडाची पॉलिसी लिहून काढायची मोहीम हाती घेतली होती.

हा खरोखर खूपकाही शिकवून जाणारा असाच अनुभव होता!

या सर्व अभ्यासकांच्या आणि तज्ज्ञांच्या मदतीने डोना यांनी नवीन पॉलीसी तयार केली आणि पूर्वीच्या सर्व रिकाम्या जागा भरून काढल्या. त्यांना या पॉलीसी बनवण्याच्या कामामध्ये अतिशय आवड निर्माण झाली व त्यात पुढे जावेसे वाटू लागले. जेव्हा त्या निवडणुकीला उभ्या राहिल्या तेव्हाही त्यांची कामगिरी चांगली होती. एका तरुण महिलेला फारसा अनुभव नसतानाही २.४ टक्के मते मिळाली ही दुर्लक्षित करण्यासारखी बाब निश्चितच नव्हती. ग्रीन पार्टीमध्ये आजवर कुणालाही इतकी मते पडलेली नव्हती. सर्व इतर उमेदवारांप्रमाणे तिला समान संधी मिळालेली होती. उमेदवारांच्या सर्व बैठकांना ती उपस्थित होती आणि तिला अन्य उमेदवारांप्रमाणेच समान प्रसिद्धीही मिळाली होती.

डेव्हीड अँडरसन हा उमेदवार निवडणुक जिंकला आणि त्यानंतर तो कॅनडाचा पर्यावरण मंत्री बनला. (क्योटो प्रोटोकॉल त्याच्याच स्वाक्षरीने तयार झाला.) डोन्ना यांच्यासाठी तो नेहमीच पालकाच्या व मार्गदर्शकाच्या भूमिकेत राहिला आणि आजही त्यांचे दोघांचेही मित्रत्वाचे संबंध आहेत.

निवडणुका झाल्यानंतर ग्रीन पार्टीला पक्षाचे उपनेतेपद डोन्ना यांनी स्वीकारावे असे वाटत होते. परंतु पक्षाच्या वनविभागाशी संबधित शाखेमध्ये काम करण्याचे त्यांनी ठरवले. कारण पक्षाची ती सर्वात कमकुवत बाजू होती.

हा प्रवास सुरू असतानाच युनायटेड स्टेट्सच्या शाश्वत विकासाबाबत विचार करणाऱ्या थिंक टँकमध्ये त्यांचा समावेश करण्यात आला. वर्ल्ड वॉच इन्स्टिट्युटच्या माध्यमातून एक नवी संस्था उभी राहिलेली होती, ती म्हणजे नॉर्थवेस्ट एन्व्हायर्मेंट वॉच. ही संस्था आता साईटलाईन इन्स्टिट्यूट म्हणून ओळखली जाते. सिॲटलमधील शाश्वत विकासाबाबत संशोधन करणारे संशोधन केंद्र ही खरी त्याची ओळख आहे.

साईटलाईनमध्ये त्यांनी बिझनेस आणि कम्युनिकेशन संचालिका म्हणून तीन वर्षे काम केले. या काळात त्यांनी संवादाच्या क्षेत्रात खूप चांगले काम केले. त्याचप्रमाणे अर्थशास्त्र, रोजगार, दारिद्र्य आणि कार्बन टॅक्सेस हे सारे शाश्वततेशी संबंधित असणारे मुद्दे त्यांनी एकत्रित गुंफण्याचा प्रयत्न केला. ग्रीन अजेंडासंदर्भातील अर्थशास्त्रीय बाजू कमकुवत असल्याचे त्यांच्या लक्षात आले.

पर्यावरणीय चळवळीतील सुरुवातीच्या त्यांच्या अनुभवाच्या आधारे त्यांना लक्षात आले की अर्थशास्त्रीय दृष्टिकोनातून त्याचा समग्र विचारच होत नव्हता. त्यामुळे त्या पुन्हा कॅनडाला परत गेल्या आणि त्यांनी सेंटर फॉर इंटीग्रल इकॉनॉमिक्स या नावाने एक स्वयंसेवी संस्था सुरू केली, ग्रीनपार्टीमध्ये असताना आणि वर्ल्डवॉच इन्स्टिट्यूटमध्ये असताना मिळवलेले अर्थशास्त्राचे ज्ञान यासाठी उपयोगात आले. त्यानंतर त्यांनी या विषयातील तज्ज्ञ आणि अभ्यासकांना आवाहन केले. रिसोर्स इकॉनॉमिक्स या विषयामध्ये मास्टर्स डीग्री असणाऱ्या एकाला रिसर्च संचालक पद बहाल केले.

'कर म्हटले की लोकांना त्याचा तिरस्कार असतो, परंतु कर हे एक प्रभावी शस्त्र आहे याची जाणीव करून देणे हेच माझे खरे काम होते. कारण त्याच माध्यमातून शाश्वत उपलब्धीसाठी

बाजारातील शक्तींचा सुसंगत वापर करू शकणार होतो, हे लोकांच्या लक्षात आणून द्यायचे होते. आम्ही बाजारपेठीय यंत्रणेवर, करप्रणालीवर लक्ष केंद्रीत केले आणि ब्रिटीश कोलंबियामध्ये त्यादृष्टीने भरपूर तयारी केली. करांविषयी आम्ही लोकांची मानसिकता बदलण्याचा प्रयत्न केला व त्यातूनच बीसी कार्बन टॅक्स आला. आमच्या दृष्टीने ही फार मोठी उपलब्धी होती.'

'आम्ही अनेक मोहीमा राबवल्या. मला आठवतंय, त्यातलीच एक होती... 'टॅक्सेस आर सेक्सी'... आमची ही मोहीम यशस्वी तर झालीच परंतु आमचे अनेक पाठिराखे हा संदेश असलेले टीशर्टसही घालायचे.

हे घोषवाक्य पाहून काही लोक खवळले देखील. कारण कर ही कुणालाही चांगली वाटणारी गोष्टच नव्हती मुळी. परंतु सीआयईच्या माध्यमातून आम्ही लोकांना समजावले की, अर्थव्यवस्थेतील आपल्याला ज्या गोष्टी आवडतात आणि हेल्थकेअरपासून ते शिक्षणापर्यंतच्या विविध क्षेत्रातील ज्या सुधारणा आपल्या अभिप्रेत असतात त्या जर आपल्याला साध्य करायच्या असतील तर कर भरणे हा एक सर्वात सकारात्मक, प्रगतीशील आणि त्या व्यवस्थेशी जुळवून घेत शाश्वत विकासाच्या दिशेने नेणारा एक मार्ग आहे. त्यांनी संमिश्र धोरणे लोकप्रिय करायला सुरुवात केली आणि लोकांना त्या गोष्टी आवडू लागल्या. त्यांची आयडिया यशस्वी ठरताना दिसत होती.

कॅनडामध्ये त्यांच्या कामाची अतिशय चांगली दखल घेतली गेली. सर्वात वरच्या श्रेणीतील लोकांप्रमाणेच तळागाळातील लोकांनीही त्यांच्या कामाची दखल घेतली. समाजाच्या सर्व स्तरांतील लोक एकत्र येतात आणि एका समान, परिवर्तनशील अशा धोरणावर चर्चा करण्यासाठी भेटतात ही त्यांच्यासाठी सर्वात सुखावणारी बाब होती. त्यामुळेच त्यांनी या विषयावर लक्ष केंद्रीत केले आणि जवळपास एक दशकभर त्या या विषयात काम करत राहिल्या.

पुन्हा एकदा, यापूर्वी अनेकदा वाटले होते तसेच झाले. आपले इथले काम 'पूर्ण' झाले असे त्यांना वाटले आता पुन्हा काहीतरी नवे सुरू करण्यासाठी त्यांना मन खुणावत होते.

'दहा वर्षे झाल्यानंतर मी ज्याचा शोध घेत होते ते काहीतरी पूर्ण झाल्यासारखे मला वाटू लागले. मी अतिशय मनापासून आणि कष्टाने हे सारे काम केले. वयाच्या तिशीत सुरुवात केल्यानंतर दहा वर्षे सातत्याने या विषयावर मी काम करत होते. हा एक खरोखर माझ्यासाठी मोठा पल्ला होता.'

या कामाची सांगता होत असताना सीआयईला अशोका फेलोशिपने सन्मानित करण्यात आले, हा एक मोठाच सन्मान होता.

डोन्ना यांना आता आणखी तळागाळातील लोकांमध्ये उतरून त्यांच्याशी संपर्क वाढवायचा होता. धोरणात्मक कामाच्या नियोजनापेक्षाही आता त्यांना प्रत्यक्षात त्यांच्यात समरस होऊन काम करावेसे वाटत होते. अर्थात धोरणांचे नियोजन करण्याचे काम त्यांना अतिशय आनंद देऊन जात होते आणि त्यातून निर्विवादपणे बदलही होत होता परंतु त्यांना अधिकाधीक लोकांच्या संपर्कात जावेसे वाटत होते. पहिल्या वहिल्या अशा खऱ्या शक्तीची खरी जाणीव होण्याची ती सुरुवात होती.

'माझ्यामध्ये एका उद्योजकाचा उदय होऊ पाहत होता. अशोकामुळे मला ते अधिक स्पष्टपणे दिसू लागले. जोपर्यंत अशोकाने माझ्या कामाची स्वतःहून दखल घेतलेली नव्हती तोवर मी उद्योजक होऊ शकेन असे मला कधीही वाटले नव्हते. सामाजिक उद्योजकतेचा विकास होण्याच्या दृष्टीने अशोका ही माझ्यासाठी जादुई संधी ठरली यात शंकाच नाही. जागतिक स्तरावर अशोका यशस्वी का आहे याचीही नेमकी खात्री मला पटली.'

त्यांच्या विचारांमध्ये हे बदल कसे कसे होत गेले आणि त्यांच्या मनातील उद्योजकतेचा खरा अर्थ त्यांना स्वतःला नेमका कसा उमगला?

> जर तुम्ही आजवरची माझी कारकीर्द आणि वाटचाल पाहिलीत तर लक्षात येईल की मी आत्तापर्यंत माझ्या निर्णयांवर अतिशय ठाम राहिलेली आहे. मी एका उच्च प्रेरणेने माझ्या ध्येयाचा पाठपुरावा करत राहिले आणि मला वाटतं, त्यामुळेच मी चांगली वाटचाल करू शकले.

'मी एका बंदीस्त चौकटीत चांगले काम कधीच करू शकणार नाही त्यामुळेच मी स्वतःला क्युबिकलच्या फॉर्ममध्ये पाहिले. त्यामुळे सोमवार ते शुक्रवार, सकाळी ९ ते संध्याकाळी ५ अशा चौकटीमध्ये मी कामच करू शकत नाही. मी स्वतःला या चौकटीच्या बाहेर मानते.'

दरम्यानच्या काळात सीआयई ही संस्था आता चांगल्याप्रकारे प्रस्तापित झाली होती. काही छोटे मोठे प्रकल्पही हाती घेत होती. तेव्हा डोन्ना यांनी ब्रेक घ्यायचे ठरवले. त्या काही काळ शेतीतही घालवत असत कारण त्यांना विचार करायला वेळ हवा असे. व्हिक्टोरियाच्या बाहेर डोंगराच्या कुशीत एका आयलंडवर त्यांचे वास्तव्य होते आणि झाडे लावणे हा नुसता विरंगुळ्याचा नव्हता तर त्यांच्या परिवर्तनशील विचारांचा काळ असायचा. पॉल हॉकन यांचे ब्लेस्ड अनरेस्ट हे पुस्तक त्यांच्या वाचनात आले.

पॉल हॉकन यांची एका कॉन्फरन्समध्ये प्रत्यक्ष भेट झाली होती आणि ते एकदम छान मित्रच बनले. पॉल यांनी डोन्ना यांना पुस्तक भेट दिले आणि डोन्ना यांनी ते पुन्हा पुन्हा वाचून काढले. या पुस्तकात असा दावा केलेला होता, की आपण आता आयुष्याच्या अशा एका टप्प्यावर येऊन उभे राहिलेलो आहोत जिथे शांतता, न्याय, दारिद्र्यविरोध, घरे, ऊर्जा, सामाजिक उद्योजकता आणि अशा अनेक विषयांवर खूप काम करू शकतो. जर आपण आपल्याकडेच नीट पाहायला शिकलो तर आपण अवघे जग बदलण्याची क्षमता आणि सामर्थ्य बाळगून आहोत.

याच काळात त्यांना जो थवैट्स या अभियंत्याचा फोन आला. रिन्युएलब एनर्जी उद्योजकता या क्षेत्रात त्या व्यक्तीचा २० वर्षांचा अनुभव होता. कॅनडामध्ये त्यांची मोठ्ठी सोलर वॉटर हिटर कंपनी उत्तमरितीने कार्यरत होती. जो यांच्यासोबत डोन्ना यांनी यापूर्वी काम केलेले होते आणि त्यामुळेच या व्यक्तीविषयी त्यांच्या मनात कमालीचा आदर होता. जो यांच्या डोक्यात एक भन्नाट कल्पना रेंगाळत होती आणि ती राबवण्यासाठी त्यांना डोन्ना या भागीदार म्हणून हव्या होत्या.

डोन्ना यांनी जेव्हा ती कल्पना ऐकली तेव्हा त्यांना त्यामध्ये रस निर्माण झाला. त्यासाठी त्यांनी एका टीमची बांधणी करायला सुरुवात केली. त्यांनी काही प्रयोगही करून पाहिले त्यातले बरेचसे फसलेदेखील. त्यांनी एक सोलर प्लँट स्थापन केला. परंतु त्यांना असे लक्षात आले की, त्याची गरज खूप मोठ्या प्रमाणात अधिक आहे. त्यांनी अधिक खोलात जाण्याचा प्रयत्न

केला आणि सर्व शक्यता आजमावून पाहू लागले. नक्की समुहांची गरज काय आहे हे ते जाणून घेण्याचा प्रयत्न करू लागले.

जेव्हा त्यांनी या दिशेने सखोल अभ्यास व निरीक्षणास सुरुवात केली तेव्हा त्यांना असे लक्षात आले की, लोकांना केवळ रिन्युएबल एनर्जी किंवा सोलर वॉटर हिटर सिस्टीम्स नको आहेत तर त्यांना ऊर्जा पुनर्वापराचे एकात्मिक स्वरुप असलेले असे काहीतरी हवे आहे. त्याचप्रमाणे त्यांना नोकऱ्याही हव्या आहेत. नुसत्या नोकऱ्याच नाही तर आर्थिक उत्पन्न मिळवून देणारे साधन हवे आहे.

जगभरातील दुर्गम आणि दारिद्रयात राहणारे लोकसमुह हे प्रामुख्याने घाणेरड्या आणि महागड्या अशा डिझेलवर किंवा फॉसील फ्युएल आधारित ऊर्जेवर अवलंबून असतात. कॅनडा, ऑस्ट्रेलिया, भारत आणि थायलंडमधील शेकडो प्रमुख लोकांसमवेत भेटी झाल्यानंतर डिझेल जनरेटरपासून सुटका व्हावी आणि ऊर्जा स्वायत्तता प्राप्त व्हावी अशी साऱ्यांचीच मनिषा दिसून आली. चांगले आरोग्य असावे आणि त्यासाठी चांगल्या वापरासाठी पैसा खर्च करण्याची तयारी असल्याचे दिसून आले. याचाच अर्थ प्रत्येक गोष्ट ही एकमेकांशी जोडलेली, गुंफलेली, एकमेकांत गुंतलेली होती.

हेसक्युहत भाषेमध्ये 'हिश उक इश त्सा वॉक' याचा अर्थ प्रत्येक गोष्ट एकमेकांशी जोडलेली आहे असा होतो. त्यामुळे दारिद्रय आणि हवामान बदल या विषयांवर काम करताना आपण ऊर्जेचा प्रश्नही तितक्याच प्राधान्याने सोडवणे गरजेचे आहे, हे प्राधान्याने लक्षात आले.

पारंपरिक पद्धतीत जी रिन्युएबल ऊर्जा व्यावसायिक पातळीवर दिली जात होती त्यानुसार लोकसमुहांना केवळ सामावून घेतले जात होते परंतु विकासाची प्रक्रिया, नोकरी, लक्षणीय अथवा महत्त्वपूर्ण मालकीहक्क अशी भागीदारीची संधी मात्र त्यांना उपलब्ध होत नव्हती. घरातल्या ज्येष्ठांना खाऊ घालायचे की डिझेल ऊर्जा, प्रकाश आणि वीज यांच्यावर पैसा खर्च करायच्या अशा दोन्हीच्या कात्रीत जनसमुहांना पकडणे योग्य नाही.

याच विचारातून 'फर्स्ट पॉवर' या संकल्पनेची सुरुवात झाली. या सर्व उपस्थित होत असणाऱ्या मुद्द्यांवर मात करता यावी अशा उद्देशाने त्याची सुरुवात झाली. रिन्युएबल एनर्जीबाबत काही एकात्मिक पर्याय देण्याचा विचार करण्यात आला होता. त्याद्वारे नव्या नोकऱ्यांची संधी आणि आर्थिक विकासही साधता येणार होता. त्याचवेळी पर्यावरण विषयक जागरुकताही राखली जाणार होती.

विविध प्रकल्पांच्या एकत्रिकरणाद्वारे फॉसील फ्युएलसाठी खर्च होणारी किंमत वाचवून त्याद्वारे १०० टक्के रिन्युएबल ऊर्जा प्रदान करण्याचा प्रयत्न सुरू केला. जेव्हा ऊर्जा विकासाच्या प्रकल्पांमध्ये लोकांचा सहभाग वाढत गेला तसतास त्यांच्या सर्व प्रश्नांची उत्तरे देण्याचा प्रयत्न सुरू करण्यात आला. फर्स्ट पॉवरच्या ऊर्जा संबंधित प्रकल्पांची रचनाच अशा पद्धतीने करण्यात आली होती, ज्यामध्ये अंतिमतः बहुतांश किंवा संपूर्ण मालकी ही लोकांचीच राहणार होती. त्यांना मिळणारा नफा लोकांमध्येच राहत असल्याने ते त्या माध्यमातून त्यांचा आर्थिक विकास साधून भविष्यासाठी तरतूद व नियोजन होणार होते.

या बिझनेस मॉडेलमध्ये व्यावसायिक प्रकल्पांप्रमाणे समान न्याय मिळावा या हेतूने कार्बन क्रेडिट्स आणि संयुक्तपणे विकास करण्यासाठी सेवा शुल्क आकारले जाणार होते. पारंपारिक विकसकांपेक्षा यांची भूमिका कायमच वेगळी होती. ते सातत्याने गुंतागुंतीच्या सर्व गरजांचा सामना करण्यासाठी तत्पर होते आणि त्यातून ते अभिमानास्पद अशी कामगिरी करत होते. अशा प्रकल्पांच्या माध्यमातून खऱ्या अर्थाने सक्षमीकरण होत होते आणि त्याद्वारे खरोखर जे अतीगरीब वर्गातील लोक आहेत त्यांच्यासाठी ऊर्जा निर्माण होत होती.

'प्रत्येक टप्प्यावर ही संकल्पना नव्याने विकसीत होत होती आणि आता मला लक्षात येऊ लागले होते की त्याचाच अभाव असेल तर आमच्या रिन्युएबल एनर्जी कंपनीला काहीही अस्तित्व उरणार नव्हते. फर्स्ट पॉवर ही सामुहिकरित्या समाजाचा विकास करणारी एजन्सी होती आणि ती रिन्युएबल एनर्जीच्या माध्यमातून ते साध्य करू पाहत होती.'

चांगल्या संधी लक्षात घेऊन लोकांना मदत करणे, त्यांना एकत्रित आणणे, प्रशिक्षित करणे आणि त्यांच्यामध्ये विविध गोष्टी करण्याची क्षमता विकसीत करणे, त्यासाठी आर्थिक भांडवल गुंतवू शकतील योग्य असे आर्थिक भागीदार आणि शासकीय एजन्सीना सोबत घेणे... फर्स्ट पॉवर अशा सर्व प्रकारच्या गोष्टी घडवून आणत होती. ते विविध समाजातील गटांना नियोजनासाठी मदत तर करत होतेच परंतु त्याचबरोबर त्यासाठी लागणारे भांडवल शासनाच्या माध्यमातून उभे करण्यासाठी प्रयत्न करत होते. बीसी हायड्रोच्या माध्यमातून या नियोजनासाठी मदत केली जात होती. सौरऊर्जेपासून त्याची सुरुवात होऊन पुढे बायोमास, पवन आणि मायक्रो हायड्रो ऊर्जेतही असे प्रयत्न सुरू केले. केमिकल इंजिनिअरिंगची पार्श्वभूमी असल्याने त्याला सौरऊर्जेतील ज्ञान तर होतेच तसेच तंत्रज्ञान आणि एकूणच क्षेत्राविषयीची उत्तम समज व आकलन होते. त्यामुळे त्याने रिन्युएबलच्या क्षेत्रात उत्तम असे पॉलिसी वर्क तयार केले.

कम्युनिटीची नेमकी गरज लक्षात घेऊन त्यांनी बीसी हायड्रोपुढे त्यांचा प्रस्ताव अत्यंत विचारपूर्वक आखणी करून सादर केलेला होता. त्यादृष्टीने आवश्यक बोलणी आणि अनुदानासाठी प्रयत्न सुरू केले. कम्युनिटीचे निश्चित स्वरुप कसे असेल आणि त्याची रचनात्मक बांधणी कशी केली जाईल याचाही विचार करण्यात आला. हा प्रकल्प पाच वर्षांसाठी होता आणि त्यामध्ये जॉब डेव्हलपमेंटपासून ते प्रशिक्षणापर्यंत आणि एकूण अर्थव्यवस्थेच्या विकासापर्यंतचा प्रवास त्यात अभिप्रेत होता. पाच वर्षांसाठी ५० लाख डॉलर्सचा खर्च येणार होता.

डोन्ना या २०११ च्या अनरिझनेबल फेलो होत्या आणि ज्या पालकत्वाच्या शोधात त्या होत्या ते नेमकेपणाने इन्स्टिट्यूटने दिले आहे अशी त्यांची भावना होती. या माध्यमातून त्यांच्या व्यक्तिमत्त्वाचा एकूण परीघ विस्तारण्यास खऱ्या अर्थाने मदत झाली.

'माझ्या मते, यश हे कायम तीन गोष्टींनी मोजता येऊ शकते. कोणत्याही कामाची पायाभरणी होत असताना त्यामागे असणारी अत्यंत सूक्ष्म अशी प्रेरणा. परंतु उर्वरीत दुसरी यशाची बाजू ही थोडी गुंतागुंतीची असते. कारण त्या सामाजिक आणि तांत्रिक बाजू असतात. आणि त्या दोन्ही स्तरावर मला माणसांमध्ये संपूर्णतः आतून परिवर्तन झालेले पाहायचे होते. आणि तिसरी गोष्ट म्हणजे, प्रत्यक्ष जॉब. त्यामध्ये त्यांच्या संस्कृतीशी नाळ जोडत आणि उद्दिष्टांशी प्रामाणिक राहत त्यांना स्थानिक अर्थकारणाशी जुळवून देणे. या तिन्ही गोष्टी आव्हानात्मक होत्या.'

सद्यस्थितीत त्यांच्याकडे ३ पूर्णवेळ कर्मचारी आणि १० कंत्राटी कर्मचारी आहेत. तसेच त्यांच्याकडे इतरही काही प्रकारचे लोक आहेत. (उदा. सामाजिक विकास, कम्युनिटी विकास या क्षेत्रातील लोक, नियोजनकर्ते, तंत्रज्ञ अभियंते आणि व्हिडिओग्राफर्स) हे लोक त्यांच्यासाठी पार्टटाईम काम करतात आणि खऱ्या अर्थाने अमूल्य असे योगदान देतात. ते सारे अनेक गोष्टी टीपत असतात आणि त्या साऱ्यांच्या आधारावर व्हिडिओ तयार करून प्रकल्पांचा प्रसार करण्यासाठी प्रयत्न करतात.

ज्यांना मुळातच फार मर्यादीत स्त्रोत उपलब्ध आहेत असे समुह आणि राष्ट्र हेच त्यांचे प्रमुख ग्राहक असतात. प्रामुख्याने विविध संस्था, शासन आणि खासगी भागीदारांकडून पैसे उभे करण्यासंदर्भात त्यांचे प्रयत्न असतात.

डोन्नाच्या फर्स्ट पॉवर संस्थेचा विस्तार नक्की किती झाला आहे?

ही नफा तत्त्वावर काम करणारी संस्था आहे. आम्हाला एक जागतिक दर्जाची कंपनी बनवायची आहे आणि संपूर्ण ऊर्जा क्षेत्रात आम्हाला परिवर्तन घडवून आणायचे आहे आणि आम्ही त्या दिशेने प्रयत्न करतोय. आम्हाला या क्षेत्राचा संपूर्ण चेहरामोहराच बदलून टाकायचाय.

फर्स्ट पॉवर ही एक अद्वितीय अशी संस्था आहे, कारण ही संस्था सामाजिक उद्दिष्टासाठी कार्यरत राहताना व्यावसायिक नाविन्यपूर्णतेवर भर देते. या दोन्हीचा सुरेख मिलाफ आहे.

त्यांचा दृष्टिकोन अत्यंत सुस्पष्ट आहे, तो म्हणजे, हरीत ऊर्जेचे तंत्रज्ञान नोकऱ्यांना जोडून द्यायचे आणि अर्थकारणाला गती मिळून हाती येणारा नफा समाजापर्यंत घेऊन जायचा. बस इतकंच!

सेंटर फॉर इंटिग्रल इकॉनॉमिक्स या संस्थेसमवेत फर्स्ट पॉवर काम करते. विविध प्रकारची भागीदारी, नाविन्यपूर्ण असे नियोजन आणि मौखिक व ग्राफीक आधारित संवाद या माध्यमातून हे काम चालते. रिन्युएबल एनर्जीचा स्वीकार करणाऱ्या समाजघटकांच्या मागे फर्स्ट पॉवर खंबीरपणे उभी राहते.

या संस्थेच्या माध्यमातून पहिले इच्छुक देश आणि त्यातील समाजघटकांना रिन्युएबल एनर्जीचे पर्याय उपलब्ध करून दिले जातात. ते विविध समाजघटकांसमवेत विविध कल्पना लढवणे, नियोजन करणे आणि रिन्युएबल एनर्जीच्या माध्यमातून एकात्मिक विकास घडवून आणून मोठ्या उद्दिष्टांचे लक्ष्य ठेवले जाते. त्याचप्रमाणे त्यांच्या संस्कृतीशी नाळ जोडणारे पर्यावरणपूरक कार्यक्रमही आयोजित केले जातात. त्यांच्या माध्यमातून रिन्युएबल एनर्जीच्या क्षेत्रात नोकरीच्या संधी, प्रशिक्षण सुविधा आणि आर्थिक विकासाच्या संधी उपलब्ध करून दिल्या जातात. संपूर्ण आर्थिक व सामुहीक स्तरावरचा विकास होण्यासाठी आवश्यक असणारे भांडवल उभे करण्यासाठी आणि आर्थिक तरतूद करण्यासाठी त्यांच्या माध्यमातून विविध स्तरांवर भागीदारांना एकत्रही आणले जाते.

डोळे मिटा आणि कल्पना करा, तुम्हाला हवी असणारी प्रत्येक गोष्ट ही तुमच्या स्थानिक अर्थव्यवस्थेच्या माध्यमातून तयार होत आहे. प्रत्येक सेवा, प्रत्येक उत्पादन हे १०० टक्के रिन्युएबल एनर्जीच्या माध्यमातूनच तयार झालेले असेल. त्यानंतरची स्वच्छता कशी असेल आणि कसे वाटेल याचा विचार करा.

येत्या पाच वर्षांमध्ये संपूर्ण जागतिक स्तरावर नियोजनबद्ध आणि शाश्वतरितीने काम करू शकेल असे मॉडेल विकसीत करू असा डोन्नाला विश्वास आहे. विकसनशील देशांच्या बाजारपेठीय यंत्रणेवर त्यांचा विश्वास नाही. 'तुम्ही कोण आहात हे विसरून जायला शिका. कारण तुम्ही तुमच्या लोकांच्या परंपरांचे केवळ अनुकरण करीत राहाल तर तुम्ही कायमच गरीब राहाल. त्यामुळे तुमच्या गरीबीच्या जुनाट बुरसटलेल्या कल्पना झटकून टाका आणि नव्या आधुनिक युगाच्या ट्रेनमध्ये उडी घ्या. आणि मग आम्ही तुम्हाला योग्य रस्ता दाखवू आणि भांडवशाहीच्या भूमीवर घेऊन जात तुम्हाला प्रचंड पैसे मिळवायला शिकवू.

त्यांचा असा विश्वास आहे, की ज्या अत्यंत संवेदनशील अशा अर्थव्यवस्था असतात त्या अधिकृत, वैविध्यपूर्ण आणि खोल सांस्कृतिक मूल्ये जपणाऱ्या असतात आणि त्या अर्थव्यवस्थेची मूळे तिथल्या लोकांशी संपूर्णतः समरस झालेली असतात. आणि याच तर्काचे अनुकरण त्या प्रभावीपणे करताना दिसतात.'

३

काहीही झाले तरी थांबू नका

नाथानिल कोलॉक

'रिवर्क' या सामाजिक संस्थेचा सहसंस्थापक आणि मुख्य कार्यकारी अधिकारी म्हणून नाथानिल कोलॉक कार्यरत आहे. सकारात्मक सामाजिक अथवा पर्यावरणीय काम करणाऱ्या कंपन्यांमध्ये बुद्धीमान अशा व्यावसायिकांना कामाच्या संधी मिळवून देण्यासाठी ही संस्था प्रयत्नशील आहे.

'रिवर्क'च्या माध्यमातून बुद्धिमान, हुशार अशा व्यावसायिकांना कंपन्यांमध्ये (पूर्ण वेळ आणि प्रकल्पनिहाय अशा दोन्ही स्वरुपात) कामाची संधी उपलब्ध करून दिली जाते. त्यामध्ये इम्पॅक्ट स्टार्ट अप, ना नफा ना तोटा तत्त्वावर काम करणाऱ्या सामाजिक संस्था, ट्रीपल बॉटम लाईन ब्रँड्स आणि मोठ्या उद्योगकंपन्यांतील कॉर्पोरेट सोशल रिस्पॉन्सिबिलीटी (सीएसआर) विभाग या ठिकाणी काम उपलब्ध करून दिले जाते.

नाथाईलने स्ट्रॅटेजिक लीडरशिप टूवर्डस सस्टेनिबिलीटी या विषयातील पदव्युत्तर शिक्षण घेतले आहे. त्याने स्वीडनमधील ब्लेकिंज टेकनिस्का हॉग्सकोला या विद्यापीठातून पदवी संपादन केली आहे. तसेच व्हरमाँट विद्यापीठातून ग्लोबल ह्युमन इम्पॅक्ट स्टडीज या विषयातील बीए पदवी मिळवली आहे. स्टार्टिंग ब्लॉक कम्युनिटी (बीओएस१०) या संस्थेचा तो सन्माननिय सदस्य आहे.

नाथाईलचा जन्म झाला १९८६ मध्ये. त्याचे बालपण पिट्सबर्ग येथे गेले. नाथाईलला एक अतिशय चागले आणि पाठिशी उभे राहणारे कुटुंब आणि समाज लाभला होता. लहानपणी त्याने शाळेत जायलाच हवे असा कुणीही त्याच्यावर दबाव टाकला नाही परंतु शाळेचे महत्त्व आणि शाळेत गांभीर्याने शिकायला हवे असे संस्कार मात्र त्याच्यावर लहानपणापासून झालेले होते. त्याची आई ब्रेंडा स्मिथ ही जनआरोग्य आणि पर्यावरण रक्षण या क्षेत्रात कार्यरत आहे. 'ग्लोबल मेडिकल रिडिस्ट्रीब्युशन ऑर्गनायझेशन' या नावाने एक सामाजिक संस्थाही चालवते. वॉटरशेड प्रोटेक्शनसाठी कार्यरत असणाऱ्या एका संस्थेमध्ये एक्झिक्युटीव्ह म्हणून ती सध्या कार्यरत आहे.

नॅट अवघ्या बारा वर्षाचा असताना त्याच्या वडिलांचे निधन झाले. पिट्सबर्ग विद्यापीठाच्या सल्ला विभागाचे प्रमुख म्हणून ते कार्यरत होते. बहुतांश विद्यापीठांमध्ये असा स्वतंत्र विभाग कार्यरत नव्हता. त्या विद्यापीठांचे प्राध्यापकच ती बाजू सांभाळत असत. परंतु पिट्सबर्ग विद्यापीठामध्ये विद्यार्थ्यांची संख्या तुलनेने जास्त असल्याने तिथे स्वतंत्र विभाग होता. नॅटचे वडिल तिथे विभागप्रमुख होते.

'आता मी त्याचा विचार करतो तेव्हा मला त्याचे महत्त्व लक्षात येते. कारण माझे वडिल विद्यार्थ्यांना योग्य मार्गदर्शन करायचे. कोणत्या वर्गांमध्ये बसावे, कोणते विषय अधिक महत्त्वाचे आहेत याविषयी नेमके मार्गदर्शन करून विद्यार्थ्यांना त्यांची शैक्षणिक कारकीर्द घडवण्यात योग्य मदत करत असत. अर्थात ते जे करत होते त्याच्याशी माझा दूरान्वयेही संबंध नव्हता तरीही आता मी जे काही करतो आहे ते माझे वडिल करीत होते तसेच आहे. या क्षणापर्यंत मला त्याची तशी कधी जाणीव झालेली नव्हती.'

नॅटच्या वडिलांनी त्या विद्यापीठामध्ये तब्बल ३० वर्षे काम केले. त्यांनी शिक्षण क्षेत्राला संपूर्णतः वाहून घेतले होते. उच्च शिक्षणाशी संबंधित विद्यापीठांमध्ये ते अतिशय चांगल्या रितीने समरस झालेले होते. मुलांना त्यांच्या आयुष्यात नेमके काय करावेसे वाटते हा निर्णय घेण्यासाठी ते त्यांच्या परीने मनापासून मदत करत असत.

'त्यामुळे जेव्हा जेव्हा माझ्या संबंधात असा निर्णय घेण्याची वेळ आली तेव्हा मला जे काही मनापासून करावेसे वाटते ते करावे अशी भूमिका माझ्या पालकांनी घेतली. त्यामुळे मी वकिलच बनावे अथवा डॉक्टरच बनावे असा आग्रह व दबाव त्यांच्याकडून कधीही नव्हता.'

याच गोष्टीमुळे त्याच्यातील 'शोधक' शाळेत असल्यापासून कायम जागा राहिला. अगदी सुरुवातीपासूनच अमुकच करायचे असे बंधन पालकांकडून नसल्याने आणि एकच एक वाट निवडलेली नसल्याने नॅट हवे ते करू शकत होता आणि सगळीकडे मुक्तपणे शोध घेऊ शकत होता.

नॅट हा एकुलता एक. त्याच्या वडिलांना आधीच्या लग्नातून दोन मुले झालेली होती. ती नॅटपेक्षा जवळपास १५ वर्षांनी मोठी होती. नॅट त्यांच्या जवळ होता परंतु वयामुळे त्यांच्यातील नाते हे काका–काकू सारखे बनले होते.

नॅट शाळेत जाऊ लागला आणि अल्पावधीतच त्याचे दोस्तमंडळ जमा झाले. ते सारे सामाजिक गोष्टींत रस घेत परंतु मॅथ विक, मॉक ट्रायल्स यात गुंतून पडलेले असायचे. त्यांना सायन्स क्वीझसारख्या 'ढोरमेहनती'ची कामे विशेष आवडत असत. दरम्यानच्या काळात त्यांना सॉकर खेळाचीही आवड निर्माण झालेली होती. ही सारी मुले 'थिंकथॉन' सारख्या स्पर्धांत सहभागी होत असत आणि त्यांच्या बरोबरीच्या शाळांशी त्यांची जोरदार स्पर्धा चालत असे. परंतु त्यांची परस्परांमध्ये 'केमिस्ट्री' इतकी छान जुळायची की ते त्यात सहज जिंकत असत. अधिक चांगल्या तुल्यबळ स्पर्धक टीम असतील तरी हे सहजासहजी हार मानत नसत.

'आम्ही सारे त्या इतर शाळांतील मुलांपेक्षा अधिक हुशार होतो अशातला भाग नाही परंतु आम्ही एकजुटीने पुष्कळ मेहनत घेत असू आणि त्यातून आम्ही विजयी होत असू'

त्यामुळे शाळेत एकीकडे बाकी सारी मजा सुरू असताना नॅटला सांघिक कामगिरीचे महत्त्वही लक्षात येत गेले.

> एक नुसता गट तयार करून त्यांच्यामध्ये कामाच्या जबाबदाऱ्या सोपवणे या पेक्षाही एक सांघिक भावना निर्माण झालेला संघ उभा राहणे अधिक महत्त्वाचे असते. कारण सांघिक कामगिरीच्या गुणात्मक दर्जामध्ये जमिन अस्मानाचा फरक दिसून येतो.

महाविद्यालयीन जीवनात प्रवेश केल्यानंतर 'युनिव्हर्सिटी ऑफ व्हरमॉंट' येथे नॅट कोणत्याही टीममध्ये सहभागी झालेला नव्हता; किंबहुना शाळेत जे गट होते त्यांच्यामध्येही तो सहभागी झालेला नव्हता. शाळेमध्ये असताना नकळतपणे घडणारी परंतु नॅटच्या लक्षात न आलेली

गोष्ट म्हणजे, त्याला जे काही करायचे आहे ते करण्याचे मुक्त स्वातंत्र्य आणि आनंद घेण्यासाठी काही गोष्टी करण्याची इच्छा यांचा जो मिलाफ होता तोच त्याला कॉलेजजीवनात पुढे उपयोगी ठरला. त्यातून त्याचा जीवनाकडे उघड्या डोळ्यांनी आणि मुक्तपणे पाहू शकला. कोणतीही गोष्ट करण्याचा एक दबाव मनावर अजिबात येऊ न देता त्याने प्राणीशास्त्र हा विषय अभ्यासासाठी निवडला.

'त्यावेळी मला असे वाटले होते, की मला मरीन बायोलॉजीमध्ये शिकायचे आहे. मला जगभर प्रवास करण्याचीही इच्छा होती. त्यामुळेच मला ती गोष्ट शिकणे महत्त्वाचे वाटत होते.'

परंतु प्रत्यक्षात त्याने युरोपमध्ये तीन महिने राहण्यासाठी जायला बॅग भरली तेव्हा असे लक्षात आले की केवळ बारमध्ये जाणे आणि पर्यटनस्थळांना भेटी देणे यात काही खरा आनंद गवसत नाही. त्यामुळे कोणतेही कारण नसताना त्याला पर्यटनाचा तिटकारा येऊ लागला. त्याला अजूनही जगभरात प्रवास करण्याची उत्सुकता आहे परंतु अभ्यास अथवा काम असा काही उद्देश असल्याखेरीज त्याला नुसतेच जाणे पसंत नाही.

झूलॉजीचा अभ्यास करत असताना दुसऱ्या अभ्याससत्रातील पहिलाच वर्ग हा 'वर्ल्ड फूड पॉप्युलेशन आणि डेव्हलपमेंट' या विषयावर आधारित होता. हा प्रामुख्याने शाश्वत विकासाविषयी मार्गदर्शन करणारा वर्ग होता. त्यांचा विभाग हा अतिशय नाविन्यपूर्ण असा होता व त्याचे नाव 'कम्युनिटी डेव्हलपमेंट अँड अप्लाईड इकॉनॉमिक्स (सीडीएई)' असे होते. त्यामध्ये प्रामुख्याने जगाला भेडसावणाऱ्या विविध प्रश्नांची चर्चा होत असे. हे असे प्रश्न होते, ज्यांची बहुतांश शिक्षित लोकांना एकतर माहिती नव्हती, माहिती असली तरी ती असल्यासारखे दाखवत नव्हते किंवा कदाचित त्यांना त्याची पर्वाच नव्हती. मात्र नॅटच्या काळजाला हे विषय भिडले.

'तो क्लास अक्षरशः अफलातून असायचा. मला खूप आवडायचा. भविष्यात मी याच क्षेत्रात काम करणार होतो याविषयी काही शंकाच नव्हती. शाश्वत विकास हाच आजच्या युगाचा कळीचा प्रश्न आहे हे माझ्या तेव्हा लक्षात आले. शाळेत असल्यापासूनच मला पर्यावरणाची ओढ अधिक होती आणि मला प्राणी,निसर्ग मनापासून आवडायचे.

नॅट त्यावेळी अवघा १८ वर्षांचा होता. 'वर्ल्ड फूड पॉप्युलेशन अँड डेव्हलपमेंट'चा पहिला तास केल्यानंतर त्याने त्याचा निर्णय पक्का केला. त्याने प्राणीशास्त्राऐवजी 'ग्लोबल ह्युमन इम्पॅक्ट

स्टडीज या विषयाला प्राधान्य दिले. पर्यावरण आणि निसर्गशास्त्राशी संबंधित विविध विषय जाणीवपूर्वक अभ्यासण्यास सुरुवात केली. जैवरसायनशास्त्र, पर्यावरणशास्त्र, आंतरराष्ट्रीय विकास, सूक्ष्मअर्थशास्त्र, विकासात्मक अर्थशास्त्र आणि शाश्वत विकासाशी संबंधित विषय अभ्यासले.

वैविध्यपूर्ण विषयांना स्पर्श करणारे तीन वर्षांचे शिक्षण त्याने घेतले. या सर्व अभ्यासामध्ये 'कोस्टल इकॉलॉजी' हा विषय त्याच्या विशेष आवडीचा होता आणि त्यासाठी त्याला परदेशांत जाऊन अभ्यास करण्याची दोनवेळा संधी मिळाली. हा अभ्यासक्रम किनारपट्टीच्या भागातील संस्कृती आणि पर्यावरणशास्त्र या विषयांवर आधारित होता. या विषयाच्या अनुषंगाने अभ्यास करताना विज्ञानवादी भूमिकेवर भर होता. पर्यावरणातील परस्परसंबंध आणि वैज्ञानिक प्रक्रिया यांचा अभ्यास करताना नॅटला अतिशय मजा येत असे. केवळ प्राण्यांविषयीच नव्हे तर संपूर्ण पर्यावरणाचे चक्र तसेच केवळ वस्तु नव्हे तर त्यांच्यातील परस्परसंबंध जाणून घेण्यात आनंद मिळत होता.

'सेमिस्टर सी मध्ये तुलनेने अभ्यास कमी परंतु प्रवास जास्त करावा लागत होता. आंतरराष्ट्रीय राजकारण आणि विकास यांचा अभ्यास करण्यासाठी मला आशिया खंडातील सात देशांमध्ये फिरण्याची संधी मिळाली.'

आता या टप्प्यावर पुढील पाच ते दहा वर्षांमध्ये आपण कुठे असू याची दूरदृष्टी नॅटकडे होती का?

'मी आमच्या शाळेच्या वर्तमानपत्रासाठी थोडा पैसा उभा रहावा म्हणून मी बिझनेस विभाग हाताळत होतो. तेव्हा माझ्या लक्षात आले होते की, मी संख्यात्मक बाबतीत चांगली कामगिरी करत असून उद्योजकतेचे गुण माझ्यामध्ये आहेत. अर्थात तो पैसा शाळेचा असल्याने त्यात काही अर्थ नव्हता. शाळेच्या व्यवस्थापनासाठी आम्ही तो देत होतो. त्यामुळे आम्ही काम करीत असलो तरी प्रत्यक्षात हातात पैसा खेळत नव्हता. त्या पैशांतून अधिक पैसा कसा मिळवता येईल याचे आम्ही विविध प्रयोग करून पाहत होतो. बाजारपेठेचा अंदाज येत होता आणि व्यावसायिक कार्यपद्धती काय असते याचा अनुभव मिळत होता. गंमत म्हणजे या साऱ्यामध्ये धोका शून्य होता. या अनुभवामुळेच मला 'धोका पत्करण्याचा' प्रकार शिकता आला आणि सुदैवाने दुसऱ्याच्या खांद्याचा वापर करून!'

येणाऱ्या काही वर्षांत नक्की काय करणार याचे सुस्पष्ट चित्र नॅटच्या समोर नव्हते. तो अनुभव मिळवत होता तो मात्र जीवन समृद्ध करून जाणारा होता.

'द व्हरमॉन्ट सिनिक' या त्यांच्या पेपरसाठी प्रायोजक मिळावेत म्हणून नॅट आणि त्याच्या पार्टनरने जाहिरात आधारित महसुल मिळवून देणारे मॉडेल विकसीत केले. त्यांनी धोरणात्मक बदल केले आणि मोठ्या जाहिरातींसाठी प्रयत्न सुरू केले. सुरुवातीला त्यात यश मिळाले परंतु लवकरच त्यांच्या लक्षात आले की हा योग्य मार्ग नाही. छोट्या परंतु सातत्याने मिळणाऱ्या जाहिराती हाच योग्य पर्याय होता. त्यामुळे एका पूर्ण पान जाहिरातीसाठी १००० डॉलर्स घेण्याऐवजी छोट्या छोट्या जाहिरातींसाठी तीच जागा उपलब्ध करून देऊन १५०० डॉलर्स मिळवणे अधिक तर्कसुसंगत होते. त्यामुळे त्यांनाही ग्राहकांकडून चांगला प्रतिसाद मिळू लागला.

जेव्हा सातत्याने काही जाहिराती मिळू लागल्या तेव्हा त्या जाहिराती लोकांसमोर पुन्हा पुन्हा आल्या आणि त्याचा चांगला फायदा आम्हाला झाला. त्यामुळे आमच्या उत्पादनाची अधिक चांगल्या रितीने विक्री सुरू झाली. आमचे ग्राहकही आनंदी झाले आणि साहजिकच आम्हीदेखील! आम्ही आमच्या ग्राहकांची संख्या तब्बल ६० टक्क्यांनी वाढवत नेली आणि त्याद्वारे संपूर्ण आर्थिक व्यवस्थेची घडी नीट बसली. उत्पादन खर्च देखील कमी होऊ लागला.

दरम्यानच्या काळात नॅटने जेव्हा ती शाळा सोडली तेव्हा त्याच्या टीमने प्रति वर्षी १८ हजार डॉलर्सपर्यंत नफा मिळवण्यापर्यंत मजल मारलेली होती. त्या व्यवस्थेमध्ये जो काही सकारात्मक बदल नॅट आणि त्याच्या टीमने घडवून आणला होता त्याचे विशेष समाधान नॅटला होते.

कोणताही धोका पत्करण्याची तयारी म्हणजे...आहा..!

कोणत्याही व्यवसायातील आनंद काय असतो हे आम्हाला त्या काळात प्रत्यक्ष अनुभवायला मिळाले. अर्थात त्यावेळी मी पुढे जाऊन नक्की काय करणार आहे याची मला स्वतःला अजिबात कल्पना नव्हती. परंतु मी ग्रीन बिझनेसमध्ये काही करेन इतके स्पष्ट झालेले होते. कॉमर्समधील सूत्रे व त्यातील धोरणे यांचा प्रत्यक्ष वापर, व्यवसायातील नितीमत्तेची जपणूक

आणि शाश्वत विकासाच्या दिशेने काम या गोष्टी केंद्रस्थानी धरून पुढील कामाची दिशा असेल इतके मात्र मनाशी स्पष्ट झालेले होते.

कॉलेज संपल्यानंतर नॅटने प्रत्यक्षात सुरुवातदेखील केली, परंतु त्याच्याच शब्दांत सांगायचे तर, काम 'अत्यंत अवघड' ते होते. कारण नक्की काम करण्यासाठी कुठे जावे, कोणती कंपनी काय करत आहे, त्यांच्या मागे विचारप्रवर्तक असा कोणता लीडर काम करत आहे, नुसतीच बडबड करणारा कोण आहे, असे असंख्य प्रश्न उभे राहत आणि सारे काही गुंतागुंतीचे होऊन बसायचे.

पिट्सबर्गमधील कन्सल्टिंग कंपनीत पहिली नोकरी केली. नॅटचा दृष्टिकोन जपणारी ही कंपनी होती. कंपन्यांना शाश्वत विकासाचे महत्त्व ध्यानात यावे आणि त्यादृष्टीने त्यांना व्यवसायाचे नियोजन करण्यास मदत करावी या धर्तीवर ही कंपनी काम करत असे. पिट्सबर्गमध्ये ही व्यक्ती नॅटच्या आईच्या संपर्कयंत्रणेच्या माध्यमातून कार्यरत होती. नॅटने त्याच्याशी संपर्क ठेवायला सुरुवात केली.

'केवळ नफ्याच्या मागे न धावता पर्यावरणाचा विचार करणारे एक पोषक व पूरक वातावरण पिट्सबर्गमध्ये होते. त्यामुळे काही चांगले नाविन्यपूर्ण उपक्रम राबवण्याची आणि काही वेगळे काम करण्यासाठी ही उत्तम जागा होती.'

कंपनीचा मालक अतिशय चांगला माणूस होता. त्याला कंपनी चालवण्याची चांगली दृष्टी होती. नॅट मात्र जरा जास्तच आदर्शवादी होता आणि त्याला प्रत्यक्ष व्यवसायातील फारसा अनुभव नव्हता तसेच आवश्यक प्रशिक्षण त्याने घेतलेले नव्हते. कंपनीकडे सुरक्षिततेच्या दृष्टीने काही मोठे ग्राहक होते आणि काही मोठे व्यावसायिक करार त्यांच्या माध्यमातून होत होते. त्यामुळे काही 'सेटबॅक्स'चा अपवाद वगळता कंपनी चांगली कामगिरी करत होती. परंतु अर्थातच नॅटला व्यावसायिक विकास घडवून आणणे अतिशय महत्त्वाचे वाटत होते. व्यक्तिगत विकासाचा विचार करुन अधिक अनुभवासाठी दुसरीकडे जाऊन काम करणेच अधिक सयुक्तिक ठरेल असे त्याला वाटले.

'तो आणि मी आम्ही दोघेहीभिन्न होतो. त्यातून माझ्या आयुष्यातील अवघड असा कालखंड होता. हा अत्यंत अस्थिर आणि प्रत्येक दिवस नवे काहीतरी घेऊन येणारा होता. मी धोरणात्म क नियोजन केलेले होते. मी मुलांचे कँप, ट्रीप्सही काढल्या. थोडक्यात सांगायचे तर, मी सारे

काही करून बघितले. केवढेतरी प्रकार! मी न केलेली एकच गोष्ट होती ती म्हणजे मी मोठ्या कंपनीसाठी काम केलेले नव्हते. ते माझ्याकडून करायचे कसे का होईना राहून गेले.'

आता आपल्याला अर्थातच उत्सुकता निर्माण झालेली असणार की या संभ्रमावस्थेत असताना नॅटचे पुढे काय झाले असेल?

'मी कोणत्याही प्रकारचा धोका पत्करू शकतो. त्यामुळे मला खात्री होती की वाईटात वाईट परिस्थिती आल्यानंतरच मी परिस्थितीशी जुळवून घेईन आणि एखादी सर्वसाधारण नोकरी धरेन. परंतु तोपर्यंत, आयुष्य स्थिर का करा?'

त्यामुळे एकामागोमाग एक अशा नोकऱ्या तो बदलत होता. नॅटला जे काही करायचे होते ते आणि फक्त तेच करण्यासाठी तो कमालीचा आग्रही होता आणि जोपर्यंत एखादी गोष्ट आपल्याला आतून भिडत नाही तोपर्यंत स्थिर होऊ नये असे त्याला मनापासून वाटत होते. काळात त्याच्या बँकेतल्या खात्यामध्य १०० डॉलर्स होते. त्याच्या बळावर तो कोणताही धोका पत्करायला तयार होता आणि प्रत्यक्षात पत्करतही होता. तो त्या साऱ्या परिस्थितीशी तो जुळवून घेत होता व कशाविषयीही तक्रारीचा सूर लावत नव्हता. त्याच्यामते, आणखी एक चांगली बाब म्हणजे, त्याच्या नावावर कुठलेही कर्ज नव्हते.

'उच्च शिक्षणाच्या व्यवस्थेत आमच्या देशात तीन तेरा वाजलेले होते. लोक इतके कर्जात बुडलेले असत की, त्यांच्या निर्णयक्षमतेवर त्याच्या आपोआपच मर्यादा येत. त्यामुळे ते अखेर तडजोड करत आणि कर्जासाठी त्यांना जिथून कुठून पैसा मिळेल तिथे ते जात असत. मी सुदैवी होतो की, कुठलेही कर्ज माझ्या डोक्यावर नव्हते.'

कारण नॅटचे शिक्षण सुरू असताना त्याला स्कॉलरशिप्स मिळत होत्या आणि त्याशिवाय त्याच्या पालकांनी विशेषतः त्याच्या आईने त्याला शिक्षणासाठी मोठी मदत केली. त्यामुळेच नॅट स्वतःला अत्यंत नशीबवान मानतो. कारण त्याच्या मते, पाठीवर भलेमोठे कर्जाचे ओझे घेऊन करियर घडवताना इतक्या 'रिस्क' घेऊच शकला नसता.

मग करियरच्या पातळीवर पुढे काय घडले असावे ?

'हा प्रवास काही सरळ नव्हता अथवा त्याला वेगही येत नव्हता. सारे काही अस्थिरतेच्या हिंदोळ्यावरच सुरू होते. एकामागून एक नुसत्या गोष्टी घडत होत्या. मी बिझनेस प्लॅनिंग करत

होतो आणि ग्रँट-रायटिंग-कन्सल्टंट असे जॉब करत होतो. मी बांधकाम क्षेत्रातही काम केले. स्टुडंट कॉन्झर्व्हेशन असोसिएशन'सह काम करून मुलांसाठी कँप-ट्रीप्स आयोजित केल्या. (तो अनुभव अफलातून होता!) मी त्या काळात 'फिट्झ असोसिएट्स' या एका इन्फॉर्मेशन डिझाईन कंपनीमध्ये काम केले. त्यावेळी मी पावसाचे पाणी साठवणाऱ्या टाक्या बसवल्या. लँडस्केपिंग केले. 'अॅडव्हेंचर्स क्रॉस कंट्री' ही इकोटुरिझम कंपनी होती. त्यांच्या माध्यम ातून हायस्कूलच्या विद्यार्थ्यांसाठी विविध उपक्रमांचे आयोजन केले जात असे. साधारणतः ११ हून अधिक नोकऱ्या मी केल्या.. प्रत्येक ठिकाणी काय करायचे याची माझी यादी भलीमोठी असायची परंतु ती प्रत्यक्षात उतरण्यापूर्वीच मी दुसरीकडे गेलेलो असायचो.'

'खरंच त्या काळात मी अक्षरशः इकडून तिकडे नाचत होतो. त्या काळात देशाच्या विविध भागांमध्ये फिरत होतो. इक्वेडर, बोस्टन अशा विविध ठिकाणी राहिलो. जेव्हा जेव्हा मला करियरमध्ये बदल हवा असायचा मी दुसरीकडे जायचो. माझ्या बुद्धिमत्तेवर माझा विश्वास होता, मी स्मार्ट आहे हे जाणून होतो, आणि मी काय करत आहे, हे जाणवाले तेव्हा मी मनाला समजावले, की 'हा शुद्ध मूर्खपणा आहे. अशापद्धतीने जगण्याला काही एक अर्थ नाही. अशी एक संस्था का असू शकत नाही जिथे मला माझा काम करण्याचा आनंद मनापासून मिळेल?'

'शाश्वत विकास' हे उद्दिष्ट डोळ्यांसमोर होते आणि त्यामुळे 'टेक फॉर अमेरिका संस्थेसमवेत काम करण्यास त्याने सुरुवात केली. धोरणात्मक नियोजन आणि कन्सल्टन्सी करू शकतील अशा चांगल्या माणसांची संख्या कमी होती त्यामुळे चांगली माणसे हवी होती. अशा संस्थेत आपण चांगले काम करू शकू असे त्याला वाटले. काही चांगले सकारात्मक बदल व्हावेत म्हणून मनापासून धडपडणारी व जिद्दीने प्रयत्न करणारी माणसे त्याला दिसत होती. आपणही त्यांचा एक भाग व्हावे असे त्याला वाटत होते. त्याला थेट समोर राहून प्रयत्न करायचे होते आणि संस्थेला ज्या ज्या गोष्टींची गरज आहे तिथे तिथे योगदान द्यायचे होते. व्यावसायिक नियोजन आणि धोरणात्मक पाठिंबा देण्यासाठी प्रयत्न करण्याची त्याची इच्छा होती.

'विविध कंपन्यांमध्ये काम करण्याचा त्याचा अनुभव तर कामी आलाच पण त्याच्याच जोडीला या कंपनीने त्याला विशेष प्रशिक्षण देण्याचीही तयारी दर्शवली. नॅटच्याच शब्दांत सांगायचे तर, 'परिणाम कसा साधायचा हे मला नीट शिकता आले असते तर मी नक्की परिवर्तन घडवू आणू शकलो असतो.

अशा प्रकारे व्यवसायाची सुरुवात झाली. 'टेराशिफ्ट' !

'मी ॲबेला माझ्यासमवेत घेतले. शाळेत असल्यापासून आम्ही एकत्र जायचो. टीमचे आणि सांघिक कामगिरीचे महत्त्व माझ्या लक्षात आले तिथेही तो माझ्यासोबत होताच. ॲबे माझ्यापेक्षा वयाने लहान होता. नुकताच त्याने इंडस्ट्रीयल इंजिनिअरिंगचा अभ्यासक्रम पूर्ण केलेला होता. परंतु तो पाच वर्षांचा अभ्यासक्रम करत होता. पदवी प्राप्त होण्यापूर्वी त्याला चार कंपन्यांचा अनुभव प्राप्त झालेला होता. मी जे काही पाहत होतो ते त्यालाही दिसत होते. आमचा दृष्टिकोन एकच होता! आम्हाला ज्या गोष्टी घडवून आणायच्या होत्या त्या करण्यासाठी चांगले कर्मचारी मिळणे ही किती अवघड गोष्ट आहे, हे तो चांगल्या रितीने जाणून होता.'

मनात असलेल्या कल्पनेचे प्रत्यक्ष व्यवसायात कसे रुपांतर झाले?

'ॲबे आणि मला कल्पना होती की, आमच्यापुढे प्रचंड मोठे आव्हान होते. त्यासाठी फार प्रयत्न करावे लागणार आहेत याचीही पूर्णपणे जाणीव होती. अगदी प्रामाणिकपणे सांगायचे तर आम्हाला ही जाणीव झाली की आपल्यासमवेत किमान तीन ते चार पूर्णवेळ कर्मचारी लागणार आहेत.

आणि बँकेच्या खात्यामध्ये तर तेव्हा अवघे १०० डॉलर्स होते!

अर्थात त्यामुळे ते थांबणार नव्हते. नॅट आणि ॲबे या दोघांनी मिळून प्रकल्प स्वीकारण्यास सुरुवात केली आणि ती सारी प्रक्रिया समजून घेऊ लागले. आश्चर्याची बाब म्हणजे २०११ पर्यंत त्यांनी ५० हजार डॉलर्सचा महसूल जमा केला. त्यांच्या अंतिम उद्दिष्टाशी सुसंगत राहतील असेच प्रकल्प निवडून ते पूर्ण करण्याचा सपाटा त्यांनी लावला. यासाठी त्यांनी लोकांना एकत्रित आणले. उत्साही व कार्यक्षम अशा तरुण मुलांची टीम हाताशी धरली आणि त्यांच्या मदतीने छान बिझनेस प्लॅन तयार केला. प्रत्यक्ष बाजारपेठेत किती तो प्रभावी ठरतो आणि त्यांच्या टीमला किती पाठिंबा मिळतो हे पाहायला त्यांनी सुरुवात केली.

'या साऱ्या सबकॉन्ट्रॅक्टवर काम करणाऱ्या टीम होत्या. तितक्या क्रेझी नसल्या तरी नेहमीच्या चाकोरीत काम करणाऱ्या नव्हत्या.'

नॅटने आता त्याच्या कंपनीला व्यवसाय देतील किंवा विविध स्वरुपाचे प्रकल्प मिळवून देऊ शकतील असे लोक शोधायला सुरुवात केली. शाश्वत विकासाच्या दिशेने स्ट्रॅटेजिक

लीडरशिपचे पुढील शिक्षण स्वीडनमधील ब्लेकींज टेकनिस्का हॉग्सकोला येथून घेऊन मास्टर्स पदवी मिळवावी असे नॅटने ठरवले व ॲबेने ते मान्यही केले. या विषयात नॅटला सुरुवातीपासून रस होता. त्याला या विषयाच्या माध्यमातून अधिक शिकता येणार होते आणि त्यांच्या व्यवसायासाठी ते लाभदायकही ठरणार होते.

'हा अत्यंत नेमका आणि अतिशय आगळावेगळा असा अभ्यासक्रम होता. मला कॉलेजजीवनात जे विषय शिकावेसे वाटत होते आणि व्यावसायिकदृष्ट्या ज्या विषयांमध्ये मला रस होता असे सारे विषय या अभ्यासात नेमकेपणाने एकवटलेले होते. दोन समान भागात हा विषय समजून घेण्यासारखा होता. पहिला म्हणजे, एक समाज म्हणून जागतिक स्तरावर सर्वत्र आपण शाश्वत विकासाच्या तत्त्वांचे सर्रास उल्लंघन करतो त्या साऱ्या समजून घेणे आणि हे सारे घडू नये म्हणून विविध संस्था, कंपन्यांना एकाच धाग्यात कशाप्रकारे गुंफता येऊ शकेल हे समजून घेणे हा दुसरा भाग होता.

या अभ्यासक्रमाच्या माध्यमातून लोकांशी संवाद साधताना त्यांना शाश्वत विकासाचे महत्त्व कसे पटवून द्यायचे हे शिकता आले आणि मुख्यतः व्यावसायिक दृष्टिकोनातून त्याचा स्वीकार ही सुसंधी आहे ते त्यांना कसे पटवून द्यायचे हे लक्षात आले. त्याचप्रमाणे हे करणे अत्यंत गरजचे आणि तातडीचे आहे हे समजावून सांगणे आवश्यक होते. त्यामुळे या संपूर्ण शाश्वत विकासाच्या मुद्द्यामागील विज्ञान समजून घेणे,कंपन्यांना त्यांची आवश्यकता पटवून देऊन या प्रक्रियेत सहभागी करून घेणे अशा दुहेरी स्तरावर हा अभ्यासक्रम आखलेला होता.

नॅटने अभ्यासक्रम पूर्ण केला आणि सारे काही शिकून घेतले आणि आपल्या व्यवसायात त्याचे अनुकरण कसे करता येईल हे देखील जाणून घेतले. हा अभ्यासक्रम शिकत असतानाच त्याच कंपनीमध्ये काम सुरूच होते. ॲबे हा पिट्सबर्गमधून संपूर्ण व्यवसाय हाताळत होता. अधिकाधीक प्रकल्प घेत होता, बाहेर जात होता, सबकॉन्ट्रॅक्टिंगवर कामे घेत होता, अधिकाधीक महाविद्यालयीन विद्यार्थ्यांना जोडत होता. नॅट शरीराने उपस्थित नसला तरीही तो स्काईप, इ–मेल आणि फोन कॉल्स द्वारे त्यांच्या समवेत सातत्याने होताच. आठवड्यातील तीस तास तो 'टेराशिफ्ट'ला देत असे आणि उर्वरीत ४० तास तो अभ्यासक्रमासाठी देत असे.

या साऱ्या मेहनतीचे फळ त्याला मिळाले. त्यांचा पोर्टफोलिओ चांगला तयार झाला.

'आम्ही ग्रॅज्युएट स्कूलमध्ये असतानाच आमची कल्पना आमच्यापुरती पक्की होती. आमची संकल्पना चांगल्या रितीने कार्यान्वित होते हे विविध प्रकल्पांवर काम करून दाखवून दिले होते. आता आम्ही ते प्रत्यक्षात कुणालातरी दाखवण्यासाठी सज्ज झालेलो होतो.'
त्याचदरम्यान 'अनरिझनेबल इन्स्टिट्यूट' ही पहिल्यांदा समोर आली.

त्यापूर्वी २००८ मध्ये स्टार्टिंगब्लॉक या कंपनीकडे त्यानी अर्ज केलेला होता. ही संस्था उद्याचे चांगले नेतृत्व घडवण्यासाठी प्रयत्नशील आहे. नॅटने पहिल्यांदा त्यांना कॉम्पिटीटीव्ह लँडस्केप ॲनलिसिसवर पहिल्यांदा पाहिले. तेथील परिषदा आणि तिथे भेट दिलेल्या लोकांचे अनुभव अतिशय प्रेरणादायी होते. त्यामुळे त्याच्या मते स्टार्टिंग ब्लॉक' ही अनरिझनेबल इन्स्टिट्यूट पूर्वीची अतिशय चांगली संस्था वाटली होती.

'आम्हाला स्टार्टिंगब्लॉक ही संस्था खरंच मनापासून आवडली होती. त्याचे मुख्य कार्यकारी अधिकारी ॲड्रियाना पेन्स आणि त्यांचे फेलोशिप संचालक सारा बिशप हे आमच्या सल्लागार मंडळावर आहेत. स्टार्टिंगब्लॉक म्हणजे अफलातून माणसांचा ग्रुप आहे. तरीही 'अनरिजनेबल इन्स्टिट्यूटमधील माझे संबंध अधिक चांगल्या रितीने जुळले. याचे कारण एकच असावे तिथले सारे लोक हे प्रत्यक्ष कृतीला प्राधान्य देणारे होते. 'स्टार्टिंगब्लॉकमध्ये लोक चर्चेवर अधिक भर देणारे आहेत. आणखी चांगल्या शब्दांत सांगायचे, तर 'स्टार्टिंगब्लॉक' म्हणजे पाण्यात प्रत्यक्ष तुमचे पाय बुडवण्यासारखे आहे तर अनरिझनेबल इन्स्टिट्यूट' म्हणजे प्रत्यक्ष आगीसमोर आपला चेहरा नेण्यासारखे आहे. परंतु त्यांची स्पंदने एकसारखी आहेत. बऱ्याच बाबतीत एकमेकांशी सुसंगत आहेत.'

स्टार्टिंगब्लॉकमधून प्रेरणा प्राप्त झाल्यानंतर त्यांनी प्रोटोटाइपला सुरुवात केली. दरम्यानच्या काळात नॅटही स्वीडनवरून परत आला आणि त्यांनी 'अनरिझनेबल इन्स्टिट्यूट'कडे अर्ज केला. त्यांची संकल्पना सिद्ध केलेली होती आणि पुढे जाण्याची क्षमता त्यांच्यात होती ती त्यांनी 'अनरिझनेबल इन्स्टिट्यूट'समोर दाखवली आणि त्यातून मार्गदर्शक आणि सहकारी मिळवले. अधिक लोकांना कामावर घेण्याची आणि इतर व्यावसायिक भागीदार सोबत घेण्याची हीच योग्य वेळ आहे हे त्यांच्या लक्षात आले.

साऱ्याच गोष्टी जुळून आल्या.

'संकल्पना आम्ही सिद्ध केलेली होती. आमचा स्वतःचा असा दृष्टिकोन होता आणि आमच्याकडे पुढील वर्षाचे धोरणही तयार होते. आम्ही आता सुनियंत्रित पद्धतीने आमच्या महसूलाचा लेखाजोखा मांडू शकत होतो. आमची यंत्रणा उभी करू शकत होतो. किंमतीत अपेक्षित वाढ करून आम्ही महसूल जमा करू शकत होतो आणि आम्ही आमची स्पर्धात्मकता विकसीत करू शकत होतो. ज्या पद्धतीने आखणी करणार होतो त्याच्या बळावर पुढील २ वर्षातील सर्व कामे होणार होती.'

अर्थात ही दोन वर्षांपूर्वी आखलेली ही योजना प्रत्यक्षात आणताना विविध तुकडे एकत्र करून जोडावे लागणार होते. नॅटच्या शब्दांत सांगायचे, तर त्यात धम्माल मजा येत होती!

मला एका बाजूला दीर्घकाळ प्रतिक्षा केल्यासारखे वाटत होते आणि दुसरीकडे आत्ता कुठे सुरूवात केली आहे असे वाटत होते. ही भावनाच फार मजेशीर होती.

हा सारा अनुभव नॅटसाठी अजिबातच निराशाजनक नव्हता.

येणाऱ्या तीन वर्षांमध्ये एकूण चित्र काय असेल असे आम्ही नॅटला अधिक खोदून विचारले. त्याच्या मनातील दृष्टिकोन काय होता? त्याच्याकडे पैसा कुठून येणार होता? नवे प्रकल्प कुठून येणार होते आणि एकूण टेराशिफ्ट मॉडेल कशापद्धतीने कार्यान्वित होणार होते?

'आम्ही सारे मिळून दोन गरजांचे संतुलन राखण्याचा प्रयत्न करत होतो. एका बाजूला आमच्याकडे अशी एक पिढी सोबत होती जी उत्साहाने करण्यासाठी सज्ज होती. दुसऱ्या बाजूला विविध प्रकारांतील (इम्पॅक्ट स्टार्ट अप्स, नॉन प्रॉफिट कॉर्पोरेशन्स इत्यादी.) ग्राहकांची रेलचेल होती. या मिलाफातून नफा मिळवत असताना नव्या पिढीतील पद्धतीने गुंतवून ठेवत त्यांचा विकास साधता येईल हा विचार केंद्रस्थानी होता. जेव्हा त्यांना त्याचा परिणाम ठाऊक असेल तेव्हा ते त्यादिशेने अधिक चांगले काम करतात असा अनुभव होता. त्यामुळे त्यांच्यातील उत्साहाचा वापर करून परिणामकारक संस्थांमध्ये रुपांतरीत करण्याचा आमचा प्रयास होता.

'उदाहरणादाखल सांगायचे तर आमच्याकडे 'प्रोजेक्ट स्टाफिंग सर्व्हिस' आहे. अर्थात हे ऐकायला फारसे ग्लॅमरस वाटत नसले तरी प्रत्यक्षातील काम खरंच मजेशीर आहे. त्याचे स्वरुप साधारणतः मिनी कन्सल्टिंगसारखे आहे. कॉलेज पदवीधर विद्यार्थ्यांच्या गटाला त्यांचे बिझनेस प्लॅनिंग करता येते आणि धोरणात्मक असे प्रकल्प नियोजन केले जाते. काही चटकन उपाय सुचवणारे पर्याय दिले जातात. त्याद्वारे कंपन्यांना अधिक चांगल्या वेगाने पुढे जाणे आणि शिस्तबद्ध काम करणे शक्य होते.

आणखी एका क्षेत्रात आम्ही काम करत होतो, ते म्हणजे मनुष्यबळ विकास विभाग. ज्या कंपन्यांना माणसे भरणे, कमी करणे, ऑफर लेटर देणे, कर्मचाऱ्यांचे मॅन्युअल बनवणे यात वेळ नव्हता त्यांना आम्ही ते करून देत होतो. प्रामुख्याने मनुष्यबळ विभागाची संपूर्ण यंत्रणा आम्ही उभारून देत होतो. मासिक किमान रक्कम आकारून आम्ही त्यांना या साऱ्या मनुष्यबळ सुविधा देत असू.

सर्वात महत्त्वाचे म्हणजे, अशा अनेक मोठ्या कंपन्या होत्या ज्यांना प्रभाव टाकता येईल अशा जागांचा शोध घ्यायचा होता. नव्या कोणत्या गोष्टी सुरू करता येतील हे जाणून घ्यायचे असायचे तसेच प्रशिक्षण कार्यक्रमातून बाहेर पडणारे चांगले प्रशिक्षित लोक नोकरीमध्ये घेण्यात त्यांना रस असे. त्यामुळे आम्ही त्यांचे कर्मचारी घेत असू व त्यांना आमच्या पद्धतीने प्रशिक्षित करत असू. उदाहरणादाखल आम्ही ॲग्रो सायन्सेसमधील काही कर्मचारी आम्ही प्रशिक्षणासाठी घेत असू आणि त्यांना लॅटिन अमेरिकेमध्ये दोन आठवड्यांसाठी नेत असू. तिथे त्यांना विविध कृषी उत्पादने, जीएमओ (जेनेटिकली मॉडिफाईड ऑर्गेनिझम्स) आणि व्हर्मिपोस्टिंग यांचे प्रकल्प दाखवत असू. इतर कंपन्यांच्या प्रकल्पांवर काम करण्याचा अनुभव त्यांना मिळवून दिला जात असे आणि त्यामुळे एकूणच कामाच्या संदर्भात व्यापकता आणि एक समज त्यांच्यात येत असे आणि ते जेव्हा परत येत असत तेव्हा त्यांच्या कामामध्ये ते प्रदर्शित होताना दिसत असे.'

हे सारे विकसीत करण्यासाठी त्यांच्या कंपनीला किमान १८ महिन्यांचा कालावधी लागत असे. हे सारे करत असताना त्यांच्याकडे स्टाफिंग, सर्व्हिस प्रकल्प, एच आर सिस्टीम प्रकल्प यांच्या माध्यमातून पैसा येत असे. बाहेरून पाहणाऱ्याला जरी हे सारे गोंधळाचे वाटले तरीही ते जे काही करत होते तो एका सुनियंत्रित व्यवस्थेचा भाग होता.

त्यांच्याकडे वेगवेगळ्या संकल्पना होत्या आणि सुरुवातीच्या काळात जसे अडखळायला झाले तसे आता होणार नाही हा विश्वास नॅटला आता प्राप्त झालेला होता. अगदी सुरुवातीला आपण नक्की काय करत आहोत हेच त्यांना ठाऊक नव्हते. परंतु तरीही ते करत होते याचे त्यांना समाधान आहे कारण त्यामुळेच ते आज इथे पोहचू शकले.

ते त्यांच्या गुंतवणुकदारांशी चर्चा करत असत. त्यांच्या सल्लागारांचे पाठबळ मिळवत असत आणि टप्प्या टप्प्याने एखादी योजना ते कार्यान्वित करत असत.

त्यांच्या आर्थिक क्षमतेचा अंदाज बांधू महसूलाचे उत्तम मॉडेल विकसीत करत आणि त्यांना हव्या त्या पद्धतीने उत्पादन घेऊ शकत असत. युएसमध्ये तसेच इतर परदेशांत मोठ्या संख्येने जी मुले पदवीधर होत असत त्यांच्यासाठी हा एक उत्तम पर्याय ठरत होता.

या सुरुवातीपासून ते पुढील पाच वर्षांतील चित्र काय असणार होते?

'एक म्हणजे आम्ही आमचे नाव बदलणार आहोत आणि ब्रँड पुर्नस्थापित करण्याचा विचार आहे. जुन्या व्यवसायातून एक नवाच व्यवसाय साकारण्याची आमची कल्पना आहे. आम्हाला उन्नत व्हायचे आहे. साप जसा अंगावरची कात टाकतो आणि त्यानंतर त्याची त्वचा उजळून निघते तसा आमचा प्रयत्न आहे. नव्या स्वरुपात आम्हाला झळाळून निघायचे आहे. आम्ही त्याच दिशेने जात आहोत.'

'बाजारपेठच आम्हाला भविष्याचे चित्र सांगत असल्याने आम्ही या पद्धतीने चाचण्या करत होतो.'

त्या प्रमाणे खरोखरच सुधारणा होत गेल्या. 'टेराशिफ्टचे' नाव बदलून ते 'रिवर्क' असे झाले. नॅटने ज्या पद्धतीने त्यांचे भविष्य वर्तवले होते त्यानुसार कंपनीने आकार घेतलेला होता.

'तुम्ही खरं तर केवळ पाच वर्षांचा काळ विचारलात परंतु माझ्या मते, मी पुढच्या वीस वर्षांनंतर कंपनी कुठे असेल याचा विचार करतो. आजपासून वीस वर्षानंतर आमच्या प्रयत्नांतून लोकांचे जीवनमान मुळापासून बदलून टाकलेले असेल. एखादी नोकरी करणे याचा अर्थच संपूर्णतः बदलून टाकण्याचा आमचा प्रयास आहे. व्यक्तित्व हरवून कुणालाही नोकरी पत्करावी लागणार

नाही आणि केवळ दिवसभराच्या नोकरीच्या चक्रात अडकून त्यांना प्रेरणाच मिळू शकणार नाही अशी वेळ येऊ देणार नाही.'

> आम्हाला असे अनेक लोक मिळाले होते ज्यांना नोकरीमध्ये काम करताना त्यांच्या मनातील ज्योत प्रज्वलित होत होती.

हा दृष्टिकोनच प्रेरणादायी होता!

'या प्रयत्नांची दुसरी बाजू अतिशय महत्त्वाची होती. अर्थव्यवस्थेला हातभार लागत होता आणि सामाजिक संस्थांना योगदान देता येत होते. अशा कितीतरी गोष्टी होत होत्या. त्यातून व्यवसायांची प्रगती होत होती आणि ते अधिकाधीक लोकांना भरती करून चांगला परिणाम साधू शकत होते. त्यातून त्यांच्याकडे अधिक गुंतवणूकही येत होती. आम्हाला अशा प्रकारची कंपनी हवी होती जिथे विविध प्रकारचे प्रकल्प करण्यासाठी लोक एकत्र येतील केवळ एकाच साच्यातल्या नोकऱ्या देण्यात आम्हाला रस नव्हता. पैशांची जराही चिंता न करता ते काही काळ निवांतपणे नोकरी करू शकत होते. त्याचप्रमाणे त्यांच्या आयुष्यातील ध्येय आणि उद्दिष्ट यांच्याशी ते जुळवून घेऊ शकत होते.

नॅटच्या मते महाविद्यालयीन शिक्षण आणि प्रत्यक्षातील करियर यातील एक महत्त्वाची पायरीच आपल्याकडे विसरली जात होती. लोकांना असे वाटते, की महाविद्यालयात शिकण्यासाठी गेलो म्हणजे करियरची वाट सापडली. परंतु असे होत नाही. नोकरी करण्यासाठी नक्की काय करावे लागते याची माहिती आपल्याला महाविद्यालयीन शिक्षणातून नेमकेपणाने मिळतच नाही. नोकरी करण्यासाठी व्यक्तिमत्त्वाला घडवणे व सुसज्ज करणे आवश्यक असते. ते महाविद्यालयांतून होताना दिसत नाही.

अनेकदा दोन पैकी केवळ एकच गोष्ट असते.

महाविद्यालयातून पदवीधर होणाऱ्या विद्यार्थ्यांकडे कौशल्य असतात परंतु त्यांचा सुयोग्य वापर कसा करायचा याचे अचूक ज्ञान नसते. अथवा मग पदवीधर होताना त्यांना माहीत असते की त्यांना काय करायचे आहे परंतु त्यादृष्टीने आवश्यक असणारे शिक्षणच त्यांनी घेतलेले नसते.

रिवर्कच्या माध्यमातून अशा तरुणांना एक नवा पर्याय प्राप्त होतो आणि महाविद्यालयीन शिक्षणानंतर ते उच्च शिक्षणाकडे वेगळ्या दृष्टीने पाहू शकतात.

'सुदैवाने आम्हाला थांबवू शकेल अशी कोणतीही गोष्ट नव्हती. आम्ही वेळेच्या पुढे धावत होतो आणि व्यक्तिगत अडथळे, मर्यादांवर मात करत होतो. रिब्रँडिंग हे सर्वात मोठे आव्हान होते परंतु ते आपोआपच साध्य होत गेले. रिवर्क हे उत्तम रितीने काम करत होते. आम्हाला आमची स्वतःची भाषा आणि संवादकला हवी होती. त्याद्वारे प्रत्येकाला आमचा व्यवसाय समजू शकणार होता आणि आमच्याशी संवाद साधता येणार होता.

आम्ही 'अनरिझनेबल इन्स्टिट्यूट'मध्ये त्याची सुरुवात देखील केली आहे.

ही मुलाखत संपवत असताना आम्ही नॅटला काही मंत्र देण्यास सांगितले.

'हे म्हणजे जरा अवघडच आहे.'नॅट हसत म्हणाला, 'आपल्याकडे कोणतीही गोष्ट करायची म्हणजे, आधी प्रेझेंटेशन तयार करा. त्याविषयी मोठमोठ्याने बोला आणि लोकांना आपले काम व त्यामागचे उद्दिष्ट पटवून द्या या गोष्टी कराव्या लागतात. परंतु मला असे वाटते की अगोदर आपल्याला जे वाटते ते करावे आणि त्यानंतर त्याविषयी बोलावे. त्यामुळे मला जे काही करत आहोत अगर भविष्यात करणार आहोत त्याविषयी बोलायला मला फारसे आवडत नाही. प्रथम केले आणि मग सांगितले या सूत्रावर माझा अधिक विश्वास आहे.'

> माझ्या व्यक्तिमत्त्वाची ओळख म्हणा, अगर माझा ज्यावर पूर्ण विश्वास आहे आणि ज्याचे मी अनुकरण करतो अशी गोष्ट म्हणजे, 'कमी बोला, अधिक काम करा.'

आम्ही एक गोष्ट प्रत्यक्षात अनुभवलेली होती, ती म्हणजे, आमच्या कंपनीने एखाद्या विचारातून एक कल्पना हाती घेतली. त्यातून मग ती कल्पना सिद्ध करून दाखवली आणि आणि त्यानंतर आमच्या हाती काही ठोस आलेले होते. त्यानंतर आम्ही 'अनरिझनेबल इन्स्टिट्यूट' कडे गेलो आणि सारे काही सत्यात उतरवून दाखवले.

आपल्याला साऱ्यांनाच त्याच्याकडून बरेच काही शिकण्यासारखे आहे. केवळ चांगल्या योजना अगर चांगली दृष्टी असून भागत नाही तर चांगली टीम आणि त्यांच्याकडून ते पूर्ण करून घेण्याची क्षमता असणेही तितकेच महत्त्वाचे असते. कारण केवळ कल्पनेच्या स्तरावर असणाऱ्या गोष्टींना तोपर्यंत तसा अर्थ नसतो जोपर्यंत त्या गोष्टी प्रत्यक्षात उतरत नाहीत.

रिवर्क ही त्या दिशेने सातत्याने काम करत असून त्यांच्या उद्दिष्टापर्यंत जाण्यासाठी प्रयत्नशील आहे. प्रत्येक वेळी एकेक पायरी चढत ते पुढे जात आहेत. नॅट आणि त्याची टीम ही एका व्यापक उद्दिष्टासाठी आणि उज्ज्वल भविष्यासाठी अतिशय कष्टाने कार्यरत आहे.

त्यामुळेच त्यांची कामगिरी खऱ्या अर्थाने उल्लेखनीय आहे!

हे सारे मोठे गंमतीशीर आहे, एक कल्पना, त्याला इच्छाशक्तीची जोड आणि ती प्रत्यक्षात उतरवण्याचा हा प्रवास आहे. प्रत्येक गोष्टीची सुरुवात ही कायम कल्पनेनेच होत असते. ती कल्पना ज्या पद्धतीने पुढे नेली जात असते त्यावरूनच त्याचे भवितव्य काय असेल आणि त्यातून काय साकारेल हे ठरत असते. ती तशीच विस्मृतीत जाऊ शकते अथवा त्या कल्पनेला स्पर्श न होता ती विरुनही जाऊ शकते. किंवा तीच कल्पना संरचनात्मक स्वरुपात साकारली जाऊन त्यातून अवघ्या जगाचा त्याविषयीची दृष्टिकोनच बदलू शकतो.

अर्थातच केवळ एखादी कल्पना सुचणं महत्त्वाचं नाही परंतु जे लोक त्यावर विश्वास ठेवतात आणि ती प्रत्यक्षात साकारण्यासाठी धडपडतात तेदेखील तितकेच महत्त्वाचे असतात.

नॅट आणि त्याची 'रिवर्क'मधील संपूर्ण टीम त्यांच्या उद्दिष्टांशी पूर्णपणे बांधिल आहेत आणि त्यांच्या क्षमतांवर नॅटचा संपूर्ण विश्वास आहे. जोपर्यंत एखादी कल्पना सत्यात उतरू शकेल हा विश्वास असतो तोपर्यंत ते साऱ्या शक्तीनिशी त्यासोबत असतात. प्रत्येक गोष्ट नेमकेपणाने होईल असे पाहतात. याचा अर्थ त्यांना काही अडथळेच येत नाहीत असे नाही. अडथळे येतच असतात, येत राहणारच. त्यामध्ये धोका पत्करण्याचीही तयारी ठेवावीच लागते. परंतु त्यापलिकडची सर्वात गमतीची आणि जमेची बाजू म्हणजे रिवर्कला असा धोका पत्करण्यातच खरी मजा येत असते! अडथळे, आव्हानांना जाऊन भिडण्यात त्यांना आनंद मिळतो, ते एकामागून एक येतच असतात. त्यातूनच त्यांचा पुढे जाण्याचा मार्ग निश्चित होत असतो. त्यातून त्यांची टीम आणखी मजबूत होत जाते. अगदी नेहमीप्रमाणेच.

नवे काय?

२०११ मध्ये टेराशिफ्ट ही कंपनी रिवर्कमध्ये रुपांतरित झाली. तेव्हापासून त्यांच्याकडे चार पूर्णवेळ कर्मचाऱ्यांवरून आता पाच पूर्णवेळ आणि पाच अर्धवेळ कर्मचारी आहेत. अॅक्युमेन, रिझनिंग माईंड, मिटअप डॉट कॉम यासारखे त्यांचे ग्राहक बनले आहेत. संशोधन आणि सेवेच्या कार्यासाठी कटिबद्ध असणारी एक कंपनी म्हणून अमेरिका आणि इतर देशांत त्यांची ओळख प्रस्थापित झालेली आहे. रिवर्क ही कंपनी त्यांच्या राष्ट्रीय स्तरावरच्या टॅलेंट पूलच्या मदतीने चांगले व्यवस्थापक आणि चांगले बुद्धिमान लोक शोधून देण्यासाठी कार्यरत आहे. हे सारे व्यावसायिक तत्त्वावर चालते आणि ते जे काही करतील ते सर्वोत्तम असेल असा त्यांचा प्रयत्न असतो. जोडल्या जाणाऱ्या प्रत्येकाचे करियर चांगले व्हावे ही आंतरिक तळमळ असते.

४

कधीही संधी दवडू नका
जेनीफर ग्युइंटू

जेनीफर ग्युइंटू ही युनिव्हर्सिटी ऑफ नॉट– डेममधून सुमा कम लॉडे येथील पदवीधर आहे आणि तिने राज्यशास्त्र व स्पॅनिश या विषयांतूनही पदवी संपादन केलेली आहे.

स्पेनमधील माद्रिद येथे इंटरनॅशनल एमबीए करण्यासाठी तिला फुलब्राईट ग्रँट प्राप्त झालेली आहे आणि तिथेच तिच्या बिझनेस टीमने 'प्रॉसपरिटास' या नावाने त्यांचा नवा बिझनेस प्लॅन तयार केलेला होता. त्यानंतर ती कोलंबियाला गेली आणि तिथे तिने प्रॉस्परीटास मायक्रा फायनान्स ही कंपनी सुरू कली होती. आर्थिक स्त्रोत आणि व्यावसायिक विकासाच्या सेवा प्रदान करून लघुउद्योजकांना सक्षम बनवण्यासाठी ही कंपनी कार्यरत आहे. लघुउद्योजकांना व्यवसाय उभारणीसाठी लागणारी रक्कम आणि सुरुवातीचे व्यवसाय उभारणीचे प्रशिक्षण देण्यासाठी ही कंपनी प्रयत्नशील असून कर्जाचा प्रभावी वापर करण्याच्या दिशेने ते लघुउद्योजकांना प्रशिक्षित करतात. त्यांना लघु कर्ज देताना केवळ लघुउद्योगांत गुंतवणूक इतका मर्यादित हेतू न ठेवता लघु उद्योजकांना सक्षम बनवणे हा उद्देश ठेवण्यात आला आहे.

कोलंबियात धाडसाने सुरू केलेल्या मायक्रोफायनान्सच्या कामानंतर जेनीफरने बोगाटा सोडले. सध्या ती स्पेनमध्ये राहते. तिथे ती आता स्पॅनिश लोकांना इंग्रजी शिकवते आणि

जागतिक बाजारपेठेत सक्षमरितीने व आत्मविश्वासाने उभे राहू शकतील असे व्यावसायिक उभे करण्यासाठी प्रयत्नशील असते.

जेनीफर ग्युइंटूचा जन्म झाला दक्षिण कॅलिफोर्नियामध्ये आणि तिथेच तिचे बालपणही गेले. फिलिपिनो पद्धतीचे कौटुंबिक वातावरण तिच्या घरामध्ये होते. तिचे आई वडील मुळचे फिलीपाईन्सचे. परंतु १९७० मध्ये ते फिलीपाईन्सहून अमेरिकेतील कॅलिफोर्नियात येऊन राहू लागले. वडिल विक्री व्यवसायात होते त्यामुळे ते सातत्याने नोकऱ्या बदलत असत. व्हॅक्युमपासून ते व्हिटॅमिनपर्यंत वाट्टेल त्या गोष्टी विकत असत. सद्यस्थितीत ते रिअल इस्टेट क्षेत्रात कार्यरत असून मेमोरियल प्रॉपर्टीच्या क्षेत्रात काम करतात. सुट्टीच्या दिवशी त्यांचे काम आणखी रंगतदार असते. ते 'डिजे' म्हणूनही काम करतात.

काम आणि उर्वरित जीवन याचं नेमकं संतुलन कसं साधायचं हे त्यांना बरोबर समजलंय. संगीत त्यांना खराखुरा निखळ आनंद देऊन जातं. त्यामुळे ते लग्नसमारंभ, वाढदिवसाचे कार्यक्रम, कॉर्पोरेट कार्यक्रम अशा ठिकाणी आवर्जून जातात आणि तेव्हा ते आनंदी असतात.

तिच्या आई वडिलांनी सर्वप्रथम कुटुंबासह कॅलिफोर्नियामध्ये येण्याचे धाडस दाखवले व त्यानंतर त्यांच्या इतर नातेवाईकांनीसुद्धा हळूहळू आपले बस्तान कॅलिफोर्नियामध्येच हलवण्यास सुरुवात केली. काका, आत्या व इतर साऱ्या चुलत भावंडांसोबत बालपण घालवायला मिळाल्याने जेनिफर स्वतःला खूप नशीबवान समजते. तिच्या दोन्ही कुटुंबियांमध्ये ती खूप लाडकी होती त्यामुळे सुट्टीच्या दिवशी असणाऱ्या कौटुंबिक सोहळ्यांना आणि बार्बेक्युला तिला आवर्जून बोलावले जायचे. माझ्या आजूबाजूला माझ्यासारखीच खूप मुले होती. आम्ही सारे भर रस्त्यात खेळायचो. आम्ही कुल-डे-सॅक भागात होतो. त्यामध्ये वाहनांची अगर ट्रॅफिकची पर्वा न करता आम्ही खेळत असू. माझ्या एका शेजाऱ्यांचे तर टी हाऊस होते... त्यामुळे एका पारंपरिक, सुरक्षित अशा वातावरणात मी लहानाची मोठी हीत होते.

जेव्हा ती लहान होती तेव्हा तिला काय बनायचे होते?

एका क्षणाचाही विलंब न लावता अगर श्वाससुद्धा न घेता जेनीफर क्षणात उत्तर देते... इंडियाना जोन्स... फिमेल व्हर्जन!

तिला जगभर फिरण्याची इच्छा होती. सारे मोठे शोध लावून अनेक गूढ उकलण्याची इच्छा होती. तिला प्राचीन इतिहास आणि संस्कृती हे विषय भूरळ घालत असत आणि त्यासाठी भरपूर प्रवास करायची इच्छा होती. त्यामुळे अर्थातच इंडियाना जोन्स हा पर्याय वेगळा (जगावेगळा) असल्याने तिला आवडल्यास नवल काहीच नव्हते.

इयत्ता आठवीपर्यंत तिने किंडरगार्डनमधील सेंट ज्युडेस या प्रायव्हेट स्कूलमध्ये शिक्षण घेतले आणि त्यानंतर लारेईना हायस्कूल या कॅथलिक शाळेत प्रवेश घेतला. युनिव्हर्सिटी ऑफ नॉटेडेम या ठिकाणी प्रवेश घेतला. हे देखील कॅथलिक विद्यापीठ असल्याने तेच संस्कार तिच्यावर दृढ होत गेले. आईवडिलांनी तिच्या शिक्षणाला फार महत्त्व दिले. त्यामुळे ती आई वडिलांचे विशेष ऋण मानते. तिच्या आईवडिलांनी खूप कष्ट केले आणि कुटुंबासाठी त्यांनी मोठा त्याग केला. आमचे शिक्षण सुरू रहावे म्हणून माझी आइे तर एकावेळी दोन पूर्णवेळ नोकऱ्या करीत होती. जेनीफरला एकूण तीन भावंडे. तिचा मोठा भाऊ जेम्स हा तिच्यापेक्षा ६ वर्षांनी मोठा आहे. ज्युडी ही तिची बहिण तिच्यापेक्षा चार वर्षांनी मोठी आहे. आणि जोसेफ हा तिचा भाऊ तिच्यापेक्षा २ वर्षांनी लहान आहे. शाळेत शिकत असताना तिला इतिहास या विषयाची विशेष आवड होती. ॲम्नेस्टी इंटरनॅशनलचा भाग असलेल्या स्पॅनिश क्लबची स्थापना करणाऱ्या मॉडेल युनायटेड नेशन्स क्लबमध्येही ती जात होती. त्यामुळे त्याच्याशी संबंधित अनेक प्रकार तिने शालेय जीवनात केले तसेच काही सांस्कृतिक अंगाने व काही आंतरराष्ट्रीय स्तरावरचे प्रकार तिने करून पाहिले.

मी जेव्हा १७ वर्षांची होते तेव्हा मी मेक्सिकोमध्ये एक उन्हाळी शिबीर घेतले होते. हा चार आठवड्यांचा कार्यक्रम होता. त्यासाठी कॉलेजकडून आर्थिक मदतीचा हात मिळेल याची खात्री असल्याने माझ्या आई वडिलांचे मन मी वळवू शकले. जेव्हा मी तिथे प्रत्यक्षात गेले तेव्हा त्या अनुभवाने माझे डोळेच उघडले.

एक्स्चेंज प्रोग्रॅम अंतर्गत जेव्हा तिला मेक्सिकोमध्ये सहभागी होण्याची संधी मिळाली तेव्हा तिचे डोळे खरोखरच उघडले आणि ती दक्षिण कॅलिफोनिया या एका सुरक्षित कोषामध्येच जगत आहे याची तिला प्रकर्षाने जाणीव झाली. परस्परसंवादातून त्यातून तिचा संपूर्ण दृष्टिकोन बदलण्यास मदत झाली.

मेक्सिकोतील प्राध्यापकांनी तिला एकदा दक्षिण कॅलिफोर्नियाविषयी सांगितले. ते म्हणाले, आम्हाला तिथे जाऊन रहावेसे वाटते याचा अर्थ आम्हाला तिथले लोक आवडतात असा अजिबात नाही.

खरं तर हे अगदी साधंसुधं मत होतं परंतु ते जेनीफरच्या मनात खोल जाऊन रुतलं.

आम्ही तिथे असताना एकदा टेपोट्झलान या पर्वतावर गेलो होतो. तिथे ऊर्जेचा प्रचंड स्त्रोत आहे, असे जुने जाणते लोक त्या पर्वताविषयी सांगतात. जेव्हा मी शिखरावर पोहोचले तेव्हा बहुदा रक्त माझ्या डोक्याच्या दिशेने वेगाने वाहत असावे. परंतु मी प्रत्यक्ष ऊर्जेचा प्रभाव तिथे खरोखर अनुभवला. त्यातल्याच एका क्षणी मला माझे पर्यावरणाशी असणारे अतूट असे नाते जाणवले. आणि त्याची ज्या क्षणी मला जाणीव झाली तेव्हा माझ्या साऱ्या प्रवासाचे सार्थक झाले.

तिला तो सारा अनुभव आश्चर्यकारकच वाटत होता.

टेपोझ्टेको या पर्वताच्या शिखरावर उभी असताना माझ्या मनात विचार आला, अजून खूप काही पाहण्यासारखं, अनुभवण्यासारखं आणि करण्यासारखं आहे...! माझ्यासाठी तो खऱ्या अर्थाने इंडियाना जोन्सच्या दर्जाचा अनुभव होता.

ती जेव्हा शाळेत परत आली तेव्हा ती सातव्या इयत्तेत होती. त्यावेळी शाळेने सुरक्षा आणि पर्यावरणशास्त्र यांची आयुक्त म्हणून तिच्याकडे धुरा सोपवलेली होती. तिला फायर ड्रील्स आणि भूकंपनिवारण या विषयांवर काम करावे लागे. आठवीमध्ये गेल्यानंतर ती विद्यार्थ्यांची अध्यक्ष बनली. शालाबाह्य उपक्रमांमध्ये ती अतिशय उत्साहाने सहभागी होत असे आणि शाळेतील एक अत्यंत गुणी विद्यार्थीनी म्हणून तिने शिक्षण पूर्ण केले.

शालेय शिक्षण पूर्ण केले तेव्हा आपल्याला नक्की पुढे काय करायचे आहे याची सुस्पष्ट दिशा नव्हती. मेक्सिकोतील अनुभवानंतर शासन आणि आंतरराष्ट्रीय संबंध या क्षेत्रात काहीतरी करावे अशी तिची मानसिकता बनत चालली होती. तिने पुन्हा एकदा मिडवेस्टकडे जाण्याचा निर्णय घेतला कारण तिला सुरक्षिततेच्या कोषातून बाहेर पडायचे होते आणि तिच्या देशातील इतर भागांत राहणाऱ्या लोकांना भेटण्याची तिला इच्छा होती. अमेरिका प्रचंड विस्तारलेली होती त्यामुळे तिला ते फिरून अनुभवण्याची इच्छा होती. तसेच १८-२० वर्षाच्या मुलीसाठी कॉलेज ही एक चांगली जागा होती.

मला माझे विद्यापीठ खूप आवडायचे. परंतु तिथले हवामान मात्र फारसे चांगले नव्हते. शासनव्यवस्था आणि आंतरराष्ट्रीय संबंध या विषयाची मी निवड केलेली होती. एक स्पॅनिश प्राध्यापक ॲडेला पेनागॉस या माझ्या मार्गदर्शक होत्या. त्या मुळच्या मेक्सिकोतील असल्याने त्यांच्याकडून मला चांगल मार्गदर्शन मिळणार होते. फेशमन वर्षामध्येच तिने मेक्सिकोमध्ये जाण्याचा निर्णय घेतला. मात्र त्याऐवजी तिने स्पेनची निवड करावी असे तिच्या मार्गदर्शकांनी तिला सुचवले. वयाच्या १८ व्या वर्षी युरोपचा प्रवास जेनिफरचे आयुष्य समृद्ध करणारा ठरेल असा विचार ॲडेला यांनी केला. जेनीफर तयार झाली आणि तिने स्पेनला जाण्याची तयारी सुरू केली. तेव्हा तिने तिथे एक वर्ष रहावे अशी नवी सूचना ॲडेला यांनी केली. पदवीच्या एकूण चार वर्षांमध्ये एक संपूर्ण वर्ष परदेशात घालवणे ही खरोखर चांगली कल्पना होती. जेनीफर एक वर्षासाठी स्पेनला गेली.

ॲडेला यांनी तिला सांगितले, तिथले पहिले सत्र पूर्ण होईल तेव्हा आपण आत्ता कुठे सुरुवात केली आहे असे तुला वाटेल आणि या नव्या शहराशी तू जुळवून घेऊ लागशील. दर तीन-चार महिन्यांनी घरी परत जाण्याची काहीही गरज नाही. त्यांचा सल्ला मानून संपूर्ण वर्ष तिने स्पेनमध्ये घालवले.

तिथे असताना युरोपियन युनियनच्या एका कार्यालयात तिने इंटर्नशिप केली. ती स्पेनमधील टोलेडोमध्ये राहत होती. तिथे तिने संपूर्ण एक वेगळा पर्यावरणीय बदल अनुभवला. दक्षिण कॅलिफोर्नियाला असताना ती फिलीपिनो आहे असेच अनेकजण मानायचे. तिची एकूण देहबोली आणि चेहऱ्यावरून त्यांनी हा अंदाज बांधला होता. परंतु स्पेनमध्ये मात्र तिला लोक अमेरिकन समजत असत. त्याचे कारणही तसेच होते. तिचा जन्म अमेरिकेत झालेला होता आणि ती तिथेच लहानाची मोठी झालेली होती त्यामुळे ती अमेरिकन संस्कृतीचा भाग झाल्याने तसे वाटणे स्वाभाविक होते. स्वतःची ही ओळख मिळाल्याने अमेरिकन संस्कृतीविषयीचा एक अधिक चांगला दृष्टिकोन तयार होण्यास मदत झाली.

इंटर्नशिप सुरू असताना एकदा आम्ही युरोपियन युनियन विषयी बोलत असताना, माझा एक सहकारी म्हणाला, जेव्हा अमेरिकेत शिंक येते तेव्हा युरोपला थंडी वाजू लागते.

अमेरिकन म्हणून माझी काय प्रतिमा आहे हे लक्षात येऊन माझे डोळे उघडू लागले. मी एका अत्यंत सुरक्षित व संरक्षणकवच असलेल्या अशा वातावरणात वाढलेली आहे हे माझ्या लक्षात आले.

आणखी एक चांगली गोष्ट याच काळात घडली. ती म्हणजे तिला आयुष्याचा जोडीदार तिथेच सापडला. तिला एका कार्यक्रमात गाण्यासाठी निमंत्रित केलेले होते आणि तिथेच त्यांची भेट झाली. जेनीफर ज्या विद्यापीठात शिकत होती त्याचाच तोदेखील विद्यार्थी होता. ला ट्रुना या एका सांस्कृतिक ग्रुपचा तो सदस्य होता. तिथे या ग्रुपमधील मुले भिन्न संस्कृतीचे पोशाख करून गात असत. 'त्यांना सेरेन्डिंग' वुमन म्हणून ओळखले जात असे. त्यांना आता स्पॅनिश भाषेच्या क्लासची जोड मिळाली.

अलेजांड्रो हा स्पॅनिश होता आणि त्याच्यासोबत डेटिंग हा फारच सुखद अनुभव होता. कारण तिला तो सातत्याने स्पॅनिश भाषेतच बोलायला प्रवृत्त करीत असे आणि ती भाषा शिकण्याचा आग्रह धरत असे. बहुतांशवेळेला जेव्हा तुम्ही अशा एखाद्या एक्स्चेंज प्रोग्रॅमच्या माध्यमातून स्पेनमध्ये जाता तेव्हा तुम्ही खूप प्रवास करता, स्पॅनिश संस्कृतीचा अनुभव घेता परंतु तुम्ही स्पॅनिश भाषा मात्र फारशी आत्मसात करू शकत नाही. कारण तुम्ही तुमच्या अमेरिकन मि त्रांसमवेतच गुंतलेले असता. परंतु अलेंजांड्रो, त्याचे मित्र आणि कुटुंबासमवेत फिरताना मला स्पॅनिश संस्कृतीसह भाषेचे नवे अंग प्राप्त झाले व त्यातून संस्कृतीचे एक नवे अंग उमगले.

स्पेनमध्ये ते दहा महिने एकत्र होते. त्यानंतर जेनीफर पुन्हा अमेरिकेत परत गेली आणि त्यानंतर ते दूर असूनही परस्परांच्या संपर्कात होते.

ते उन्हाळी सुट्ट्या अगर ख्रिसमस सुट्ट्यांमध्ये भेटू लागले. नॉर्टे डेममधील जेनीफरची उर्वरित तीन वर्षे अतिशय स्मरणात रहावीत अशी गेली. इतर सर्व बाह्य उपक्रमांत ती उत्साहाने सहभागी व्हायची. तिच्या मित्र–मैत्रीणींसोबत वेळ घालवण्याबरोबरच तिने शैक्षणिक प्रगतीवर विशेष भर दिला आणि त्याचबरोबर अलेजाड्रो सोबतही ती प्रेमाचे क्षण जगत होती. एकाचवेळी अनेक गोष्टींचा आनंद घेत होती.

नॉर्टेडॅममध्ये मला खूप आनंद मिळाला. मी अभ्यासाव्यतिरिक्त इतर साऱ्या गोष्टींमध्ये रस घेत असे. माझ्या मैत्रीणींसमवेतही वेळ घालवायचे. तसेच माझ्या अभ्यासावरही लक्ष केंद्रीत करायचे. तसेच माझा बॉयफ्रेंड जरी परदेशात असला तरी माझे त्याच्याकडे दुर्लक्ष होत आहे अशी भावना मी निर्माण होऊ देत नसे.

ती खरंच हुशार होती. अतिशय सुनियोजित पद्धतीने ती या साऱ्या गोष्टींचे व्यवस्थापन करीत असे.

मी यातील काहीही गमावले असे मला बिलकूल वाटत नाही. यशाशक्ती मी सारे काही केले.

कॉलेज क्रेडीटसह तिने पदवी संपादन केली त्यामुळे तिला भविष्यात कॉलेजमधील शिक्षणात काही प्रमाणात मोकळीक प्राप्त झाली. पदवी संपादन करताना तिचा ओढा राज्यशास्त्राकडे अधिक होता. तिने मुख्य विषय म्हणून राज्यशास्त्र व स्पॅनिश हे विषय घेतले होते तर उपविषय म्हणून युरोपियन स्टडीजचा अभ्यास केला. विविध संस्कृतीतील वैविध्यता तिला आकर्षित करीत असल्याने तिथल्या लोकांमध्ये जाऊन राहण्याचा व विविध देशांत प्रवास करण्याचा तिचा विचार होता. त्यासाठी डिपार्टमेंट ऑफ स्टेटकडे या संकल्पनेवर आधारित प्रस्ताव अर्ज पाठवण्याचा तिचा विचार होता.

मी २००३ मध्ये पदवी संपादन केली. ९/११ झाले त्या हल्ल्याला जेमतेम दीड वर्ष पूर्ण झालेले होते. त्यामुळे मला जर डिपार्टमेंट ऑफ स्टेटमध्ये काम करण्याची इच्छा असेल तर मी अगदी तळागाळापासून सुरुवात करावी. याचाच दुसरा अर्थ असा होता की, मला कोणत्याही धोकादायक देशांत ते पाठवू शकले असते. त्यामुळे मी तिथे न जाण्याचे ठरवले.

या साऱ्या विचारमंथनानंतर मला असे वाटले की मी लॉ स्कूलमध्ये जावे. तसे माझ्या ज्या मार्गदर्शक होत्या त्यांना सांगितले तेव्हा त्यांनी मला पहिला प्रश्न केला तो म्हणजे का?

मी सांगितलं, इंटरनॅशनल लॉ हे ऐकायला फार भारी वाटतं. तेव्हा त्यांनी मला विचारले की, इंटरनॅशनल लॉ काय प्रकार आहे हे किमान ठाऊक तरी आहे का?

तिची मार्गदर्शक ॲडेला यांनी तिला लॉ स्कूलला न जाण्याचा हिताचा सल्ला दिला. त्याखेरीज काय करावं हे मात्र तिला माहीत नव्हतं.

जेनीफरने लॉ स्कूलमध्ये न जाण्याचे ठरवले आणि काहीही ठरलेलं नसताना पुन्हा कॅलिफोर्नियाला परतण्याचा निर्णय तिने घेतला.

दरम्यान, एका संपर्कामधून डॉटस्चे बँकमध्ये एक नोकरी चालून आली आणि तिने ती संधी मानून स्वीकारली. तिला तोपर्यंत कॉर्पोरेट जगताचा अनुभव नव्हता आणि तो अनुभव घेण्याची

तिची इच्छा होती. पोर्टफोलिओ अकाउंटिंग ॲनलिस्ट म्हणून तिने बँकेत काम सुरू केले. तेथील वातावरण खरोखर चांगले होते. तेथील टीममध्ये अनेक तरुण मुले काम करीत होती. बँकेमध्ये तिच्याकडे पाच-सहा प्रमुख पोर्टफोलिओची जबाबदारी सोपवण्यात आलेली होती. कॅशफ्लो पाहणे, व्यवहार सुरळीत होतील हे पाहणे, दररोजचे लेखाव्यवहार तपासून बंद करणे आणि पोर्टफोलिओ तपासणे आदी साऱ्यांची देखरेख करण्याची जबाबदारी तिच्यावर सोपवण्यात आलेली होती.

२२ वर्षाच्या युवतीसाठी इतका विविधांगी अनुभव काय वाईट होता?

तिथे दोन वर्षे काम केल्यानंतर तिच्यावर आणखी जबाबदाऱ्या सोपवण्यात आल्या. तिला क्लोजिंगच्या महत्त्वाच्या ठिकाणी नेमण्यात आले. तिथे बाँड इश्युरन्स प्रोसेस आणि इतर महत्त्वाच्या विषयांवर वकिल, रेटिंग एजन्सी, ऑडिटर्स, पोर्टफोलिओ मॅनेजर्स आणि गुंतवणुकदार अशा विविध लोकांशी संवाद साधावा लागे. आर्थिक घडामोडी सुरू असताना पडद्यामागे ज्या गोष्टी सुरू असतात त्यांचे निरीक्षण करण्याची जबाबदारी तिच्यावर होती.

या कंपनीत जेनीफरला चांगली प्रतिष्ठा प्राप्त झाली आणि ती कॉर्पोरेट संस्कृतीतही चांगल्या रितीने रुळली. ती तासनतास काम करीत असे. तरुण वय असल्याने तिने त्याची कधीही पर्वा केली नाही. वयाच्या २४ व्या वर्षी तिच्याकडे प्रचंड ऊर्जा आणि कामाविषयीचा प्रचंड उत्साह होता.

काही काळानंतर मात्र मला असे जाणवले की आपण हे काम चांगल्या रितीने करत आहोत, ते कसे करायचे हे देखील आता आपल्याला समजले आहे परंतु ते कशासाठी करायचे हे मात्र समजलेले नाही. कारण या साऱ्या व्यवहार प्रक्रियेमागचे आर्थिक गणित समजलेले नव्हते. मी कोणत्याही निर्णयप्रक्रियेत सहभागी नव्हते. केवळ त्याची चोख अंमलबजावणी करीत होते. मला मात्र त्याहून अधिक जाणून घेण्याची इच्छा होती.

एव्हाना ती आता २६ वर्षांची झाली होती. ती तिच्या भावासमवेत काँडो येथील मोठ्या समुद्रकिनाऱ्यावर राहण्यासाठी गेली. तिथे तिने भाड्याने घर घेऊन राहण्याऐवजी दोघांनी मिळून एक घर घ्यायचे ठरवले. त्यांनी घर घेतले नवीन कारही घेतली. त्यांना चांगला पगारही मिळत होता परंतु तेवढेच पुरेसे नव्हते.

जर माझे वय ४६ असते तर मी निश्चितपणेतिथे स्थिरावले असते; परंतु माझे वय अवघे २६ होते आणि मला जाणवले, की हे म्हणजे सारे काही नाही. या पलीकडे आणखी बरेच काही आहे.

हे तिला जाणवले कसे? तिच्या आयुष्यात आणखी प्रगती व्हावी असा काही क्षण तिच्या आयुष्यात आला होता का?

काळ पुढे सरकत गेला तसतशी कामातील नवलाई संपून गेली होती. मी आता एमबीए प्रोग्रॅमकडे लक्ष देण्यास सुरुवात केली होती. दरम्यान, माझ्या भावाने मला सुचवले की मी फुलब्राईटसाठी स्पेनमध्ये जावे. माद्रीदमधील एका बिझनेस स्कूलमध्ये एक वर्षांचा एमबीए प्रोग्रॅम असल्याचे समजले. फुलब्राईटच्या माध्यमातून संपूर्ण शिक्षणाचा खर्च आणि त्याशिवाय दर महिन्याला स्टायपॅंड मिळणार होते. मला हा पर्याय अधिकच आवडला कारण अलेजांडो हा स्पेनमध्येच होता आणि माद्रिद हे टोलेडोपासून फारसे दूर नव्हते.

तिन अर्ज केला तसेच युनिव्हर्सिटी ऑफ कॅलिफोर्निया, लॉस एंजेलिस (युसीएलए) मध्येही अर्ज केला. तिची दोन्हीकडे निवड झाली. परंतु युएलसीएमध्ये तिला तीन वर्षाचा अभ्यासक्रम करावा लागणार होता. तिला पूर्ण वेळ नोकरी आणि अर्धवेळ शिक्षणाचा पर्याय स्वीकारावा लागणार होता.

'एक वर्षांसाठी पैसे देऊन एमबीए शिकण्याचा पर्याय मला अधिक योग्य वाटला. त्यामध्ये पूर्णवेळ नोकरी करण्याची गरज भासणार नव्हती आणि मी स्पेनमध्ये राहू शकणार होते. खरोखर मी किती भाग्यवान होते!'

परंतु या दरम्यानदेखील बरेच काही घडले. मार्च २००७ मध्ये तिचा भाऊ जोसेफचा दुर्दैवी अपघात झाला. तो समुद्रामध्ये सर्फिंग करीत असताना त्याच्या पाठीतून कळा येऊ लागल्या. त्याच्या मार्गदर्शकाने दुर्लक्ष केले. त्यानंतर जोसेफ हॉटेलवर परतला आणि त्याला पुन्हा त्रास सुरू झाला. त्याने तेथील डॉक्टरांशी संपर्क साधला व ते त्याच्या मदतीसाठी धावले. त्याला अतीदक्षता विभागात भरती करण्यात आले. परंतु काही तासानंतर जोसेफला अर्धांगवायूचा झटका आला आणि त्याचे कमरेखालचे शरीर लुळे पडले.

हे सारे का घडले याचं उत्तर जर आम्हाला माहित असतं तर कदाचित साऱ्या गोष्टी आम्हाला समजून घेता आल्या असत्या. परंतु जोसेफ बाबतीत हे का घडले हेच आम्हाला माहीत नव्हते. तो काही कुठल्या दगडाला जाऊन धडकलेला नव्हता. त्याच्यावर कुठल्या लाटांचा आघात झालेला नव्हता. त्यामुळे छान चालता बोलता माणूस अवघ्या काही तासांमध्ये स्पायनल कॉर्डला काहीही न होता असा एकदम निकामी का झाला हेच आम्हाला कळेनासं झालं होतं.

नंतर काही गोष्टींचा उलगडा झाला. त्यानुसार सर्फिंग करत असताना त्याच्या पाठीच्या कण्याला होणारा रक्तपुरवठाच थांबला होता. त्याला हवाईवरून डेनवरला हलवण्यात आले. तिथे त्याला हॉस्पिटलच्या स्पायनल कॉर्ड रिहॅबिलीटेशन सेंटरमध्ये भरती करण्यात आले. जोसेफला सर्फर्स मिलोपॅथी हा आजार झाल्याने तेथील डॉक्टरही संभ्रमात पडले.

त्यातील अनेक डॉक्टरांनी तर या व्याधीविषयी यापूर्वी ऐकलेले देखील नव्हते. अगदी नव्या सर्फर्स बाबतीत असे काही प्रकार होतात परंतु सर्फर्स मिलोपॅथी होण्याचे प्रमाण खूप खूप कमी असते. लाखात एखादी गोष्ट घडून जावी असाच हा प्रकार.

> तुमचे आयुष्य अवघ्या एका क्षणात बदलू शकते. त्यामुळे तुम्ही कोणतीही संधी कधीही दवडता कामा नये. तुम्ही तुमच्या आयुष्यातील प्रत्येक क्षणाचा आनंदही घेतला पाहिजे.

हॉस्पीटलमध्ये विविध प्रकारच्या दुर्घटना पाहायला मिळत. जोसेफची रुममेट ही अवघ्या १६ वर्षांची तरुणी होती व तिचा कार अपघात झालेला होता. जेव्हा जोसेफला हॉस्पिटलमध्ये आणले तेव्हा इतर सारे रुग्ण त्याच्या भोवताली जमले. तेव्हा प्रकर्षाने जाणवले, की अवघ्या एका क्षणात सारे काही बदलू शकते.

परंतु जेनीफरचा भाऊ मनाने खंबीर आणि शरीराने मजबूत होता. त्याचे वागणे व सहकार्य हॉस्पीटलमध्ये सर्वोत्तम असल्याची पावती त्याच्या फिजिओथेरपिस्टने दिली. इतकी सक्षमता असलेला अन्य कुणीही रुग्ण त्यांच्या पाहण्यात नव्हता. इतक्या आव्हानात्मक परिस्थितीमध्ये इतका सकारात्मक दृष्टिकोन त्याने बाळगलेला होता.

चार वर्षे उलटली तरीही जोसेफ अजूनही व्हीलचेअरवरच होता. तो तरीही लढत होता. नियमितपणे जिममध्ये जायचा. त्याच्या पायामध्ये संवेदना जाणवायच्या. त्याच्या स्नायूंमध्ये प्रचंड ताकद होती. काही वेळा तो व्यायाम करत असताना तर व्यायामाची बाईकदेखील पायाने ढकलू शकायचा. त्याची शारीरिक सुधारणा अर्थातच कमी वेगाने होत होती. त्याने कधीही हार मानली नाही. डेलॉईटमध्ये तो पुन्हा नोकरीवरही जाऊ लागला. तो सारी कामे स्वतः कुणाच्या आधाराविना करायचा. त्याची ही जगण्याची विजिगिषू वृत्तीच जेनीफरसाठी प्रेरणादायी ठरली.

ती स्पेनला जाण्याच्या तयारीत असतानाच तिच्या भावाचा अपघात झाला. त्यानंतर तिच्या आयुष्यामध्ये कोणता बदल झाला?

मी जवळपास स्तब्ध झालेले होते. आम्ही एकमेकांच्या खूप जवळ होतो आणि मी त्याला सोडू शकत नव्हते. परंतु मला जोसेफने जाण्याची परवानगी दिली. तो म्हणाला, मी स्वतः सतत पुढे जात आहे. थांबून राहिलेलो नाही तेव्हा तुदेखील पुढे जायला हवं. मला त्याचं म्हणणं पटलं. अगदी अंधारलेल्या परिस्थितीतही त्याची जिद्द त्याला आधार देण्यास पुरेशी होती.

> आपल्याला वाटतात तेवढ्या गोष्टी खरंच वाईट नसतात आणि जर त्या खरोखरच वाईट अतील तर त्यावर मात करण्यासाठी तुम्ही प्रयत्न करायला हवेत आणि पुढे जायला हवे.

जोसेफ आणि त्याच्या पत्नीने एक संस्था सुरू करून अशा परिस्थितीविषयी जागरुकता निर्माण करण्यास सुरुवात केली. याच ध्येयाचा भाग म्हणून सर्फिंग करताना घ्यायची काळजी, सर्फिंग करताना एखाद्या प्रवृत्त करताना त्यातील धोके, त्यातील मर्यादा या साऱ्यांची माहिती ते देत असत.

भावाच्या आग्रहामुळे जेनीफर स्पेनला गेली. तिचा एक वर्षांचा एमबीए प्रोग्रॅम होता. तिच्या वर्गामध्ये २८० मुले होती. त्यातील ८० टक्के मुले ही स्पेनच्या बाहेरून आलेली होती. त्यामुळे ते सारेजण एखाद्या कुटुंबासारखे एकत्र आले.

जेनीफरची मार्केला टोरेस हीच्याशी मैत्री जुळली. ती माद्रीदला येण्यापूर्वी कोलंबियातील एका मायक्रोफायनान्सच्या प्रायोगिक प्रकल्पावर काम करीत होती. त्यांच्या उद्योजकतेविषयीच्या एका तासिकेमध्ये काही प्रकल्पांवर काम करण्यासाठी गट तयार करण्यात आले होते. म ार्केलाने यापूर्वी ज्या प्रायोगिक प्रकल्पावर काम केले होते त्यावरच या दोघींनी काम करण्यास सुरुवात केली. तेव्हा जेनीफरला मायक्रोफायनान्सची क्षमता आणि त्याचा व्यापक समाजावर होणारा परिणाम यांचा नेमका अंदाज आला.

त्याच क्षणी मला जे हवे ते 'क्लिक' झाले होते बहुदा! व्यवसाय म्हणून शाश्वत असे काहीतरी या माध्यमातून करता येण्यासारखे होते. काही अर्थपूर्ण म्हणता येईल असे ते होते.

त्यामुळे त्यानुसार त्यांनी एक टीम तयार केली आणि प्रकल्पावर काम सुरू केले. व्हेंचर लॅब या स्पर्धेतही ते सहभागी झाले आणि त्यांनी बिझनेस प्लॅन तिथे सादर केला. ती स्पर्धा ते जिंकले. त्यांना ३० हजार युएस डॉलर्सचे कर्ज शून्य टक्के व्याजदराने पुढील पाच वर्षांसाठी प्राप्त झाले. या यशानंतर मार्केला आणि जेनीफर यांनी स्वतंत्र कंपनी स्थापन करण्याचा निर्णय घेतला.

दरम्यानच्या काळापर्यंत एमबीएचे शिक्षणही पूर्ण झालेले होते. त्यामुळे मी विचार केला की, अशी संधी मला पुन्हा केव्हा मिळणार आहे? माझा स्वतःचा व्यवसाय सुरू करण्याची संधी प्राप्त होत होती. अन्य परदेशी देशांपेक्षा संपूर्णतः भिन्न असा हा देश होता. त्याठिकाणी राहण्याची आणि खऱ्या अर्थाने ज्यांना गरज आहे अशा लोकांसाठी काहीतरी व्यापक प्रमाणावर करण्याची ही सुसंधी होती.

या साऱ्या काळामध्ये एखादी मल्टीनॅशनल कंपनी धरावी आणि भरपूर पैसे कमवावेत हा विचारदेखील तिच्या मनाला कधी शिवला नाही. तिने यापैकी कशाचीही वाट पाहिली नाही. या मायक्रोफायनान्स कंपनीसाठी काम करणे तिच्या दृष्टीने अधिक महत्त्वाचे होते. या नव्या प्रकल्पात सहभागी होताना तिला कोणत्या गोष्टी सोडाव्या लागणार आहेत यात अजिबात गुंतून पडली नाही.

जग बदलण्याची संधी स्वतःच्या पायाने चालत माझ्याकडे आलेली होती. मी ज्या पद्धतीने पाहत होते ते पाहता ही संधी स्वीकारण्यावाचून माझ्यापुढे दुसरा पर्यायच नव्हता.

एमबीए पूर्ण केल्यानंतर जेनीफर पुन्हा कॅलिफोर्नियाला परत गेली आणि तिच्या कुटुंबियांना भेटली. जून २००९ मध्ये ती कोलंबियात गेली. त्यांना पुरस्काराच्या रुपाने प्राप्त झालेले पैसे आणि स्वतःचे पैसे यांच्या माध्यमातून पुढील सहा महिन्यांमध्ये १०० लोकांपर्यंत पोहोचण्याचे लक्ष्य त्यांनी ठेवले होते. या प्रक्रियेतून त्यांनी त्यांची कार्यपद्धती अधिक सुधारण्याचा प्रयत्न केला. ज्या काळात त्यांनी गुंतवणुकदारांचा शोध घेतला त्याच काळात त्यांनी त्यांचा आत्म विश्वास परत मिळवला.

आम्ही गुंतवणूकदारांकडे जाऊ तेव्हा आम्ही याचा प्रयोग केलेला आहे आणि या पद्धतीने ते काम करते आणि हे त्याचे निष्कर्ष आहेत, असे आम्हाला ठामपणे सांगता यायला हवे होते.

प्रायोगिक तत्त्वावरचा प्रयोग यशस्वी ठरतो तेव्हा तुम्ही कंपनीच्या अधिक समभागावर चर्चा करण्याची तयारी दाखवू शकता.

त्यांनी बोगोटा येथून कार्यालय सुरू केले. तसेच कंत्राटांमधील बारीकसारीक तपशील समजून घेण्यासाठी त्यांनी एका वकिलालाही सोबत घेतले. पहिले दोन महिने त्यांनी लॉजिस्टीक्स, कंत्राटे वाचून काढणे आणि अधिकृतरित्या कंपनीचे कामकाज सुरळीत करणे यावर घालवले.

त्यांच्या प्रायोगिक प्रकल्पात काम केलेली व्यक्तीच त्यांच्या कंपनीची पहिली कर्मचारी ठरली. ती म्हणजे मार्केलाची हाऊसकिपर म्हणून काम पाहणारी डालिला ! मार्केलाने एकदा डालिला हिला तिच्या स्वप्नाविषयी विचारले. ती म्हणाली, माझा स्वतःचा एक हॉटडॉग स्टँड असावा असं माझं स्वप्न आहे. मार्केलाने तिला १२५ डॉलर्स कर्जरुपाने दिले आणि त्यातून तिने हॉट डॉग स्टँड उभारला आणि अवघ्या दोन महिन्यात तिचे उत्पन्न डबल झाले.

आपण अवघड कौशल्ये एकवेळ शिकवू शकतो परंतु 'सॉफ्ट स्कील्स' शिकवणे ही अवघड गोष्ट आहे. डालिला ही आमची ॲनलिस्ट बनली. ती आमच्यासाठी ग्राहक शोधायची. ॲप्लीकेशन फॉर्म भरायला त्यांना मदत करणे आणि प्रत्येक ग्राहकाकडून पूर्वमुदतीचे धनादेश जमा करून आणणे ही जबाबदारी ती पार पाडायची.

जेनीफरची कंपनी प्रॉस्परीटाज मायक्रोफायनान्झास ही कंपनी अपेक्षित वेगाने प्रगती मात्र करीत नव्हती. त्यामागे पैशांचा अभाव हे प्रमुख कारण होते. अर्थात प्रत्येक विस्तार करू इच्छिणाऱ्या कंपनीपुढे हीच समस्या असते.

काही व्यवसाय हे अगदी मोजक्या पैशांच्या बळावर सुरू होतात आणि त्यामाध्यमातून सेवा देतात. पैसे कर्जरुपाने देणे ही आमची सेवा होती त्यामुळे ते आमच्याकडे अधिकाधीक असणे ही गरज होती. पैसे नसताना आमच्या प्रगतीची स्थिती कशी तपासून पाहायची हाच आमच्यापुढे प्रश्न होता. हाच विषय आमच्या निराशेसाठी कारणीभूत ठरत होता.

नवे काय?

तिने 'अनरिझनेबल इन्स्टिट्यूट'कडे अर्ज केला तेव्हादेखील तिची कंपनी अगदी सुरुवातीच्याच पायरीवर झगडत होती. तरीही तिची निवड झाली. त्यानंतर अनेक गोष्टी बदलल्या व तिच्या कंपनीचाही खूप वेगळ्या पद्धतीने विकास झाला.

जेनीफर सांगते, मायक्रोफायनान्स हा विषय पुस्तकात अतिशय सुंदर आहे. परंतु आपण जेव्हा वास्तवात त्याचा वापर करू पाहतो तेव्हा ते तितकेसे सोपे नाही. या क्षेत्रातील कर्जासंबंधातील काही बाबी तिला अजिबात मान्य नाहीत त्यामध्ये काही पारदर्शकतेसंबंधातील मुद्देही आहेत ज्यामुळे ती वैतागते व अस्वस्थ होते.

कोलंबियामध्ये मी जी गोष्ट शिकले ती म्हणजे तुम्हाला विश्वास संपादन करावा लागतो. त्यांचा इतिहास अतिशय हिंसक आहे आणि तिथे फार मोठ्या प्रमाणावर भ्रष्टाचार आणि विषमता आहे. या साऱ्यांचा एकत्रितपणे विचार केला तर हा असा समाज आहे जो कुणावरही चटकन विश्वास ठेवण्यास तयार होत नाही. या समाजाने खुल्या मनाने, आदराने मला स्वीकारले आणि चांगली वागणूकही दिली. परंतु जेव्हा व्यवसायाची गोष्ट येते तेव्हा मात्र ते सहजासहजी विश्वास ठेवायला तयार होत नाहीत.

ती एका अशा शहरातून आलेली होती जिथे विश्वास महत्त्वाचा मानला जात होता. ते पाहतच ती लहानाची मोठी झाली होती. जोपर्यंत दोषी असल्याचे सिद्ध होत नाही तोपर्यंत तो निर्दोश आहे अशी तिथली मानसिकता होती. अशा पार्श्वभूमीतून आल्यानंतर कोणताही प्रस्थापित 'बँड नसताना अथवा कोणतीही नावाची ओळख नसताना अथवा लोन शार्क वा चॅरीटी

या माध्यमातून पुढे येत नसताना या नव्या शहरात एक नवीन व्यवसाय प्रस्थापित करणे हे खरोखर मोठे आव्हान होते. '

सध्याचा तिचा दिवस कसा असतो?

'मी सकाळी उठते. ऑफिसला जाते. आदल्या दिवशी आम्हाला किती पैसे परत आलेले आहेत याचा हिशोब पाहते. अपेक्षित असलेल्या रकमेशी ते ताडून पाहते. ग्राहकांकडून पैसे देण्यास उशीर झाला असेल तर आम्हाला त्याची जाणीव आहे हे त्यांना कळवावे लागते तसेच त्यांना परतफेड करण्यास उशीर का झाला याची कारणेही समजून घ्यावी लागतात. त्यासाठी अशा लोकांची यादी आम्ही एक दिवस अगोदरच तयार करून ठेवतो व त्यानंतर क्रेडीट ॲनालिस्ट त्या ग्राहकांना जाऊन भेटतात. त्यामुळे मी त्यादिवशी नुसती संदेशवाहक आहे की कंपनीची अध्यक्षा हे त्या त्या दिवसाच्या परिस्थितीवर अवलंबून असते.'

खऱ्या अर्थाने गरजू असणाऱ्या आणि स्वतःचा व्यवसाय सुरू करण्याची इच्छा बाळगून असलेल्या लोकांना पैसे उपलब्ध करून देणे ही कंपनीची सध्याची खरी गरज आहे. कोलंबियातील जवळपास ५० टक्के लोक हे अत्यंत गरीब अवस्थेत जगतात. स्थिर उत्पन्नाची हमी नसल्याने आणि रोजगार अस्थिर असल्याने दारिद्र्याच्या दुष्टचक्रात ते अडकलेले असतात तसेच शिक्षण, आरोग्य यासारख्या प्राथमिक सुविधांपासूनही ते वंचित राहतात. बहुतांश कर्मचारी हे असंघटीत क्षेत्रात काम करतात. या क्षेत्रात अतिशय सर्जनशील, उर्जेने परिपूर्ण आणि अतिशय कष्टाळू कोलंबियन लोक असतात. जास्त व्याजदराच्या ओझ्याने दबल्याने ते कर्जाकडे वळत नाहीत आणि त्याच्याजोडीला कमी शिक्षण आणि प्रशिक्षण या बाबीदेखील असतातच. त्यामुळेच या क्षेत्रातील मायक्रोबिझनेस हे प्रामुख्याने अस्थिर होतात. त्यामुळे या क्षेत्रामध्ये जे स्थानिक लोक कर्ज उपलब्ध करून देतात ते तब्बल २० टक्के दराने असते. त्यामुळे तब्बल ५४ लाख कोलंबियन लघुउद्योजकांना कमी व्याजदरातील कर्जाची नितांत गरज आहे. सद्यस्थितीत तिथे असणाऱ्या मायक्रोफायनान्स इन्स्टिट्यूट (एमएफआय) या प्रचंड संख्येच्या जेमतेम २५ टक्के भागापर्यंत पोहोचू शकलेल्या आहेत.

आम्ही एक जबाबदार अशी कर्जपद्धती आखून पहिल्यांदाच त्याला चांगला आकार देण्याचा प्रयत्न केला आणि आम्ही आमच्या ग्राहकांच्या जीवनाचा दर्जा उंचावण्यासाठी जाणीवपूर्वक व नियोजनबद्ध रितीने प्रयत्न करीत आहोत.

आजवरचा तिचा या क्षेत्रातील अनुभव कसा होता?

अत्यंत थक्क करून सोडणारा असा अनुभव होता. कोलंबियातील लोक हे दुर्दैवाने अतिशय नकारात्मक असा दृष्टिकोन बाळगणारे लोक आहेत. ड्रग्जच्या आहारी गेलेले, हिंसक आणि नक्षलवादी कारवाया करणारे असेही लोक आहेत. परंतु मी जेव्हा इथे आले तेव्हा मला मात्र सन्मानाचीच वागणूक मिळाली. इतरांनी जसे चित्र रंगवले होते तसे अनुभव माझ्या वाट्याला आले नाहीत.'

आजवर तिने जे काही केले त्या साऱ्याचा सार काय असे आम्ही तिला विचारले. या साऱ्यामागे तिचे स्वतःचे जीवनविषयक तत्त्वज्ञान काय?

खरोखर मोठा प्रश्न आहे. मी त्यावर खूप काळ विचारदेखील केलेला आहे. माझ्या मते, काही वेळेला एक पाऊल मागे घेणे आणि समोर चालू असलेल्या गोष्टींचा नीट विचार करणेसुद्धा महत्त्वाचे असते. म्हणजे जेव्हा तुम्ही कॉलेजमध्ये पदवीधर असता आणि तेव्हा तुम्ही पदवी संपादन केलेली नसते तरीही तुम्हाला कोणता विषय प्राधान्याने घ्यायचा आहे हे तुम्ही ठरवता तेव्हा तुम्हाला आश्चर्य वाचते, इतके सांगून जेनीफर काही काळ थांबते, आणि सॉक्रेटिसचे एक वाक्य सांगते, आय ओन्ली नो दॅट आय नो नथिंग (मला इतकेच माहित आहे की मला काहीच माहिती नाही.)

मी माझे आजवरचे आयुष्य हे प्रत्येक क्षणी शिकण्यासाठी महत्त्वाचे मानले आहे. मी लोकांकडून शिकले, विविध संस्कृतीकडून शिकले. काही वेळा मी व्यवस्थापक म्हणून काम करताना एक पाऊल मागे आले आणि अधिक चांगला व्यवस्थापक कसे बनता येईल याचा विचार केला. अन्य लोकांची उदाहरणे जरुर पहावीत आणि विविध परिस्थिती त्यांनी कशा हाताळल्या याचादेखील अभ्यास करावा.

> आयुष्य कायम अनेक आश्चर्यकारक गोष्टींनी भरलेले असते. ज्या क्षणी मला असे वाटते, की मला आता काहीतरी माहीत झाले आहे. त्याचवेळी कुणीतरी अथवा काहीतरी मला आश्चर्यचकीत करून सोडते आणि त्याक्षणी साक्षात्कार होतो, तुला वाटतं तसं काही नाही!

काहीवेळेस तुम्हाला असं वाटतं की, तुम्हाला काहीतरी समजलेलं आहे आणि नंतर असं लक्षात येतं की, जे समजलेलं आहे ते म्हणजे हिमनगाचं केवळ एक टोक आहे. हीच गोष्ट आपल्याला अतिशय नम्र आणि आधुनिक बनवते. त्यामुळे आपण सातत्याने शिकत राहतो आणि आपल्या व्यक्तिमत्त्वाचा विकास होत राहतो.

या साऱ्या अनुभवातून गेल्यानंतर जेनीफर स्वतःला 'सिरियल उद्योजक' असल्याचे मानते. महाविद्यालयात जाणे, ते करत असताना नोकरी सांभाळणे, त्यानंतर एमबीए करणे आणि नवीन व्यवसाय स्थापन करणे या साऱ्या टप्प्यांवर ती खूप काही शिकत गेली. त्यातून तिच्या व्यक्तिमत्त्वाचाही चांगला विकास झाला. आणि अर्थातच तीचा हा प्रवास आजही तसाच सुरू आहे! आपल्याला सारे काही अद्याप माहीत झालेले नाही हा दृष्टिकोन सातत्याने मनाशी जागा ठेवणे आणि सातत्याने नवे शिकण्याची मनिषा मनाशी बाळगून असणे यातूनच तिच्या जीवनाला अधिक चांगला आकार येत आहे.

माझ्या व्यक्तिमत्त्वाला खरंच खूप चांगला आकार आला आहे. मी माझ्याविषयी खूपकाही शिकले आहे आणि अजूनही माझी शिकण्याची प्रक्रिया अखंड सुरू आहे.

जर हाच प्रश्न तिला तिचे एमबीएचे शिक्षण पूर्ण होण्यापूर्वी विचारला असता तर ती म्हणाली असती, की तिच्याकडे धोका पत्करण्याची तयारी खूप कमी होती आणि तिला स्थिर आणि सुरक्षित आयुष्य आवश्यक वाटत होते. परंतु तिला जो अनुभव मिळाला त्यातून तिचा आत्मविश्वास वाढला आणि एक उद्योजक म्हणून तिच्या क्षमतांवर तिचा विश्वास निर्माण झाला.

'त्यामुळेच मी स्वतःला एक 'सरियल उद्योजक' मानते. एक असा उद्योजक जो सातत्याने नवे काही करण्यासाठी प्रवृत्त होत असतो. प्रत्येक नवा उपक्रम आणि प्रकल्पाकडे नव्या दृष्टीने पाहायला मी शकले. त्यामुळे मी स्वतः अधिक शहाणपण ठेवून आणि स्मार्ट पद्धतीने विकसीत होत आहे. सातत्याने शिकण्याची माझी प्रवृत्ती कायम आहे.

५

प्रभाव निर्माण करताना

टाईज क्रोझेन

टाईजची कहाणी अतिशय रंजक आहे. नेदरलँडमधील एका छोट्याशा गावात ते राहत असत. त्याच्या वडिलांचा कुटुंबकबिला बराच मोठा म्हणजे जवळपास २० जणांचा होता. टाईजचे वडिल घरात नववा मुलगा होते आणि महाविद्यालयीन शिक्षण घेणारे ते घरात पहिले होते. त्याचे वडिल कॅथलिक होते. त्यांनी टाइज सिनियरला सेमिनरीमध्ये पाठवले. तेव्हापासून त्यांना आपल्या मुलाने प्रिस्ट व्हावे असे वाटत होते. त्यासाठी आवश्यक असणारी बुद्धीमत्ता त्यांना या मुलामध्ये दिसून येत होती. टाईज तेव्हा सतरा वर्षांचा होता. त्याने बराच काळ प्रिस्टचे शिक्षण घेतले. त्यानंतर मात्र अर्थशास्त्राचे शिक्षण घेण्यासाठी त्याने विद्यापीठात जाण्याचे ठरवले. त्याच्या वडिलांना मात्र उत्सुकता होती आपला मुलगा कधी प्रिस्ट होतो आणि आपल्या कुटुंबाचे नाव उज्ज्वल करतो याचीच. परंतु जेव्हा परस्परभिन्न विचारधारा आणि मार्ग दिसून आले तेव्हा वडिलांनी तब्बल दोन वर्षे त्याच्याशी बोलणेच बंद करून टाकले होते.

टाईजची आई ही देखील अशाच एका मोठ्या कुटुंबातून आलेली होती. त्यांच्या कुटुंबात १७ मुले होती त्यापैकी ही चौदावी होती. त्यांचे वडिल हे नेदरलँडमधील मेडेम्ब्लिंक या भागामध्ये बिझनेसमन होते.

लग्न झाल्यानंतर टाईजचे आईवडिल हे नेदरलँडमधील हार्लेम या भागात स्थलांतरीत झाले. त्यांना एकूण चार मुले झाली त्यातील टाईज हा तिसरा मुलगा. (जन्म १९६३)

सुरुवातीला मी अतिशय लाजराबुजरा आणि साधा मुलगा होतो. परंतु मी जेव्हा माध्यमिक शाळेत पाऊल ठेवले तेव्हापासून मात्र मी भलताच गोंधळ घालणारा बनलो. मला अनेकदा वर्गाच्या बाहेर काढले जायचे. अर्थात मला त्यातच अधिक आनंद मिळायचा कारण मला वर्गापेक्षा वर्गाबाहेर वेळ घालवायला अधिक आवडायचा.

अगदी सुरुवातीपासूनच टाईजला भविष्यात जे काही करायचे होते त्यात त्याला निर्णय घेण्यात अनेक अडचणी येत.

प्राथमिक शाळेत असताना त्याला इतिहास या विषयाची विशेष आवड होती. त्यामुळे त्याला मोठेपणी पुरातत्त्वशास्त्रज्ञ बनायचे होते. परंतु माध्यमिक शाळेत गेल्यानंतर मात्र त्याची आवड बदलली.

माध्यमिक शाळेत गेल्यानंतर त्याला रोविंगची आवड निर्माण झाली. तो आठवड्यातून वीस तास रोविंगचा सराव करीत असे. त्या सरावाचा त्याच्या आयुष्यावर सकारात्मक परिणाम झाला, असे तो मानतो. त्यामुळे त्याच्या आयुष्याला शिस्त आली आणि त्याला वेळेचे योग्य नियोजन करता येऊ लागले.

माध्यमिक शिक्षण पूर्ण झाल्यानंतर मात्र आपल्याला नक्की पुढे काय करायचे आहे हे त्याच्यासमोरही सुस्पष्ट नव्हते. त्यामुळे त्याने 'बिझनेस' या विषयाचा अभ्यास करायचे ठरवले कारण त्या विषयात अधिक संधी असल्याचे दिसून येत होते आणि इतरही अनेक पर्याय उपलब्ध होते. वयाच्या १८ व्या वर्षी त्याने ट्रेन्टी विद्यापीठामध्ये प्रवेश घेतला. त्याठिकाणी १९८७ मध्ये तो पदवीधर झाला आणि बिझनेस या विषयाची मास्टर्स पदवी त्याने संपादन केली.

(इथेच त्याला त्याच्या आयुष्याची जोडीदार निकोले भेटली. ते वर्ष होते १९८७. त्यावेळी निकोले ही टेक्सटाईल मॅनेजमेंटचे शिक्षण घेत होती. त्यानंतर तिने फॅशन बिझनेस या विषयाचा अभ्यास करण्यास सुरुवात केली.)

टाईजने मास्टर्स पदवी संपादन केलेली असली तरीही पुढे नक्की काय करायचे हे त्याला ठाऊक नव्हतेच.

त्यानंतर तो १६ महिन्यांच्या सक्तीच्या लष्करी प्रशिक्षणासाठी गेला. तिथे त्याने प्रामुख्याने डेस्कवर काम केले तोपर्यंत त्याने महाविद्यालयात जाऊन पदवीही संपादन केली.

इतके सारे करूनही अजूनही मनाशी ठरत नव्हते की मला पुढे जाऊन काय करायचे आहे. बहुदा ही माझ्या आयुष्याचीच कथा बनली असावी, की मला कोणत्या दिशेने जायचे आहे. माझी दिशा मला कधीच सापडली नव्हती. त्यामुळेच कल्पनेपेक्षाही माझा प्रत्यक्ष कामावरच अधिक विश्वास राहिला.

त्याने अँडरसन कन्सल्टिंग (ॲक्सेंचर या नावाने प्रसिद्ध) या कंपनीमध्ये काम करण्यास सुरुवात केली. नोकरीवर रुजू होण्यापूर्वी त्याने त्याच्या एका मित्रासोबत ब्राझीलहून तीन महिन्यांसाठी प्रवास करण्याचे ठरवले. त्याच्या मते इतर साऱ्या रहाटगाडग्यांमध्ये अडकण्यापूर्वी एक सुनियोजित असा मस्त प्रवास करण्याची ही आयुष्यातील एक अनोखी संधी होती.

त्याचा तो पहिला विमानप्रवास होता आणि पहिल्यांदा तो एखाद्या विकसनशील देशाला भेट देत होता. या काळात सर्व प्रकारच्या लोकांना तो भेटला. अत्यंत श्रीमंतात श्रीमंत आणि गरीबात गरीबही!

आम्ही तिथे केवळ पर्यटक बनून राहिलो नाही. कारण जेव्हा तुम्ही केवळ पर्यटनाच्या भूमिकेतून एखाद्या ठिकाणी जाता. मुर्खासारखे कुठल्या ना कुठल्या ठिकाणी फिरत राहता. धावपळीत एका मागून एक नुसत्या जागा पाहत राहता. वेळ नुसताच वाया घालवत राहता. परंतु जेव्हा तुम्ही एखाद्या ठिकाणी तीन महिने जाऊन राहता तेव्हा तुम्ही तिथल्या आयुष्याचा नकळत भाग होऊन जाता.

बोटीत बसल्यानंतर अचानक इंजिन बंद पडले आणि आजूबाजूला मदतीसाठी कुणीही नव्हते. हा विलक्षण थरारक अनुभव होता.

कायमचा लक्षात रहावा असा. आम्ही ॲमेझॉनला बोटीने जात होतो. या बोटीमध्ये तुम्हाला बिछाना घेऊन यावे लागते. मनोस नावाने सुपरिचित असलेली ही ट्रीप दिवसा चालते. ही संपूर्ण बोट बिछान्यांनी भरून गेलेली होती. त्यामुळे एक जरी माणूस हालला असता तर त्याच्यामुळे सगळ्यांना हालणे भाग होते. बोटीवर आमचे सारे चांगले मित्र झालेले होते. ते सारे सोन्याच्या शोधात बाहेर पडलेले होते. ॲमेझॉनमध्ये सोने मिळवण्यासाठी ते चालले होते. अचानक एक दिवस जिथे कुणाचीही मदत मिळणेच दुरापास्त होते अशा ठिकाणी बोटीचे इंजिन खराब झाले. नदीच्या जवळ आम्हाला एक छोटेसे गाव दिसत होते. आम्हाला परत घेऊन जाण्यासाठी एखादी नवीन बोट येईपर्यंत आम्ही त्या गावामध्येच दोन दिवस घालवले.

ते गाव खरोखरीच फार सुंदर होते. त्या गावाने गोरे लोक कधीही पाहिलेले नव्हते त्यामुळे एखादे सेलिब्रेटी गावात यावेत अशी आमची त्या गावात खातीरदारी झाली.'

परत आल्यानंतर टाईजने ॲंडरसनमध्ये नोकरी पत्करली. अवघ्या तीन आठवड्यांची मुदत देऊन त्याला पुस्तकांचा एक गठ्ठा देण्यात आला. त्यानंतर त्याला शिकागोमध्ये चार किंवा सहा नव्याने भरती झालेल्यांसमवेत प्रशिक्षणासाठी पाठवण्यात आले.

ही त्याची पहिली नोकरी होती. त्यापूर्वी सैन्यात असताना अगदीच माफक पगार मिळत असे. महाविद्यालयात असताना तो एका प्रोफेसरच्या हाताखाली काम करत असे त्यासाठी त्याला थोड्या स्वरुपात मेहनताना मिळत असे. परंतु ही त्याची खऱ्या अर्थाने पूर्ण वेळ अशी पहिली नोकरी होती.

शिकागोमध्ये, त्याला घेण्यासाठी विमानतळावर लिमोझिन कार आली आणि तिथून त्याला घेऊन ॲंडरसनच्या कॅंपसवर घेऊन गेली. प्रशिक्षण केंद्राच्या ठिकाणी जगभरातून निवडलेले लोक आलेले होते. त्यांना सकाळी ८ ते रात्री १० असा पूर्ण वेळ काम करावे लागत असे. नव्याने भरती होणाऱ्यांना कंपनीतील कार्यसंस्कृतीची माहिती व्हावी यासाठी या प्रशिक्षण वर्गाची आखणी केलेली होती. प्रत्यक्ष काम सुरू करण्यापूर्वी त्यांना तिथे तीन आठवड्यांचे प्रशिक्षण देण्यात आले.

त्याने ॲंडरसनमध्ये सहा वर्षे काम केले. ज्युनिअर कन्सल्टंटपासून सुरुवात करून सिनियर कन्सल्टंट आणि एंगेजमेंट मॅनेजरपर्यंत त्याने प्रगती केली. टाईजने तेथील कामाचा मनापासून

आनंद घेतला. निश्चितपणे पाळल्या जाणाऱ्या डेडलाईनसह उच्च गुणवत्तेची हमी देणारी ही कंपनी असल्याने ते सारेच खूप कष्ट करत असत. त्याने कंपनीच्या खासगी क्षेत्रामध्ये काम केले. (ही कंपनी शासकीय क्षेत्रातही काम करत होती.)

त्याचा पहिला एंगेजमेंट मॅनेजर हा त्याचा उत्तम पालक, मार्गदर्शक होता. चार वर्षानंतर टाईजला वर्षभरासाठी लंडनमध्ये जाण्याची संधी कंपनीकडून मिळाली. अँडरसनच्या स्मार्ट स्टोअर युरोप या प्रकल्पावर आंतरराष्ट्रीय स्वरुपाचे काम करण्यासाठी तो तिथे गेला. तो त्याच्या गर्लफ्रेंड(जी आता त्याची बायको झाली आहे.) सोबत तिथे गेला आणि डाऊनटाऊनमध्ये राहू लागला. तेथील घराचे भाडे हे त्याच्या पगारापेक्षाही अधिक होते परंतु कंपनीने त्याची सर्व प्रकारे काळजी घेतली.

या प्रकल्पावर काम करण्यासाठी संपूर्ण युरोपातून आणि काही अमेरिकेतून अशी २० ते २५ जणांची एक टीम कार्यरत होती. अँडरसनच्या दृष्टीने हा प्रकल्प म्हणजे एक मार्केटिंगचे साधन होते.

'हा खरंच प्रेरणादायी अनुभव होता. तरुणपणी तुम्हाला अशा एखाद्या आंतरराष्ट्रीय स्तरावरच्या टीमसोबत काम करण्याची संधी मिळतेच असं नाही तसेच युरोपातील सर्वात यशस्वी अशा कंपन्यांसमवेत व्यवस्थापन करण्याची संधीही मिळत नसते. परंतु मला ती मिळाली.'

नेदरलँडला परत गेल्यानंतर त्याची 'कन्झ्युमर प्रॉडक्ट्स स्पेशालिस्ट' म्हणून निवड झाली आणि युकेमध्ये असताना त्याने केलेल्या प्रकल्पावर चांगले काम केल्याची ती पावती होती. युकेमध्ये असताना जितका आव्हानात्मक आणि आनंददायी असा जॉब वाटत होता तसे परत आल्यावर काही वाटेनासे झाले. तेव्हा त्याने बिझनेस स्ट्रॅटेजी कन्सल्टिंगच्या व्यवसायात शिरण्याचे ठरवले. तिथे त्याला हवे तसे काम करण्याचे स्वातंत्र्य मिळणार होते.

टाईजने रॉबर्ट पिनो अँड कंपनी या एका छोट्याशा फर्ममध्ये नोकरी स्वीकारली. तिथे जेमतेम दहा कर्मचारी होते. ही उद्योजकताप्रिय कंपनी होती आणि त्यांचे काम उच्च गुणवत्तेद्वारे जगाला दाखवून देत असे. ग्राहकांची बाजारपेठ या विषयावर त्यांचा भर असल्याने ते युनिलिव्हर, हेनकेन यासारख्या कंपनीसमवेत काम करत असत. आधीच्या कंपनीत जितके जीव तोडून काम केले होते तितके इथे केले नाही. सर्वात जास्त अनुभव असलेला तो मालकानंतरचा दुसरा कर्मचारी होता.

'ॲक्सेंचरमध्ये मी प्रामुख्याने वितरणाशी संबंधीत होतो परंतु इथे मात्र विक्री, अंतर्गत व्यवस्थापन आणि वितरण अशा सर्वच बाबींशी संबंध येत होता.'

'मला तिथेही चांगल्या कामाचा आनंद मिळाला परंतु काही वर्षांतच मी तेथील सर्वात अनुभवी कर्मचारी बनलो. तिथल्या मालकाकडून मी अनेक गोष्टी शिकलो हे खरे; परंतु तिथे आणि अँडरसनमध्ये काम करताना मी कामाशी संबंधीत बहुतांश साऱ्या गोष्टी शिकलो आणि त्यामध्ये काही दम उरला आहे असं मला वाटेनासं झालं. त्याचप्रमाणे त्या व्यवसायामध्ये मी भागीदार होण्याची शक्यता नव्हती. कारण जो मालक होता त्याला एकट्यानेच हा व्यवसाय वाढवायचा होता आणि त्याची विक्री करायची होती. त्यामुळे मी ठरवले की आता इथून आपण आपले बस्तान हलवलेले बरे.'

तिथून टाईजने नॉर्टन अँड कंपनी (एनएनसी)च्या नोलान या आणखी एका कन्सल्टिंग फर्ममध्ये नोकरी करण्यास सुरुवात केली. एनएनसी ही त्या काळात केपीएमजीचा भाग होती. (केपीएमजी ही जगातील सर्वात मोठी व्यावसायिक सेवा देणारी कंपनी होती आणि डेलॉईट, अर्न्स्ट अँड यंग, प्राईसवॉटरहाऊस कूपर्स यासारख्या मोठ्या चार ऑडिटर्सपैकी ती एक कंपनी होती.) केपीएमजीचा भाग असले तरी त्यांचे युनिट स्वतंत्र होते. ही एक मध्यम आकाराची कन्सल्टिंग फर्म होती.

व्यवसाय आणि आयसीटीची धोरणे यात दुवा साधून देण्यावर कंपनीचा भर होता. ॲक्सेंचरमध्ये शिकलेली आयसीटीची पार्श्वभूमी येथे कामी आली. या कंपनीची आणखी एक गोष्ट टाईजला भावली ती म्हणजे, या कंपनीचे शैक्षणिक वर्तुळात अतिशय चांगले संबंध होते. त्यांची स्वतःची संशोधन संस्था होती आणि दोन कर्मचारी विद्यापीठामध्ये पार्टटाईम प्रोफेसर होते. त्यामुळे सातत्याने नव्या कल्पना, संकल्पना आणि मॉडेल्स येत राहतील असा प्रयत्न या वर्तुळाच्या माध्यमातून होत असे.

टाईजने तिथे ग्राहक उत्पादने आणि मनुष्यबळ सेवा या विभागांमध्ये पाच वर्षे काम केले. आता टाईज ४० वर्षांचा झाला होता आणि त्याला कन्सल्टंट म्हणून तब्बल १५ वर्षांचा अनुभव होता.

'माझ्या असे लक्षात आले, की मला माझे क्षेत्र मनापासून आवडते आणि त्यापुढील साधारणतः वीस ते पंचविस वर्षांपर्यंत मी स्वतः कन्सल्टिंग करू शकतो. नोलान, नॉर्टन अँड कंपनीमध्ये

भागीदार बनण्याची मला निश्चितच संधी होती. परंतु कन्सल्टिंग क्षेत्रामध्ये माझे विश्व अधिक व्यापक करावे असे मी ठरवले.'

टाईजला सारे जग पाहण्याची उत्सुकता होती. मुले होण्यापूर्वी तो त्याच्या बायकोसह विविध विकसनशील देशांमध्ये दरवर्षी फिरायला जात असे. त्यांनी भारत, इंडोनेशिया, दक्षिण अमेरिका या देशांत प्रवास केलेला होता आणि नव्या ठिकाणी फिरण्यासाठी ते कायम उत्साही असायचे.

एक दिवशी, टाईजने एक जाहिरात पाहिली. ती होती एसएनव्ही, अर्थात एका डच डेव्हलपमेंट कंपनीची. त्याच्या भावाने पदवी प्राप्त केल्यानंतर कंपनीच्या माध्यमातून केनिया व इक्वेडर या ठिकाणी डेव्हलपमेंटचे काम अनेक वर्षे केलेले होते. टाईजला एसएनव्हीचे काम माहीत होते त्यामुळे त्याला त्यांच्या कामाची पद्धत आवडत असे. डेव्हलपिंगच्या क्षेत्रात काम न करणाऱ्या लोकांचा एसएनव्ही कंपनी शोध घेत असल्याचे त्या जाहिरातीत विशेषत्वाने नमूद करण्यात आले होते. त्याला कंट्री डायरेक्टर या पदासाठी सुयोग्य व्यक्ती हवा होता.

'ती जाहिरात पाहताक्षणी माझ्या मनात आलं, की तो मीच. अशाच स्वरुपाचा जॉब मला करायचाय. एका संपूर्णतः नव्या देशात तेही विकसनशील अशा देशात राहायला मिळणार आणि आत्ता आहे त्यापेक्षा संपूर्णतः वेगळ्या पद्धतीने आयुष्य जगता येणार होते ही त्या जाहिरातीतील अपेक्षांची चांगली जमेची बाजू होती. माझ्या अनुभवांच्या आधाराने मी खासगी क्षेत्रातील विकासात्मक कामात चांगले योगदान देऊ शकेन असा आत्मविश्वासही मला होता.'

टाईज डेव्हलपिंग क्षेत्राशी संबंधीत नव्हता. त्यामुळे या पदासाठी आपण योग्य उमेदवार आहोत असा त्याने विचार केला. आणि त्याने त्या पदासाठी अर्ज देखील केला. या पदासाठी इतरही अनेक अर्ज आलेले होते. टेलिफोनिक इंटरव्ह्यू झाल्यानंतर त्याचे नाव विचारात घेतले गेले; परंतु त्यानंतर तीन आठवडे कोणताही संपर्क झाला नाही. दरम्यानच्या काळात, जर संबंधित जॉबसाठी त्याची निवड झाली तर काय काय करता येईल याचे एक चित्र तो मनाशी रंगवत होता. त्याचे कुटुंब, त्याचे घर आणि इतर व्यावहारिक प्रश्न त्याच्या मनामध्ये होते. आपल्याला नक्की कोणत्या देशामध्ये पाठवले जाईल हे देखील त्याला ठाऊक नव्हते. कारण एकाच वेळी विविध विकसनशील देशांमध्ये प्रमुख म्हणून एसएनव्ही लायक व्यक्तीचा शोध घेत होती. परंतु एकूणच भविष्याविषयी आशादायी चित्र रंगवत होता.

ही नोकरीची नवी सुयोग्य संधी होती. एका बाजूला आदर्श कामाची संधी होती तर दुसरीकडे साहसाचे आव्हानही...

अनेक आठवडे लोटले तरी त्यांच्याकडून काही प्रतिसाद आला नाही. अखेर एक दिवस कंटाळून त्यानेच कंपनीत फोन केला असता त्याला समजले की, त्याची निवडच झालेली नव्हती. इतके दिवस आपण ज्या गोष्टीचा विचार करत होतो आणि राहण्याचे नियोजन करत होतो त्यावर अशा पद्धतीने पाणी फिरलेले पाहून तो कमालीचा निराश झाला. कंपनीने आपली निवड केली नाही ही खंत त्याच्या मनातून जाता जाईना. तेव्हा त्याने याच क्षेत्रातील आणखी नव्या संधींचा शोध घेण्यास सुरुवात केली.

तो काळ अत्यंत निराशाजनक होता. जवळपास दोन वर्षे मी विविध कंपन्यांना नुसता अर्ज पाठवत होतो आणि सातत्याने एकाही मुलाखतीसाठी मला पाचारण केले जात नव्हते. माझा अर्जच बाद होत होता. स्वतःलाच एक संधी द्यावी म्हणून मी पुन्हा एकदा एसएनव्हीच्या मनुष्यबळ विभागाकडे मुलाखतीसाठी अर्ज केला. माझ्या भावाच्या माध्यमातून काही करता येते का हे देखील चाचपडून पाहिले परंतु त्याचा काहीही उपयोग झाला नाही. मी विविध ठिकाणी नोकरीसाठी तब्बल दोन वर्षे फक्त अर्ज करत होतो आणि आता निराशेच्या टोकावर येऊन थांबलो होतो. मी जर पात्रच नसतो तर मला एकवेळ काही वाटले नसते; परंतु काही मोठ्या कंपन्यांची नावे माझ्या सीव्हीमध्ये होती आणि मी त्यांच्यासाठी मनापासून काम केलेले होते. त्या अनुभवाकडे मात्र कुणी ढुंकून पाहायलाही तयार नव्हते.

नोकरीचा पाठपुरावा करण्याचा विषयच डोक्यातून काढून टाकावा अशा विचारापर्यंत टाईज आलेला होता तेव्हा त्याला अचानक एके दिवशी 'आयसीसीआ' या एका डच डेव्हलपमेंट एजन्सीचा फोन आला. त्यांना घानामध्ये सोशल बिझनेस सुरू करू शकेल असा एखादा व्यक्ती हवा होता. आता मात्र एका क्षणाचाही विलंब न लावता त्याने ती नोकरी स्वीकारली आणि कुटुंबासह घानाला जाण्याचा निर्णय घेतला. त्याच्या बायकोने टेक्सटाईलमधील तिची नोकरी आणि प्राथमिक शाळेत शिकवायला जायची ते काम सोडून दिले. नव्या ठिकाणी जाऊन तिथे स्थिर होण्याची तिची मानसिकता सहज तयार झालेली होती.

जेव्हा त्याने नोलन, नॉर्टन अँड कंपनी सोडण्याचा निर्णय घेतला तेव्हा त्याच्या पगार खूप कापण्यात आला. आणि एक मोजकी रक्कम त्याच्या हाती सोपवली. त्याला मिळत असलेला पगार हा तेथील स्थानिक जीवनशैलीच्या तुलनेत योग्य असला तरी एनएनसीच्या तुलनेत तो निश्चितपणे कमी होता. परंतु त्याला आयुष्यात काहीतरी अर्थपूर्ण आणि लोकांच्या जीवनावर थेट परिणाम करू शकेल असे काहीतरी करण्याची मनापासून तळमळ असल्याने तो आपल्या निर्णयावर ठाम राहिला.

मी कंपनीने पाठवलेल्या ऑडी गाडीमध्ये बसलो. जुनी जीवनशैली सोडून दिली, घर सोडले आणि कुटुंबासह घानाकडे रवाना झालो.

हा तसा घाईत घेतलेला निर्णय असला तरीही नक्की काय हवे होते हे त्याच्या मनाला ठाऊक होते.

> मी नेहमी स्वतःविषयी असा विचार करायचो, की जेव्हा मी मरेन तेव्हा; याने अनेक कंपन्यांना मार्गदर्शन केले होते, याने अनेक लोकांचे आयुष्य सावरले,' असे माझ्या थडग्यावर लिहिलेले चांगले असेल. तेव्हा माझ्यापुरते मला उत्तर सापडलेले होते.

२००४ च्या सुमारास टाईज एकटाच घानाला गेला. तिथे त्याने राहण्यासाठी जागेचा शोध घेतला. कुटुंब वर्षाअखेरीस तिकडे येणार असल्याने फर्निचरची व्यवस्था आहे की नाही हे पाहिले आणि इतर आवश्यक गोष्टींचा अंदाज व आढावा घेतला. त्याची मुले सहा व चार वर्षांची होती. ती आता तितकीशी लहान राहिलेली नसल्याने त्यांच्या आरोग्याची फारशी चिंता न करता ती मुले आता इकडे येऊन राहू शकतील असा अंदाज आला. तसेच ती केवळ प्राथमिक शाळेत असल्याने शिक्षणाचीही तशी चिंता नव्हती.

आम्ही एखादा जुगार खेळावा असे पुढे जात होतो. मला कामाच्या ठिकाणी आणि घरामध्ये पुरेसा वेळ मिळत होता. घरामध्ये जणू काही साऱ्या गोष्टींची मी नव्यानेच सुरुवात करत होतो. त्याचप्रमाणे आम्ही कुटुंब म्हणून चार जण अशा एका देशात येऊन राहण्याचा व स्थिर होण्याचा विचार करत होतो जिथे आम्ही कुणालाही ओळखतच नव्हतो. काय पद्धतीने पुढचे आयुष्य जाणार आहे याचाही आम्हाला अंदाज नव्हता. त्यामुळे शुन्यातूनच सारी

सुरुवात होती. आपल्या दैनंदिन जीवनाची एक लय आपल्याला सापडून गेलेली असते. परंतु साऱ्याच गोष्टींची संपूर्ण नव्या वातावरणात सुरुवात करायची म्हणजे खरोखर थरारक अनुभव असतो.

टाईजला कापूस कारखान्यांमध्ये काम करणाऱ्या शेतकऱ्यांना जोडायचे काम दिलेले होते. या प्रकल्पाची संपूर्ण धुरा टाईजकडे राहणार होती व त्याला मध्यस्थ म्हणून काम करायचे होते. या प्रकल्पाची दुसरी बाजू म्हणजे त्याच शेतकऱ्यांना प्रशिक्षित करायचे, त्यांना विविध गटांमध्ये संघटीत करायचे आणि त्यांच्या सहकारी संस्था बनवून त्यांना मध्यस्थ कंपनीमध्ये (सवाना फार्मर्स मार्केटिंग कंपनी – एसएफएमसी) समभागधारक बनवायचे, अशा स्वरुपाची योजना आखलेली होती.

जेव्हा या संकल्पनेचा अधिक विचार केला तेव्हा लक्षात आले की, ही अतिशय चांगली योजना होती. परंतु ती कापसासाठी लागू होऊ शकणार नव्हती. कारण त्यामध्ये कायदेशीर बाबींच्या अनेक मर्यादा होत्या. कापसाच्या उत्पादनामध्ये मोठ्याप्रमाणात प्रतीजैविकांचा वापर केला जात होता ही वस्तुस्थिती होती. त्यामुळे इतर अनेक मुद्द्यांचा मंजुरीच्या प्रक्रियेत प्राथमिक स्तरावरच विचार करणे भाग होते.

तेव्हा कंपनीने कापसासह इतरही पीकांचा समावेश करण्याचे ठरवले. अनेक पीकांचा विचार झाल्यानंतर ज्वारी, सोयाबीन, शेंगदाणे या तीन पिकांची निवड केली.

त्यानंतर ते शेतकऱ्यांकडे गेले आणि त्यांनी कंपनीसमवेत करार करावा यासाठी त्यांचे मन वळवण्याचा प्रयत्न केला. लोकांना त्यात फार रस होता व त्यांच्याकडून मोठ्या प्रमाणावर प्रतिसादही मिळाला. पहिल्याच वर्षी घानाच्या उत्तरेकडील भागातील दहा मोठ्या जिल्ह्यांमध्ये सुमारे ३ हजार शेतकऱ्यांशी करार करण्यात आले.

त्यांच्या टीमने कंपनीचे बस्तान बसवण्यासाठी, खरेदीदार मिळवण्यासाठी विशेष प्रयत्न केले, शेतकऱ्यांमध्ये जागृती निर्माण केली. आता त्यांना मोठ्या प्रमाणावर पैसे मिळणे गरजेचे होते. परंतु त्यांच्याकडे प्राथमिक भांडवलदेखील नव्हते आणि बँकांना या उपक्रमात काहीही रस नव्हता. ते कृषिक्षेत्रसाठी हे खूप नवीन प्रयोग होते. घानातील स्थानिक स्वयंसेवी संस्थांना मदतीचा हात देणाऱ्या 'आयसीसीओ' कडेही ते गेले. त्यांनी एसएफएमसीला प्राथमिक भांडवल देण्याची तयारी दर्शवली त्यामुळे ते देखील या कंपनीचे समभागधारक बनले.

अशारितीने त्यांनी २००५ मध्ये कामाची सुरुवात केली. ऑगस्ट–सप्टेंबर हा पेरणीचा काळ होता. त्यामुळे संपूर्ण उन्हाळ्याच्या काळामध्ये त्यांनी शेतकऱ्यांना प्रशिक्षण दिले. कन्सल्टिंगचे करियर आपल्याला सोडावे लागले याविषयीची कोणतीही तक्रार टाईजने आयुष्यात कधीही केली नाही. त्याच्याच शब्दांत सांगायचे तर, 'मला तर या नव्या कामात खुप मजा येत होती.'

आता पेरणीचा काळ सुरू झाला होता. ज्वारी व सोयाबीनचे पीक चागले आलेले होते. परंतु भुईमुगाचे पीक मात्र अपक्षेप्रमाणे आलेले नव्हते. त्यांना यातून चांगलाच धडा मिळाला कारण त्यांच्या किंमतीपेक्षाही बाजारातील किंमत वर गेलेली होती. सर्वसाधारणपणे एक निश्चित किंमत ठेवून जात असत कारण त्यातून शेतकऱ्यांना सुरक्षितता मिळत असे. करारामध्येही चांगली किंमत नमूद करण्यात आलेली होती. उत्पादन झालेला माल शेतकऱ्यांनी कंपनीला आणून दिल्यानंतर त्यांना तेवढी रक्कम कंपनीकडून मिळणार असल्याचे कंत्राटात नमूद करण्यात आलेले होते. करार करत असताना ही किंमत शेतकऱ्यांना निश्चितच चांगली वाटली होती. प्रत्यक्षात मात्र त्या विशिष्ट हंगामामध्ये भुईमुगाचे उत्पन्नच कमी आल्याने उपलब्धता कमी झाली आणि त्यामुळे मूळ किंमतीपेक्षाही अधिक बाजारभाव झाल्याने सगळे गणितच बिघडून गेले.

'ज्या शेतकऱ्यांनी बियाणांसाठी आमच्याकडून पैसे उचलले होते आणि पेरणी केलेली होती. त्यांनी त्यांचे उत्पादन इतर खरेदीदारांना विकून टाकले. अर्थातच आम्हाला कुठलीही पूर्वकल्पना न देता. ठरल्याप्रमाणे उत्पादन न देऊ शकण्याची अनेक कारणे त्यांनी आमच्यासमोर ठेवली. जशी की, आमचे शेतच आगीत जळले. ते उत्पादीत झालेले धान्य विकून टाकत असत आणि जे काही उरलेले असेल ते जाळून टाकत. केवळ त्यांनी सांगितलेली कथा आम्हाला खरी वाटावी म्हणून!

भुईमुगाचे उत्पादन अपेक्षेपेक्षाही कमी आल्याने शेतकऱ्यांनी तीन समस्यांना सामोरे जावे लागले. जितके आश्वासन दिले होते त्या प्रमाणात ते त्यांच्या खरेदीदाराला माल देऊ शकले नाहीत. त्यामुळे सारे खरेदीदार संतापले आणि त्यांनी शेतकऱ्यांवर कायदेशीर दावे दाखल करण्याची भाषा सुरू केली. ज्या शेतकऱ्यांनी कंपनीकडून कर्ज घेतलेले होते ते कंपनीला कर्ज परत फेडू शकले नाहीत. उत्पादीत मालाच्या विक्रीनंतर ते त्यांचे कर्ज फेडतील असे खरे तर ठरले होते. परंतु त्यांनी त्यांचा माल तिसऱ्यालाच विकलेला होता. त्यांचे इतर खर्च

भरून काढण्यासाठी त्यांना आता पुन्हा काही किंमतीची गरज लागणार होती. आता ते कुठून जमा करायचे हा पुन्हा प्रश्न होताच.

या पहिल्याच अनुभवातून टाईजसह साऱ्यांनाच खूप काही शिकता आले आणि त्यादृष्टीने त्यांनी पुढच्या हंगामापासूनच बिझनेस मॉडेलमध्ये काही बदल घडवले. झालेल्या चुका पुन्हा होणार नाहीत याची काळजी घेतली. त्यांची एकच ठोस दराची पद्धत बंद केली आणि त्यांना करारामध्ये अधिक लवचिकता आणली. दुसऱ्या वर्षी त्यांच्याकडे जवळपास ४ ते ५ हजार शेतकरी आले. ते ज्या स्वयंसेवी संस्थेच्या सोबतीने काम करत होते त्यांच्या माध्यमातून इतक्या मोठ्या प्रमाणावर शेतकरी जोडले जात होते. काहीवेळेला तर टाईज स्वतः शेतकऱ्यांना भेटत असे, त्यांच्याशी चर्चा करत असे आणि त्यांना या उपक्रमाशी जोडत असे.

> तो माझ्या आयुष्यातील हा अत्यंत मजेशीर व आनंदाचा असा हा काळ होता. एखाद्या क्षणी मी कदाचित, गिनीजच्या मुख्यालयात बोलत असे तर दुसऱ्या क्षणी मी एखाद्या आंब्याच्या झाडाखाली बसून निरक्षर अशा शेतकऱ्यांशी त्यांच्या शेताविषयी संवाद साधत असे.

टाईजला नेहमी असे वाटत असे, की त्याची कंपनी म्हणजे दोन भिन्न जगांना जोडणारा एक दुवा अथवा एक सेतू आहे.

दुसऱ्या वर्षी बऱ्याचशा गोष्टी सुरळीत होत गेल्या आणि त्यांना नफा मिळायलादेखील सुरुवात झाली. तिसरे वर्ष सुरु झाले तसे टाईजच्या जागी दुसऱ्या व्यक्तीचा शोध सुरू झाला कारण त्याच्या कंत्राटानुसार त्याच्याकडे ही जबाबदारी तीन वर्षांसाठीच होती. त्याच्याजागी एका महिलेकडे ही जबाबदारी सोपवण्यात आली. ही महिला अतिशय कार्यक्षम आणि व्यवसाय अतिशय चांगल्या रितीने हाताळणारी होती. त्यामुळे आपले कंत्राट वाढवून घ्यावे असे कोणतेही कारण टाईजला दिसेना.

'आफ्रिकेमध्ये जिथे काहीही नव्हते तिथे मी व्यवसायाची पायाभरणी करून तो यशस्वी करून दाखवला होता. त्यामुळे तिथे मला अतिशय उपयुक्त अनुभव मिळाला होता म्हणून मी तिथून जायचे ठरवले.'

पुन्हा एकदा एखाद्या नव्या विकसनशील देशामध्ये नव्याने काही करण्यासाठी टाईज मुक्त झालेला होता आणि त्याची पत्नी त्याला साथ देण्यासाठी तयार होती. आयसीसीओमधील

दोन व्यवस्थापकांनी मिळून फेअर मॅच सपोर्ट नावाची कंपनी स्थापन केली होती त्यांनी टाईजला त्यांच्या समवेत येण्याविषयी विचारले. हा प्रकल्प नेदरलँडमध्ये होता त्यामुळे ते परत गेले. २००७ च्या उन्हाळ्यामध्ये तीसरा भागीदार म्हणून टाईजदेखील त्यांच्या कंपनीत सहभागी झाला. 'फेअर मॅच सपोर्ट' ही कंपनी विकसनशील देशांतील शेतकऱ्यांसमवेत काम करून त्यांना युरोपमधील चांगला व्यापार आणि ऑर्गेनिक उत्पादनांशी जोडून देणार होते. घाना प्रकल्पाच्या धर्तीवरच हे काम चालणार होते.

आयसीसीओने या उपक्रमाला आर्थिक मदत केली आणि टाईजने आर्थिक व प्रकल्प विकासाची धुरा सांभाळली. परंतु दुर्दैवाने त्याच्या टीमसमवेत त्याचे काही जमेना. त्याचे कंपनीतील इतर दोन भागीदारांशी वाद होऊ लागले. कंपनीला ज्या ठिकाणी घेऊन जायचे होते त्या उद्दिष्टांविषयीच त्यांचे मतभेद वारंवार उघड होऊ लागले. आपण त्यांच्या समवेत फार काळ काम करू शकणार नाही याची टाईजला जाणीव झाली.

मग आता पुढे काय?

आता त्याच्या पुढे सर्वात मोठा प्रश्न आवासून उभा होता तो म्हणजे, आता विकसीत देशांमध्ये की पुन्हा कन्सल्टिंग? कन्सल्टन्सीमध्येच पुन्हा काही करावे की सामाजिक उद्योजकतेमध्येच करियर करावे हा निर्णय त्याला घ्यायचा होता. अनिश्चिततेच्या फेऱ्यातून बाहेर निघून शकल्याने अखेर त्याने दोन्ही क्षेत्रांमध्ये नोकरीसाठी अर्ज केले.

त्याला चार ठिकाणांहून नोकरीच्या संधी आल्या. त्यापैकी दोन कन्सल्टन्सीमधल्या होत्या तर दोन सामाजिक क्षेत्रातल्या होत्या. सामाजिक क्षेत्रातील एक ऑफर नाईस इंटरनॅशनल या कंपनीची होती. कन्सल्टिंगमधील नोकरी त्याला या नोकरीपेक्षा तीन पट पगार देऊ करत असतानाही त्याने या नोकरीची निवड केली.

नाईसकडून आलेली ऑफर ही खऱ्या अर्थाने आव्हानात्मक होती. इकन्सर्न या एका अत्यंत यशस्वी कंपनीचाच एक भाग म्हणजे नाईस कंपनी होती. रिन्युएबल एनर्जीच्या क्षेत्रात ही कंपनी अतिशय वेगाने प्रगती करत होती. ही कंपनी नेदरलँडस्थित होती परंतु त्यांच्या कामाचा विस्तार जगभरात झालेला होता. सौर ऊर्जा, पवन ऊर्जा अशा विविध क्षेत्रात कंपनी चांगल्या रितीने कार्यरत होती.

टाईजने जेव्हा नाईस कंपनीमध्ये प्रवेश केला. ही कंपनी त्याच्या दोन वर्षे अगोदरपासून कार्यरत होती. इ कन्सर्नच्या तरुण, होतकरू व उत्साही कर्मचाऱ्यांनी या कंपनीचा सेटअप तयार केलेला होता. टाईजन व्यवस्थापकपदाची धुरा सांभाळली व त्याला तिथे नाईस कंपनीला नफ्यात आणून प्रगती घडवून आणण्याचे उद्दिष्ट देण्यात आले होते.

या कंपनीला एक पूर्वेतिहासही होता. डच एनर्जी इंडस्ट्रीचे कार्यकारी अधिकारी पॉल व्हॅन सन जेव्हा गांबियामध्ये २००३ ला एका लीडरशीप प्रोग्रॅमच्या निमित्ताने गेले होते तेव्हा त्यांनी पाहिले की, अनेक गावांना पुरेसा वीजपुरवठाच होत नाही. तेव्हा नेदरलँडला परतताना त्यांनी असे ठरवले की, अशा भागांत जिथे सुविधा पोहोचत नाहीत तिथे त्या पोहोचाव्यात म्हणून काही व्यावसायिक पर्याय विकसीत करावेत व त्यासाठी एका फाउंडेशनची स्थापना करावी. त्यानुसार २००४ मध्ये 'एनर्जी फॉर ऑल' या नावाने त्यांनी एका फाउंडेशनची स्थापनाही केली. त्यापैकी एक संस्थापक म्हणजे इ-कन्सर्नचे अध्यक्ष होते. एक सी कंटेनर व त्याला सोलर पॅनल बसवून छताला बसवण्याची कल्पना सुरुवातीला पुढे आली; परंतु ती व्यवहार्य नसल्याचे अल्पावधीतच लक्षात आले. त्यामुळे त्यांनी मागणीच्या बाजूने प्रश्नांचा वेध घ्यायचे ठरवले आणि लोकांना नक्की वीज कशासाठी लागते याचा शोध सुरू केला. त्यांनी आयटी आणि इंटरनेटच्या माध्यमातून सौरऊर्जा विकसीत करता येईल अशी संकल्पना विकसीत करण्यावर भर दिला. त्यामुळे लोकांना वीज तर मिळेलच त्याच्या जोडीला इंटरनेटदेखील मिळेल असा विचार होता. या संकल्पनेसाठी २००६ मध्ये इ कन्सर्नने भांडवल गुंतवण्याचे ठरवले. २००७ मध्ये नाईस गांबियाच्या माध्यमातून बिक्रमा आणि वेलिंगारा या ठिकाणी नाईस केंद्रे स्थापन करण्यात आली.

टाईजने जेव्हा व्यवस्थापकीय संचालक पदाची धुरा सांभाळली तेव्हा नाईस इंटरनॅशनलला फारसा चांगला आकार आलेला नव्हता. नाईसची जी दोन केंद्रे अस्तित्वात होती त्यांच्या माध्यमातून नफा कसा वाढवता येईल यावर टाईजने सुरुवातीला लक्ष केंद्रीत केले. नाईसमध्ये नोकरी सुरू केल्यानंतर अवघ्या सहा महिन्यांच्या काळात इ कन्सर्न ही कंपनी दिवाळखोरीत निघाली आणि त्यामुळे नाईसचे भवितव्य आपसुकच अंधारून आले. इ-कन्सर्न ही त्यांनी एकमेव समभागधारक आणि आर्थिक मदतीचा हात देणारी कंपनी होती.

टाईजने मात्र अद्याप धीर सोडलेला नव्हता. त्याला नाईसमध्ये अजूनही भवितव्य दिसून येत होते. त्यामुळे त्याने दुसरा गुंतवणुकदार शोधण्यास सुरुवात केली. त्याला अशा दोन कंपन्या सापडल्यादेखील. त्यापैकी एक म्हणजे एस्सेंट (हीच ती कंपनी जिच्यासमवेत पॉल व्हॅन

सनने एनर्जी फॉर ऑल ही संस्था स्थापन केली होती.) आणि दुसरी रोबोबँक ही आघाडीची डच बँक होती. ते समभागधारक बनण्यास इच्छुक नव्हते परंतु त्यांनी आर्थिक मदत देण्याची तयारी दर्शवली. 'एनर्जी फॉर ऑल फाउंडेशन'चे शेअर्स त्यांनी दिले. ते 'एनर्जी फॉर ऑल'ला अनुदान स्वरुपात मदत करणार होते त्यामाध्यमातून वाचणारा पैसा आर्थिक गुंतवणुकीसाठी वापरण्यात येणार होता.

मी माझे कार्यालय रोबोबँकमधून सुरू केले आणि त्यांनी गुंतवलेल्या पैशांच्या माध्यमातून आम्ही २००९ व २०१० मध्ये आणखी काही नाईस केंद्रे सुरू केली. जेव्हा मी सुरुवात केली तेव्हा प्रत्येक केंद्राच्या माध्यमातून प्राप्त होणारे उत्पन्न दर महिन्याला १ ते दीड हजार डॉलर्सच्या आसपास होते. परंतु आठ ते दहा महिन्यांच्या आतच हे उत्पन्न प्रत्येक महिन्याला २ ते अडीच हजार डॉलर्सच्या घरात गेले.

नाईस सेंटस म्हणजे नक्की होते काय? साधारणतः दोन शालेय वर्गखोल्यांइतक्या जागेत हे केंद्र असे. त्यामध्ये छतावर एक सौरऊर्जेवर आधारित यंत्रणा प्रस्थापित केलेली असे. तिथे रिसेप्शनची जागा होती आणि त्याचप्रमाणे एक किंवा दोन संगणकाच्या खोल्या असायच्या. तिथे अनेक संगणक इंटरनेटद्वारे जोडलेले असत. त्याचप्रमाणे प्रिंटर आणि स्कॅनर जोडलेले असत. बहुतांश नाईस केंद्रांमध्ये सिनेमा हॉलसारखी व्यवस्था होती. तिथे एक स्क्रीन लावलेला असायचा व लोक येऊन चित्रपट पाहायचे. त्याचप्रमाणे हा स्क्रीन कॉम्प्युटरलाही जोडलेला असल्याने लोकांना त्यावर विविध चित्रे पाहता यायची. तसेच तिथे डिव्हीडी प्लेअरची देखील व्यवस्था केलेली होती. अशाप्रकारे ही केंद्रे कार्यान्वित होत असत.

त्यांना नाईसचा विस्तार करण्यासाठी शासनाकडूनही अनुदान मिळत होते. त्यामाध्यमातून त्यांनी गांबियामध्ये दोन वरून सात केंद्रे नव्याने सुरू केली. या अनुदानानुसार त्यांना लगेच पैसे भरावे लागत नसत. ते नंतर दिले तरी चालत असत. अनेकदा अनुदान तयार असे परंतु जोपर्यंत ते काही ठोस काम करून दाखवत नाहीत तोपर्यंत ते प्राप्त होत नसे. परंतु पुन्हा त्यांना ते सिद्ध करण्यासाठी साधने लागत व त्यासाठी पैसे लागत. ते पैसे त्यांना या दोन गुंतवणुकदारांच्या माध्यमातून मिळत असत.

२०१० मध्ये त्यांनी जितका पैसा ओतला होता त्यामध्ये त्यांना अपेक्षित असणारा पैसा परत आलाच नाही. त्यामुळे ते आणखी एका अडचणीत सापडले. त्यांच्याकडे आता काम

करण्यासाठी स्वतंत्र पैसाच उरला नाही. पुन्हा एकदा नाईस संपण्याच्या अवस्थेत येऊन ठेपली होती. रोबोबँकने वर्षाच्या अखेरपर्यंत पैसे देण्याचे कबूल केले आणि रोबोबँकेच्या सीएसआर संचालकांनी असे सुचवले की, आफ्रिकेतील त्यांच्या सब्सिडरी बँकांना भेटून त्यांच्याकडून काही पैसे मिळतात का अथवा नाईस व त्यांच्यामध्ये काही व्यावसायिक दुवा जोडता येतो का हे तपासून पाहायचे ठरवले. त्यांनी तसे प्रत्यक्षात केलेदेखील. त्यांना नव्याने प्राप्त झालेला पैसा उर्जितावस्था देणारा ठरला आणि त्याद्वारे व्यवसाय पुढे चालू ठेवून त्याचा विस्तार करणे शक्य होणार होते.

परंतु दुर्दैवाने तिसऱ्यांदा आलेला पैसा असाच गेला आणि वर्षाच्या अखेरीस तीच परिस्थिती उद्‌भवली. आता या परिस्थितीतून त्यांना बाहेर काढणे अवघड होते.

‘आम्ही नेदरलँडमधील मूळ कंपनी बंद करण्याचे ठरवले. तो काळ होता सप्टेंबर २०१० चा. आम्हाला खूप चांगल्या पद्धतीने व सर्व आरोपांना उत्तरे देत या वर्षाच्या अखेरपर्यत कंपनीचे काम थांबवायचे होते. या दरम्यानच्या काळात त्यांच्या कर्मचाऱ्यांना नविन नोकरी शोधण्याची संधी प्राप्त होणार होती.’

दरम्यान, गांबियातील त्यांची कंपनी चांगली कामगिरी करत होती. तिथे पाच केंद्रे कार्यान्वित झालेली होती आणि आणखी दोन केंद्रे स्थापन होण्याच्या मार्गावर होती. टाईजसह त्याच्या काही व्यावसायिक भागीदारांनी गांबियातील ही कंपनी विकत घेण्याची तयारी दर्शवली कारण नेदरलँडमधील कंपनी बंद पडल्यानंतर ही कंपनीदेखील बंद पडण्याची शक्यता होती. त्यामुळे गांबिया कंपनीमध्ये समभागधारकांनी गुंतवणूक करावी म्हणून टाईज सातत्याने प्रयत्न करीत होता. नेदरलँडमधील कंपनी डिसेंबरच्या अखेरच्या दिवशी बंद करायचे आम्ही ठरवले होते. डिसेंबरचे जेमतेम पंधरा दिवस झाले असतील-नसतील, मला ब्रुसेल्सवरून एक इ-मेल आला. त्यात म्हटले होते, अभिनंदन, तुम्ही ग्रँटसाठी केलेला अर्ज मंजूर झाला आहे. २०१०च्या सुरुवातीला आम्ही युरोपियन युनियनकडे एनर्जी फंड या स्वरुपात ग्रँट मिळावी म्हणून अर्ज केलेला होता. आम्हाला अर्ज केल्याचे लक्षात होते; परंतु तिकडून काही प्रतिसाद येईल असे वाटत नव्हते. आम्हाला अडीच दशलक्ष युरोचे अनुदान देण्याचे जाहीर केले होते.

अर्थात ही इतकी मोठी ग्रँट काही अशीच सहजासहजी मिळणार नव्हती. त्यासाठी त्यांना को-फंडिंगच्या स्वरुपामध्ये दशलक्ष युरोजची तरतूद करावी लागणार होती आणि ते तर

त्यांच्याकडे नव्हते. त्यामुळे त्यांनी हे पैसे जमवण्यासाठी आणि ग्रँट पदरात पाडून घेण्यासाठी आणखी सहा महिन्यांची मुदत मागून घेतली. साऱ्या दुष्टचक्रातून बाहेर पडण्यासाठी ती एक सुवर्णसंधी होती परंतु त्यांना त्यातून मार्ग काढावा लागणार होता.

त्यादृष्टीने मी गुंतवणुकदार शोधण्यास सुरुवात केली. आम्हाला पैशांची फारच मोठी टंचाई भासत होती. आम्ही जर सातवे केंद्र स्थापन करू शकलो असतो तरच आम्हाला डच शासनाकडून अनुदान प्राप्त होण्याची आशा होती. त्यामुळे मी माझ्या वितरकांना थोडे संयमाने घेण्यास सांगितले. आम्हाला कुठल्याही परिस्थितीत दिवाळखोरी टाळायची होती.

टाईज गुंतवणुकदारांच्या शोधात असताना रोबोबँकने त्यांचे खर्च काही महिन्यांसाठी कमी करण्याचे ठरवले. त्याचप्रमाणे को-फंडिंगसाठी पहिल्या तिमाहीतील रक्कम काही दशलक्षांमध्ये देण्याची तयारी त्यांनी दर्शवली. त्यांना अचानक नाईसमध्ये उज्वल भवितव्य दिसू लागले. कारण आता युरोपियन युनियन अडीच दशलक्ष युरोजची भलीमोठी ग्रँट देण्यास तयार झालेले होते.

नाईसमध्ये गुंतवणूक करतील असे चांगले तीन गुंतवणुकदार शोधण्यात टाईजला यश आले. रोबोबँक, एफएमओ (डच डेव्हलपमेंट बँक), स्किनीडर (एक फ्रेंच फर्म - विकसीत देशांतील ऊर्जा संबंधित प्रकल्पांसाठी त्यांच्याकडे पैसे उपलब्ध होते.) त्या सर्वांशी आर्थिक बोलणी करून निर्णयाप्रत येण्यासाठी काही काळ गेला खरा; परंतु ऑक्टोबर २०११ मध्ये कंत्राटावर स्वाक्षऱ्या झाल्या आणि युरोपियन युनियनची ग्रँट राखण्यात यश आले.

दरम्यान याच काळात अर्थात २०११ मध्ये टाईज 'अनरिजनेबल फेलो' बनला.

नाईसचा टांझानिया आणि झांबियामध्ये विस्तार करणे आणि चार वर्षांच्या कालावधीत ५० नवी केंद्रे विकसीत करणे असे उद्दिष्ट ठेवून त्या प्रकल्पासाठी आर्थिक मदत देण्यात आली. ते त्या प्रकल्पावर वर्षभर काम करत होते परंतु तरीही गोष्टी नियोजनबद्धरितीने होताना दिसत नव्हत्या. बाजारपेठेतील बदलांमुळे त्यांना त्यांच्या व्यावसायिक संकल्पनेतही बदल घडवून आणावे लागले. तेव्हा आता त्यांनी त्यांच्या व्यावसायिक दृष्टिकोनात व्यावहारिकता आणून अधिक मूल्यवर्धित आणि उत्पन्न मिळवून देणाऱ्या सेवा देण्यावर भर दिला आहे. त्याचे निष्कर्ष काय येतात हे पाहून ते भविष्यातील दिशा ठरवणार आहेत.

नाईसच्या माध्यमातून सामाजिक गरज लक्षात घेऊन वीज आणि इंटरनेट अशा पायाभूत सुविधा उपलब्ध करून दिल्या जाणार आहेत. विकसनशील देशांमध्ये प्रगती करण्यासाठी या दोन गोष्टी अतिशय महत्त्वाच्या असतात. जागतिक बँकेला असे दिसून आले आहे की, इंटरनेटच्या वापरामध्ये १० टक्के वाढ झाली तरीही जीडीपीमध्ये १.१ ते १.४ टक्के वाढ होते. अर्थात अजूनही सब सहारन आफ्रिकेतील इंटरनेट सुविधा ही अद्याप १० टक्क्यांपेक्षाही खाली आहे. महागडे संगणक, कनेक्टिव्हीटी आणि वीजेचा तुटवडा यामुळे ही परिस्थिती निर्माण झालेली आहे. इंटरनेटच्या माध्यमातून माहितीचे, ज्ञानाचे आणि तसेच बाजारपेठेचे दरवाजे खुले होतात. अनेक ठिकाणी आयसीटी कौशल्याधारित लोकांची गरज असते परंतु शाळांमध्ये त्याचे शिक्षणच दिले जात नाही. आयसीटी सेवांच्या माध्यमातून ग्रामीण विकास, शिक्षणाची गुणवत्ता वाढवण्यासाठी होणारे प्रयत्न, वाहतुकीचे प्रमाण कमी करणे यासाठी मदत होऊ शकते. विशेषतः दारिद्रय निर्मूलनासाठी जे प्रकल्प सुरू आहेत त्यात याची पुष्कळ मदत होऊ शकते.

नाईस केंद्रांच्या माध्यमातून ऊर्जा प्राप्त होत. आयसीटी सुविधा, इंटरनेट आणि कंपन्या व विकासात्मक संस्था यांना मदत करण्यासाठी विविध सेवा उपलब्ध करून दिल्या जातात. नाईस सेंटरच्या माध्यमातून प्रभावी असे संवादाचे व वितरणाचे मार्ग खुले करून दिले जातात. ग्राहकांना अर्थातच त्या सेवेसाठी पैसे मोजावे लागतात. आर्थिक स्थिरता दाखवून द्यावी लागते आणि त्यांना खरोखरच गरज आहे हे दिसून यावे लागते. फ्रँचायजी मॉडेलच्या माध्यमातून ही केंद्रे चालवली जातात. संबंधित फ्रँचायजी चालवणारे लोक हे पूर्णतः प्रशिक्षित आणि कोणत्याही प्रकारच्या तांत्रिक, व्यावसायिक आणि व्यवस्थापकीय स्तरावरची मदत राष्ट्रीय स्तरावरच्या कार्यालयाद्वारे स्थानिक केंद्रांना दिली जाते. साधारणतः २० हजार लोकवस्तीसाठी एक केंद्र स्थापन केले जाते.

टाईजला या प्रकल्पावर पूर्ण विश्वास आहे आणि न जाणो किती वेळा तो असा डेड एंडजवळ येऊन धडकला आहे. तरीही त्याने त्यातून बाहेर निघण्याचा मार्ग शोधला आहे.

तुम्ही केवळ मनापासून सातत्याने कष्ट करीत राहायला हवे. लगेच असो अथवा उशीरा तुम्हाला यश मिळतेच.

आपण टाईजकडून एक गोष्ट नक्की शिकू शकतो. ती म्हणजे आपल्या पॅशनच्या मागे धावत राहणे. तुमचे हृदय सांगेल त्याप्रमाणे करीत राहणे हे देखील अवघड नाही. टाईजचे करियर हे प्रदीर्घ काळ सुरू आहे. त्याने अनेक चांगल्या जागी काम केले आहे. प्रत्येक ठिकाणी तो शिकत शिकत पुढे आला आहे. प्रत्येक वेळी त्याने निवडताना नव्या गोष्टींचा स्वीकार केला आहे. जेव्हा जेव्हा नवे काही समोर आले तेव्हा तेव्हा त्याने आधीच्या गोष्टी सोडण्याची तयारी दर्शवली आहे. बहुतांश लोक इथेच नेमके कचरतात. जर काही चुकीचे झाले तर करायचे काय याचा विचार करून चिंता करीत बसतात. टाईज सगळ्या प्रकारचे धोके स्वीकारण्यास केव्हाही तयार असतो. आणि धोका पत्करल्याशिवाय आयुष्य जगण्यात मजा तरी काय?

त्याने त्याची बॅग भरली आणि संपूर्णतः नव्या देशामध्ये तो राहण्यासाठी गेला. तिथे काहीतरी नवे करण्यासाठी धडपडला आणि समाजासाठी काहीतरी चांगले करण्याचे त्याने स्वप्न पाहिले. परदेशात जाऊन वास्तव्य, तुलनेने कमी पगारावर काम, अनोळखी भाषा, संपूर्णतः अपरिचित व्यक्ती यापैकी कशाचीही भिती त्याने बाळगली नाही. आणि तरीही तो यशस्वी झाला! त्यावर आणखी कडी म्हणजे, त्याचे कुटुंब या साऱ्या गोष्टींमुळे आणखी जवळ आले आणि त्याला पुन्हा सारे नवे करण्यासाठी ते खंबीरपणे पाठिशी उभे राहिले. याला म्हणतात खरं धाडस!

त्याची ही कहाणी आणि या पुस्तकातील इतरही व्यक्तिमत्त्वांकडून आपल्याला शिकायला मिळते ते हेच की कधीही कोणत्याही परिस्थितीत हार मानायची नाही. प्रत्येकवेळी टाईजने काम पूर्ण केले अथवा ते झाल्यानंतर जॉब सोडून दिला. प्रत्येक वेळी पुढे काय करायचे याविषयी त्याच्या डोळ्यासमोर अंधारच होता. परंतु तरीही त्याने जिद्दीने त्यातून वाट शोधलीच. शेवटी आपली एखाद्या विषयाला भिडण्याची जिगरबाज वृत्तीच महत्त्वाची.

आम्ही मुद्दाम टाईजला विचारले की, प्रत्येक वेळी त्याला अशा परिस्थितीत जिद्दीने उभं करणारी अशी कोणती शक्ती त्याच्या मागे होती? त्याचे या साऱ्या वाटचालीविषयीचे तत्त्वज्ञान नेमके आहे तरी काय?

आपण जे काही करू त्यामुळे अधिकाधीक लोकांच्या आयुष्यात सकारात्मक परिणाम व्हावा अशीच माझी कायम धडपड होती. मी जे काही काम करतो ती माझी अंतःप्रेरणा असते त्यामुळे त्या कल्पना लोकांना दारिद्र्यातून बाहेर पडायला मदत करतात. अजिबातच

प्रयत्न न करण्यापेक्षा प्रयत्न करून अपयशी होणे मला माझ्या दृष्टीने अधिक महत्त्वाचे वाटते.

नवीन काय?

या साऱ्या घडामोडी घडल्यानंतर अनरिझनेबल इन्स्टिट्यूटने त्यांना नाईसच्या विस्तारासाठी ४.५ दशलक्ष अमेरिकन डॉलर्सची मदतदेखील दिली. युरोपियन युनियन (इयु)ची ग्रँट मिळवण्याचे आणि तीन मोठ्या युरोपियन कंपन्यांची गुंतवणूक घेण्याचे प्रयत्न सुरू आहेत. १ ऑक्टोबर २०११ पासून ही विस्ताराची योजना प्रत्यक्षरितीने कार्यान्वित झाली. हा प्रकल्प सुरू झाल्यापासूनच चुकीच्या दिशेने गोष्टी होत्या. चांगल्या कुवतीचे पात्र व योग्य असे कंट्री मॅनेजर न घेता आल्याने टांझानियामधील उपक्रम चांगल्या रितीने कार्यान्वित झाले नाहीत. इयुच्या निकषांनुसार टेंडरिंगद्वारेच साधनसामुग्री खरेदी करणे गरजेचे असल्याने नव्या नाईस केंद्रामध्ये आवश्यक सुविधा पोहोचण्यास उशीर झाला. त्याचप्रमाणे आफ्रिकन आयटी बाजारपेठेमध्ये जे काही झपाट्याने बदल झाले त्यामुळे अस्तित्वात असलेल्या नाईस केंद्रांचे उत्पन्न वेगाने कमी कमी होत गेले.

नव्या संदर्भात 'नेक्स्ट जनरेशन नाईस कन्सेप्ट' सादर करण्यात आली. परंतु व्यवसायाच्या दृष्टिकोनातून काही फारशी वाढ झाली नाही. 'नाईस सेंटर'चे एकूण उत्पन्न लक्षात घेऊन त्यानुसार टप्प्याटप्प्याने आर्थिक मदत दिली जाणार होती. त्यामुळे त्यावरही त्याचा नकारात्मक परिणाम झाला. जुलै २०१३ मध्ये असे ठरले की, नेदरलँडमधील आंतरराष्ट्रीय मुख्यालय बंद करायचे. गांबियामधील काम मात्र सुरळीत सुरू असल्याने त्याला स्वतंत्र कंपनीचे अस्तित्व मिळाले.

टाईजने सप्टेंबर २०१३ मध्ये 'नाईस इंटरनॅशनल'चे कार्यालय बंद केले. व्यवस्थापनाने गांबियातील उपकंपनी ताब्यात घेतली आणि टांझानियातील उपकंपनी रद्द केली. टाईज आता नव्या दमाने नव्या कामात गुंतला आहे आणि जनमानसांच्या आयुष्यावर चांगला परिणाम व्हावा यासाठी तो जिद्दीने प्रयत्न करत आहे.

६

हारना नही है...

झाओहुई (ॲन्ना) यांग

'बिजींग ग्रीन चॅनल'या चीनमधील कंपनीची झाओहुई (ॲन्ना) यांग ही मुख्य कार्यकारी अधिकारी आणि संस्थापक. ही कंपनी रिव्हर्स व्हेंडिंग मशीन्स (आरव्हीएम) तयार करते. प्लॅस्टिकच्या बाटल्या, ॲल्युमिनियमचे कॅन आणि इतर रिसायकल करता येण्यासारख्या गोष्टींचे त्या माध्यमातून पुनर्निर्माण करता येते. 'बिजिंग ॲकॅडमी ऑफ सायन्स अँड टेक्नॉलाजी' या संस्थेच्या अंतर्गत ही संस्था कार्यरत आहे. पॉलिथिन टेरेफेटलेट बॉटल्स, ॲल्युमिनियम कॅन्स, इतर रिसायकलिंग होऊ शकणाऱ्या व पुनर्निर्माण करण्याचे या कंपनीचे उद्दिष्ट आहे. उद्योग आणि पर्यावरण यांच्यात पुनर्वापराच्या माध्यमातून सुसंवादाचा धागा निर्माण करण्याचा त्यांचा प्रयत्न आहे.

ॲन्नाला चीनमधील कंपन्यांमध्ये काम करण्याचा दहा वर्षांहून अधिक असा समृद्ध अनुभव आहे. विविध स्वरुपाच्या वरिष्ठ स्तरावरच्या पदांवर तिने काम केलेले आहे. बिजिंग डीएस्एच् (जनरल मोटर्सच्या विक्री एजन्सीत) ग्राहक संबंध व्यवस्थापन विभागात कार्यकारी अधिकारी म्हणून तसेच 'जिउचुआन इंटेल एज्युकेशन कन्सल्टन्सी'मध्ये उपसरव्यवस्थापक म्हणून आणि 'बिजिंग डोंगली कन्स्टक्शन ग्रुप'मध्ये (विक्री आणि विपणन विभागात) उपसरव्यवस्थापक म्हणून काम केले आहे.'बिजिंग इस्ट लेक विलाज मध्ये बांधकाम क्षेत्रात तसेच शिक्षणक्षेत्रात विविध महत्त्वाच्या पदांवर काम केलेले आहे. चायना युनिव्हर्सिटी ऑफ जिओसायन्सेस' या

विषयामध्ये इंग्रजी भाषेचे प्राध्यापक म्हणूनही तिला अनुभव आहे. ॲस्टॉन बिझनेस स्कूल, युकेमधून तिने एमबीएचे शिक्षण घेतले तर बिजिंग विद्यापीठ, चीनमधून एम. ए. आणि बी. ए. या पदव्या संपादन केलेल्या आहेत.

ॲन्नाचा जन्म दक्षिण चीनमधील पुतियन प्रांतामध्ये झाला. तिथे तिच्या आजी-आजोबांनी तिला सांभाळल. चीनची राजधानी असलेल्या बिजिंगमध्ये आई वडिलांसमवेत राहण्यासाठी गेली. चायना युनिव्हर्सिटी ऑफ जिओसायन्सेसमध्ये तिचे आईवडील हे दोघेही प्राध्यापक आणि जिओलॉजिस्ट म्हणून प्रख्यात होते. चीनमध्ये एकच मूल या मोहीमेला प्राधान्य असल्याने ॲन्नाला भाऊ-बहिणी नव्हत्या. एकाकीपण हाच जन्माला आल्यापासून तिची साथ देत होते.

ॲन्नाला तिच्या जन्मतारखेविषयी विचारले तेव्हा ती सांगण्यास नकार दिला. आम्हीही तिचे हे 'गुपीत' खोदून खोदून विचारले नाही. कारण आम्हाला तिच्या वयात रस नव्हताच मुळी. तिचे उद्योजकप्रेरक कौशल्य आणि तिने ते कसे साकारले हे आम्हाला जाणून घ्यायचे होते.

बिजिंगमधील प्राथमिक शाळेत शिकत होती तो काळ ती तिने मनात जपला आहे. 'आम्ही खूप धमाल करायचो. मला खूप मित्र होते. माझे आई वडील दोघेही प्राध्यापक असल्याने मी कँपसवरच राहायचे आणि मला त्यात खूप आनंद मिळायचा. अर्थातच माझ्यासाठी ते खूप सोयीचे देखील होते.'

'जेव्हा मी माध्यमिक शाळेत पाऊल ठेवले तेव्हा मी परराष्ट्र अधिकारी बनण्याचे स्वप्न पाहिले होते. डिप्लोमॅट म्हणजे नक्की काय हे मला ठाऊक नव्हते परंतु मला चित्रकला आणि संगीत हे दोन विषय खूप जिव्हाळ्याचे होते आणि मला सगळ्या जगभर प्रवास करण्याची इच्छा होती. मला जाहीर सभांतून बोलायचे होते आणि माझ्या देशाचे प्रतिनिधित्व करायचे होते. माझा चीन देश नक्की कसा आहे हे मला जगाला दाखवून द्यायचे होते. त्यामुळे मी ब्रिटीश आणि अमेरिकन साहित्यावर लक्ष केंद्रीत केले आणि त्याचा मनापासून अभ्यास केला.

महाविद्यालयातून पदवी संपादन केल्यानंतर माझे आई वडील ज्या ठिकाणी प्राध्यापक म्हणून शिकवत होते तिथेच मी देखील शिकवण्यास सुरुवात केली. माझी आई तिथे पाच वर्षांपासून शिकवत होती. तिचे आईवडील आणि आजी आजोबा हे देखील प्राध्यापक होते. त्यामुळे

त्याच धर्तीवर तिने भविष्याचे आडाखे बांधलेले होते. लेक्चरर म्हणून सुरुवात करून मग प्राध्यापक म्हणून काम करावे असे आयुष्याचे चित्र तिने रंगवलेले होते.

आगामी पन्नास वर्षांत काय घडणार आहे हे मी सहजतेने पाहू शकत होते आणि ते चित्र काही फारसे आशादायी नव्हते. किंबहुना तेव्हाच मला लक्षात आले की, मी ज्याकडे करियर म्हणून पाहते आहे त्यामध्ये फार काही राम नाही किंबहुना ते करियर माझ्यासाठी नाही.

ती ज्या वातावरणात होती त्यात तिच्या आजुबाजुला प्राध्यापकच होते आणि त्यामुळेच तिला त्यांच्यासारखे बनायचे नव्हते. माझे आईवडील ज्या गोष्टी करतात त्यापेक्षा मला वेगळे विश्व साकारायचे होते. ते करतात त्यापेक्षा सातत्याने वेगळे करण्याचा माझा प्रयत्न असायचा. विद्यापीठामध्येही शिकवताना मला एक गोष्ट प्रकर्षाने लक्षात आली ती म्हणजे, आपण इथे राहून एकच गोष्ट करू शकतो ती म्हणजे वाट पाहत राहणे. प्राध्यापक बनण्याची प्रतिक्षा करत अशापद्धतीचे करियर घडवणे हे काही मला मान्य नव्हते.'

मला एखाद्या गोष्टीची वाट बघत बसण्याचाच तिटकारा होता!

तिला काहीतरी वेगळे करायचे होते. तिच्या आईवडिलांपेक्षा वेगळे, तिच्या आजूबाजूला असणाऱ्या लोकांपेक्षा वेगळे असे काहीतरी. तिच्या कुटुंबामध्ये आजवर प्रत्येकाने करियर घडवण्यासाठी विज्ञान शाखा निवडलेली होती. परंतु ॲन्नाने जाणीवपूर्वक कला शाखा निवडली. परंतु त्यानंतरदेखील त्याचा शेवट शिक्षकी पेशामध्येच होणार आहे असे लक्षात आले. तेव्हा हीच वेळ काहीतरी वेगळे करून दाखवण्याची आहे असे तिच्या मनाने घेतले.

तिने नोकरी सोडण्याचा निर्णय घेतला. जेव्हा तिने प्रत्यक्षात नोकरी सोडली तेव्हा आपण पुढे नक्की काय करणार याचे कोणतेही चित्र तिच्या डोळ्यांसमोर नव्हते. तेव्हा फक्त चांगला अनुभव मिळावा इतकेच मनाशी ठरवले. त्यादृष्टीने तिने स्थानिक कंपन्या, आंतर/राष्ट्रीय फर्म्स, जॉईंट व्हेंचर्स अशा विविध ठिकाणी संधी आजमावून पाहायचे ठरवले. केवळ अनुभव संपादन करणे हे एकमेव उद्दिष्ट तिने आपल्या डोळ्यांसमोर ठेवले.

'माझ्या आई वडिलांना अर्थातच माझा हा निर्णय फारसा आवडला नाही. स्थिर पगार असलेली नोकरी सोडून काहीतरी वेगळे करण्याचा अट्टाहास न कळण्यासारखा आहे, असे

तिच्या आईचे स्पष्ट मत होते. अर्थात हे 'दुसरे काहीतरी' म्हणजे नक्की काय हे मला सापडलेले नव्हते. परंतु मी नोकरी सोडणार आहे हे मात्र माझ्या मनाशी पक्के झालेले होते. विद्यापीठातील नोकरी सोडणारी मी एक मूर्ख मुलगी आहे असे आईवडिलांचे पक्के मत बनले होते तरीही मी माझ्या भूमिकेवर ठाम होते.'

जेव्हा ॲन्नाने नोकरी सोडण्याचा निर्णय घेतला तेव्हा तिच्या बाजूने कुणीही नव्हते. तिच्या एकाही मित्राने तिला साथ दिली नाही. (त्या साऱ्यांना वाटत होते की ही फार फार तर एखाद्या कंपनीची सेक्रेटरी अथवा सल्लागार म्हणून काम करू शकेल.) परंतु तिचा निर्धार पक्का होता.

'बिजिंग इस्ट लेक व्हीलाज' या प्रॉपर्टी डेव्हलपमेंटच्या सिनो-डॅनिश कंपनीमध्ये दुभाषी म्हणून तिने काम सुरू केले. वर्षभरात कंपनीचे सरव्यवस्थापक आणि उपसरव्यवस्थापक यांची पर्सनल असिस्टंट म्हणून ती काम करू लागली. सरव्यवस्थापक चीनी आणि उपसर व्यवस्थापक डॅनिश असल्याने दोन्ही संस्कृतींची तिला ओळख झाली.

सेक्रेटरी, दुभाषी व पीए या विविध भूमिकांवर काम करत करत तिने विपणन व विक्री विभागात काम सुरू केले.

'त्या कंपनीमध्ये काम सुरू करताना हा योग्य निर्णय आहे की चुकीचा याविषयी खरंच मला काहीही माहिती नव्हती. परंतु आजही जेव्हा मी मागे वळून पाहते आणि विचार करते तेव्हा लक्षात येते की, मी काम केलेली ही पहिलीवहिली कंपनी होती. त्यांनी माझ्यातील बुद्धिमत्तेला वाव दिला आणि मला प्रगती करण्याची संधी दिली. त्यातून मला शिकण्याच्या अनेक नव्या संधी उपलब्ध झाल्या.'

तेथील सरव्यवस्थापक आणि उपाध्यक्ष यांनी ॲन्नाला विपणन आणि विक्री विभागामध्ये काम करण्याची संधी दिली आणि प्रशासकीय विभागातून तिला बढती मिळाली.

ते माझे खरे मार्गदर्शक होते परंतु अर्थातच तेव्हा त्याची जाणीव नव्हती.

'बिजिंग डोंगली कन्स्ट्रक्शन ग्रुप' या स्थानिक कंपनीचा प्रस्ताव ॲन्नाकडे चालत आला. प्रॉपर्टी संबंधीत विषयदेखील ती हाताळत होती. वेगळ्या वाटेने जाण्याची हीच संधी आहे आणि अधिकाधीक अनुभव आत्ताच मिळवता येऊ शकतो हे तिने ओळखले आणि ती

कंपनीमध्ये रुजू झाली. विपणन विभागाचा अनुभव घेत असताना काही मोठ्या क्लायंटशी तिचा संपर्क आलेला होता. त्याहीपेक्षा अधिक जबाबदारीचे काम इथे सोपवण्यात आलेले होते. आधीच्या कंपनीशी तुलना करायची तर पहिल्या कंपनीत ती साधी कर्मचारी होती तर आता नव्या कंपनीत ती उपसरव्यवस्थापक बनली होती आणि विपणन विभागाची संपूर्ण धुरा तिच्याकडे सोपवण्यात आली होती.

दुसऱ्या कंपनीत तिने जवळपास वर्षभर काम केले आणि तिथे प्रकल्प व्यवस्थापनाविषयीचे सारे बारकावे शिकून घेतले. एखादी यंत्रणा कशी उभी करायची हे देखील शिकता आले. मात्र पहिल्या नोकरीइतके या नोकरीत तिचे मन फारसे रमले नाही. कला शाखेची पार्श्वभूमी असल्याने सातत्याने टीम सज्ज ठेवण्याचा ताण सहन करणे आणि प्रत्येकवेळी तर्कनिष्ठ आणि जबाबदार राहणे ही तारेवरची कसरत ठरू लागली.

तिचीच एक क्लायंट असलेली ट्रॅसी (ॲन्ना यांगसह ग्रीन चॅनल या कंपनीत ही पुढे सहसंस्थापक बनली.) तिच्या मदतीसाठी धावून आली. अन्य लोकांच्या तुलनेत तिच्यामध्ये अधिक क्षमता आहे, असा विश्वास ट्रॅसीने तिला दिला. त्यातूनच उद्योजक बनण्याची प्रेरणा तिला मिळाली. आपले स्वतःचे काही असू शकेल असा विचार तिला स्वप्नातही कधी शिवला नव्हता. या प्रेरणेमुळे तिची स्वतःविषयीचीच प्रतिमा बदलून गेली. ट्रॅसीप्रमाणेच सर्जनशील, नाविन्यपुर्ण आणि झपाटल्यासारखी कामे करण्यास ॲन्नाने सुरुवात केली.

ॲन्नाच्या शैक्षणिक पार्श्वभूमीमुळे ट्रॅसी तिच्याविषयी अधिक प्रभावित झालेली होती.

इंटरनॅशनल एज्युकेशन कन्सल्टन्सी सुरू करून मी माझ्या उद्योजकतेची पायाभरणी केली आणि त्या दिशेने पहिले पाऊल टाकले.

त्याची सुरुवात झाली कशी?

तिच्या आई वडिलांच्या मते ती जे काही करीत होती तो शुद्ध वेडेपणा होता. परंतु तिला रोखायचे कसे हे काही त्यांना कळत नव्हते. विद्यापीठातील नोकरी सोडल्यानंतर आणि नंतर प्रॉपर्टीसंबंधित काही कंपन्यांतील कामाचा चांगला अनुभव मिळवल्यानंतर ॲन्नाने पुन्हा एकदा सुरक्षित नोकरी सोडण्याचा निर्णय घेतला आणि तिच्या कामाचे स्वरुप तिने बदलले. आता स्वतःसाठी काहीतरी करण्याची वेळ येऊन ठेपलेली होती.

माझी शैक्षणिक पार्श्वभूमी लक्षात घेता मी त्यांना पारंपरिक– छानशी मुलगी बनून राहायला हवे होते. अर्थात मी छान आहेच परंतु मी त्यांना फक्त शांत आणि ते म्हणतील ती प्रत्येक गोष्ट ऐकणारी हवी होते. मी नवऱ्याचे मात्र ऐकले.

विद्यापीठामध्ये शिकवत असतानाच ॲन्नाने लग्न केले होते. तिचा नवरा हा एका शासकीय कंपनीमध्ये नोकरी करीत होता. अणूऊर्जा आणि किरणोत्सर्ग या विषयांशी संबंधित असलेल्या पाच विविध कंपन्यांची जबाबदारी आता त्याच्याकडे सोपवण्यात आलेली होती. तिचा नवरा हा अतिशय पारंपरिक अशा पार्श्वभूमीतून आलेला होता. चीनमधील परिस्थितीच्या पार्श्वभूमीवर ॲन्नाने जो करियरसाठी मार्ग निवडला होता त्या मार्गाने जाणे तसे दोघांनाही अवघडच होते. कारण व्यावसायिक जगतामध्ये पुरुषांचेच वर्चस्व होते. पारंपरिक अशी विचारधारा असल्यामुळेच स्वतःचे म्हणून करियर असणे ही कल्पनाच (ते देखील स्वतःच धोके पत्करून आणि स्वतःच्या जबाबदारीवर) स्त्रियांसाठी विचित्र मानली जायची. मुलांची काळजी घेणे, कुटुंब वाढवणे यापुरत्याच स्त्रीच्या कर्तृत्वाच्या कल्पना मर्यादीत होत्या. परंतु यातील एकही गोष्ट ॲन्नाला पुढे जाण्यापासून रोखू शकली नाही. ट्रॅसी आणि ॲन्नामध्ये अनेक गोष्टी समान होत्या. नितीमुल्ये, तत्त्वे हे तर समान होतेच परंतु त्यांचे छंद आणि आवडीनिवडीही समान होत्या.

तर हे सारे घडत असताना ट्रॅसीने ॲन्नाला नोकरी सोडण्याविषयी अखेर तयार केले आणि नंतर तिच्या कंपनीत स्वतः गुंतवणूकदेखील केली. शिक्षणक्षेत्रातील आणि बिजिंगच्या बाजारपेठेत काम करतानाचा तिथला अनुभव या दोन गोष्टींची शिदोरी जवळ असल्याने त्या बळावर त्यांनी काम सुरू केले. 'जिउच्युआन इंटेल एज्युकेशन कन्सल्टन्सी'ची चांगल्या रितीने सुरुवात झाली.

> हे माझ्यासाठी फार मोठे पाऊल होते. मी स्वतः बॉस बनू शकेन असे मला कधी वाटले नव्हते.

शासनाकडून त्यांच्या कंपनीला राष्ट्रीय स्तराचा दर्जादेखील प्राप्त झाला. भविष्यात परदेशांत अभ्यास करण्यासाठी चीनी तरुण मुले जाण्यापूर्वी त्यांची पूर्वतयारी व्हावी म्हणून कंपनीने काही अभ्यासक्रमांची रचना केली होती. या विद्यार्थ्यांना व्हीसा मिळवून देणे, त्याचप्रमाणे परदेशात जाऊन राहण्यापूर्वी तेथील परदेशी जीवनशैली आणि संस्कृतीची ओळख करून देणे यासाठीही कंपनीने काम सुरू केले.

दुसऱ्या वर्षापासून त्यांना पैसे मिळायला सुरुवात झाली. ॲन्नाने कंपनीसाठी काही काळ चांगले काम केले परंतु अतीकष्टांमुळे तिला त्याचे परिणाम भोगाव लागले आणि ती आजारी पडली. अपुऱ्या झोपेमुळे तिला खूप थकवा आला. (ती रात्री जेमतेम दोन ते तीन तास झोपत असे.) कामाचा प्रचंड ताण तिच्यावर पडला. त्यामुळे त्यांना आता टीम बनवणे हे खरोखर गरजेचे ठरले. एका माणसापासून सुरुवात करून पुढे त्यांची टीम २० जणांपर्यंत गेली. घर आणि ऑफिस हे दोन्ही सांभाळणे मात्र तिला दिवसेंदिवस अवघड होऊ लागले आणि कामाच्या अतीताणामुळे ती इतकी अशक्त झाली की, कामावर जाता येईना. तिने ऑफिसवर जाण्यासाठी कुणाच्या तरी सोबत जाण्याचा प्रयत्न केला परंतु नंतर तिने त्याचीही आशा सोडून दिली.

तिचे आरोग्य झपाट्याने ढासळू लागले. ॲन्ना आणि तिच्या टीमने ॲन्नाची जागा घेऊ शकेल अशा व्यक्तीचा शोध सुरू केला. परंतु दुर्दैवाने तब्बल १८ महिने शोध घेऊन देखील त्यांना लायक व्यक्ती सापडली नाही. तेव्हा अखेरीस त्यांनी कंपनी बंद करायचे ठरवले.

मी या व्यवसायाच्या अनुभवातून खूप काही शिकले. एखादी टीम उभी करणे आणि त्यांना चांगल्या रितीने प्रशिक्षित करणे, मनुष्यबळ विभाग आणि प्रकल्प व्यवस्थापक यंत्रणा प्रस्थापित करणे या साऱ्यांचा मला चांगला अनुभव मिळाला. त्याचे महत्त्व कमी लेखुन चालणारच नाही. ट्रॅसीमुळे पहिल्याच प्रयत्नात मला इतकी चांगली संधी प्राप्त झाली. मला माझ्या क्षमतांचाही पुरेसा अंदाज आला.

ट्रॅसी तिच्या कुटुंबियांसमवेत न्युझिलंडमधील ऑकलंडला राहायला गेली होती. त्यामुळे त्यांनी व्यवसाय थांबवण्याचाच निर्णय घेतला. ॲन्ना लंडनमध्ये बिझनेस इंग्लिश प्रोफिशियन्सीचा अभ्यास करण्यासाठी गेली. तिथे ती तीन महिने राहिली. तो काळ अतिशय आनंददायी होता.

या ठिकाणी अनुभव संपादन केल्यानंतर तिला तिचे अवकाश आणखी विस्तारायचे होते. त्यामुळे तिने एमबीएसाठी अर्ज केला आणि ॲस्टॉन बिझनेस स्कूलमध्ये प्रवेश देखील घेतला.

'मला विविध संस्कृतींमध्ये मिसळायला आवडते त्यामुळे मी तिथे जाण्याचा निर्णय घेतला. गेल्या काही वर्षांत मी नक्की काय केले आणि काय मिळवले आहे याचे आत्मपरीक्षण

करण्याची गरज मला जाणवली. मला काहीतरी नवे करायचे होते. अर्थात ते काय हे मला त्या क्षणापर्यंत ठाऊक नव्हते... तरीही!'

ती त्यामध्ये कशी रमून गेली हे तिला समजले देखील नाही.

पहिले सेमिस्टर माझ्यासाठी एखाद्या दुःस्वप्नाप्रमाणे होते. मी पूर्वी लंडनमध्ये काही काळ वास्तव्य केलेले होते आणि तो माझ्यासाठी खूप आनंददायी काळ होता. त्यामुळे दीर्घकाळ तिथे राहणेदेखील तितकेच आनंददायी असेल असा माझा समज होता. अगदी सुरुवातीपासूनच पहिल्या सत्रामध्येच, आमच्या लक्षात आले की, अभ्यासक्रम फारच व्यापक होता. आम्हाला सातत्याने तासिका, कार्यशाळा असायच्या. अगदी सकाळी ९ वाजल्यापासून ते रात्री ९ वाजेपर्यंत. आणि त्यानंतर आम्ही सारे मिळून चर्चा करायचो. चर्चा अगदी मध्यरात्रीपर्यंतही चालायची. त्यातल्या काहीतर सकाळपर्यंतदेखील चालायच्या. हा आमचा सारा ग्रुप विभिन्न संस्कृतीमधून आलेला होता. त्यातील काही लोकशाहीवादी देशांतून आलेले होते. त्यामुळे अनेकदा या चर्चेतून कोणताच तोडगा मिळत नसे. एखाद्या चिनी व्यक्तीने याला स्वप्न नव्हे तर काय म्हणावे?

आम्ही चिनी लोक म्हणजे आम्हाला काहीतरी निष्कर्ष हवाच असतो. त्यामुळे अशा निष्कर्षाप्रत यावे म्हणून आम्ही खूप झगडायचो. मला सर्व प्रकारची आव्हाने झेलावी लागत होती. सांस्कृतिक भिन्नता तर होतीच त्याचप्रमाणे नैतिकता आणि मुल्यांच्या कल्पनाही वेगळ्याच होत्या. त्याचप्रमाणे अभ्यासक्रम शिकवला जात होता त्यातही बरेच संभ्रम होते. काही ब्रिटीशदेखील खूप लोकशाहीवादी होते त्यामुळे एकाचेच ठोस म्हणणे मान्य व्हायचे नाही. त्यामुळे आम्ही अनेकदा चर्चेमध्ये नुसतेच इकडे-तिकडे भरकटत राहायचो आणि अखेरीस कोणत्याच निष्कर्षापर्यंत यायचो नाही.

हा सारा काळ ॲन्नासाठी आव्हानात्मक होता. तिने तर एकदा या सगळ्यातून बाहेर पडण्याचाही विचार केला होता. पहिल्या सेमिस्टरमध्ये ती घरी गेली होती तेव्हा तिने आईवडिलांना तिथे येत असलेल्या अडचणींविषयी सांगितले होते. किंबहुना आपण एमबीए व्हायलाच हवे असे काही नाही याची तिला जाणीव झाली. कारण तिने सुरुवातीच्या टप्प्यामध्येच मुख्य कार्यकारी अधिकारी पदाच्या कामाचा अनुभव संपादन केलेला होता. केवळ पदवी असावी म्हणून तिने या अभ्यासक्रमासाठी प्रवेश घेतलेला नव्हता. नवे काही शिकावे इतकीच तिची अपेक्षा होती. परंतु जेव्हा त्यामधील अडचणी समोर येऊ लागल्या तेव्हा ती त्यातून आपण बाहेर पडू शकतो हे तिच्या लक्षात आले.

त्यामुळे अखेरीस तिने आपले सामान बांधले आणि ब्रेक घेण्यासाठी चीनला परतली. आपण परत लंडनला येऊ की नाही हे तिलाही माहीत नव्हते. ट्रॅसीसह प्रत्येकाने तिला समजावले की, इतकी अनाठायी धडपड करण्याची काहीही गरज नाही. ती कोणत्याही क्षणी शिक्षण थांबवू शकते. ट्रॅसीने तिला समजावले की, जरी पाश्चात्य पद्धतींचा तिचा अभ्यास पूर्ण झाला आणि ती ते शिकली तरीदेखील ती तिच्याच देशात चीनमध्ये काम करणार असल्याने त्याचा थेट उपयोग व्यवहारात करता येणार नव्हता. द्विधा मन:स्थितीत ॲन्ना लंडनला परत गेली.

> माझ्या एका मित्राला माझे लंडनचे तिकीट बुक करायला सांगितले. इतर सामान्यांसारखी मी सहजासहजी हार मानणाऱ्यातली नव्हते.

तिला एक गोष्ट मात्र लक्षात आली, की लंडन आणि तिच्या समवेत बिझनेस स्कूलमध्ये असणाऱ्या कुणालाही चिनी संस्कृतीबद्दल फारशी माहिती नव्हती. किंबहुना जे काही माहित होते त्यामध्ये सकारात्मक बाजू फारच कमी होत्या. तिने असा विचार केला, की चीनच्या बाहेरील लोकांशी संवाद साधत असताना आपण आपल्या देशाचे प्रतिनिधीत्व करीत असतो. त्यामुळेच खरी चिनी संस्कृती काय आहे, हे जगाला सांगणे ही आपली जबाबदारी आहे, अशी तिची भावना बनली.

पहिल्या सत्राच्या सुट्टीमध्ये ती चीनमधील बिजिंग, शांघाय आणि इतर काही भागांमध्ये फिरायला गेली होती. तिने त्यावेळी घेतलेली चित्रे तिला उपयोगी पडली. ती सारी चित्रे घेऊन ती लंडनमध्ये परतली. तिथल्या इमारती, वास्तुरचना, स्थानिक खाद्यपदार्थ, स्थानिक लोक अशा विविध चित्रांचा त्यात समावेश होता त्यातूनच चिनी संस्कृती उलगडायला मदत होणार होती.

लंडनला गेल्यावर तिने पहिली गोष्ट केली ती म्हणजे, चिनी संस्कृती आणि तिथल्या जीवनशैलीची ओळख करून देण्यासाठी एका विशेष कार्यक्रमाचे आयोजन केले. अर्थात अनेक लोकांना ती काय सांगतेय हे ऐकण्यात रस नव्हता, तसेच अनेकांचा तिच्या सांगण्यावर विश्वासच नव्हता तरीही ती प्रामाणिकपणे तिचे काम करत राहिली.

मी स्वतःला बजावले, स्वतःच्या निर्णयावर आपण दृढ आणि सकारात्मक राहायला हवे. त्यामुळे मी माझ्या वृत्तीमध्ये बदल घडवला आणि त्यामुळे खरोखरच चांगला बदल घडून

आला. काही गोष्टी निश्चितपणे बदलल्या. दुसरे सत्र जेव्हा सुरू झाले तेव्हा मी अधिक आनंदी, अधिक उत्साही बनले. अधिकाधीक लोकांशी संवाद साधू लागले आणि माझ्या वागण्यात मोकळेपणा आला. त्यानंतरचे उर्वरित वर्ष छान गेले.

आपल्या वर्गमित्रांसमवेत लंडनमधील विविध पर्यटनस्थळांना भेट देण्यास तिने सुरुवात केली. त्यातही तिला आनंद मिळू लागला. तेथील संस्कृती, जीवनशैली आणि तिथे राहणारे लोक यांना ती समजून घेऊ लागली.

चीनमध्ये चांगली उच्च पदावरची नोकरी, भरपूर पगार आणि प्रतिष्ठा हेच यशस्वितेचे प्रमुख निकष आहेत. परंतु युकेमध्ये मात्र यश हे आनंदाच्या पातळीवर मोजले जाते. आपण हे शिकण्यासारखे आहे, असे मला वाटले. त्यामुळे माझा आयुष्याकडे पाहण्याचा संपूर्ण दृष्टिकोनच बदलून गेला.

एमबीएच्या निमित्ताने सर्वात मौलिक गोष्ट शिकायला मिळाली...

'मी चक्क जेवण बनवायलाही शिकल!

ॲन्ना खळखळून हसत सांगते. मी जेव्हा बिजिंगमध्ये परत आले होते तेव्हा मला माझ्या नवऱ्याने आणि आई वडिलांनी बिघडवून टाकले होते. परंतु जेव्हा मी युकेमध्ये परत गेले तेव्हा स्वयंपाक कसा करायचा हे मी शिकले . प्रत्येकवेळी जेवणासाठी बाहेर जावे इतका आमच्याकडे वेळच नसायचा आणि खिशालाही ते परवडणारे नव्हते. कारण हॉटेलात जाऊन दररोज खाणे हा खर्चिक मामला होता. त्यामुळे जेव्हा अंतिमतः मी बिझनेस स्कूलमधून एमबीएची पदवी घेऊन बाहेर पडले तेव्हा आणखी एक गोष्ट शिकण्याचा आनंद मी मिळवला होता ती म्हणजे, मी आता जेवण बनवू शकत होते.

एमबीएचा अभ्यासक्रम पूर्ण होत आला तेव्हा आपण आता चीनला परतावे असे तिने ठरवले होते आणि आपण इथे जे जे काही शिकलो ते सारे प्रत्यक्षात उतरवावे असे तिला वाटू लागले. अर्थात नक्की कोणत्या व्यवसायापासून सुरुवात करायची याची तिला काहीच कल्पना नव्हती.

तिने तिच्या डोळ्यांसमोर दोन प्रमुख उद्दिष्टे ठेवलेली होती. एक म्हणजे समाजाला आपण अधिक चांगल्या स्वरुपात योगदान द्यायचे आणि अधिक चांगल्या स्थिर स्वरुपाचे उत्पन्न

मिळवायला सुरुवात करायची. तिच्या स्वप्नांना प्रत्यक्षात आणण्यासाठी तिची ही दोन उद्दिष्टे एखाद्या सेतूप्रमाणे काम करणार होती.

परंतु अजुनही नक्की कोणत्या क्षेत्रात व्यवसाय सुरु करावा याचे चित्र स्पष्ट झालेले नव्हते.

अखेर २००५ मध्ये ती चीनला परत गेली आणि पहिले सहा महिने तिने आपले कुटुंबिय, नातेवाईक आणि मित्र परिवार यांना वेळ दिला. नक्की काय व्यवसाय सुरु करता येईल याचीही चाचपणी ती करीत होती. परंतु मनासारखा पर्याय समोर येत नव्हता. दरम्यानच्या काळात तिने बिजिंगमधील जनरल मोटर्सच्या उपकंपनीमध्ये काम केले. त्या ठिकाणी कस्टमर रिलेशनशिप मॅनेजमेंट एक्झिक्युटीव्ह म्हणून तिने काम सुरू केले. त्यावेळी तिच्या लक्षात आले की, कामाचे स्वरुप सातत्याने बदलत होते. शिक्षण क्षेत्र त्यानंतर प्रॉपर्टी मॅनेजमेंट, त्यानंतर कन्सल्टन्सी आणि आता जगातील एका सर्वात मोठ्या कार उत्पादक कंपनीमध्ये काम अशा विविध स्वरुपाचा अनुभव ती मिळवत होती.

या कंपनीत तिने जवळपास वर्षभर काम केले. ही कंपनी खूप मोठी होती आणि त्यात काम करण्याचाही अनुभव भन्नाट होता तरीही युरोपमध्ये ती जे काही शिकून आलेली होती ते प्रत्यक्षात उतरवता येईल अशा स्वरुपाचे काहीही काम तिथे नव्हते.

युरोपमध्ये असताना प्रकर्षाने एक गोष्ट लक्षात आली होती, ती म्हणजे, तेथील लोकांमध्ये सामाजिक सजगता अतिशय चांगली आहे. ही गोष्ट चीनमध्ये मात्र फार कमी प्रमाणात दिसून येते. तिची मुलगी बिजिंगमधल्या एका सर्वोत्तम अशा शाळेत शिकत होती परंतु तिथेही तिला रिसायकलिंगविषयी काहीही माहिती दिली जात नव्हती. तिने अनेकदा पाहिले, की पार्ट्या झाल्यानंतर लोक पाण्याच्या बाटल्या आणि कॅन्स रिसायकलिंगला देण्याऐवजी तसेच फेकून देतात.

तिच्या मनामध्ये पहिल्यांदा व्यवसायाच्या कल्पनेचे बीज पेरले गेले.

तिचा नवरा आणि काही मित्रांच्या माध्यमातून तिची झाओ (जो आता तिचा भागीदार आहे.) याच्याशी भेट झाली. त्याला तब्बल १० वर्षांचा प्रदीर्घ अनुभव आहे. तो एक मेकॅनिकल इंजिनिअर होता आणि वैद्यकीय कारणांसाठी तो रेडिएशन ॲप्लीकेशनचे काम पाहत होता. तिने तिच्या मनातील कल्पना त्याला सांगितली आणि त्या दोघांनी स्वतःची कंपनी स्थापन करण्याचे ठरवले.

इंटरनेटवर या विषयाचा शोधा घेतला. रिसायकलिंगसाठी लागणारी मशीन्स कोणकोणती हे पाहिले याचा शोध घेतला. या काळामध्ये ॲन्नाला खऱ्या अर्थाने उत्साह वाटू लागला. आत्तापर्यंत तिने जे जे काही म्हणून शिकली होती ते सारे स्वतःच्या व्यवसायात उतरवण्याची वेळ आता येऊन ठेपलेली होती.

२००७ मध्ये त्यांनी ग्रीन चॅनल नावाची कंपनी सुरु केली.

त्यांनी स्वतःचे ३० हजार यु एस डॉलर्स व्यवसायात भांडवल म्हणून गुंतवले. ॲन्नाने दरम्यानच्या काळात काही पैसे जमवलेले होते आणि तिच्या भागीदाराने उर्वरित बाजू सांभाळली आणि कंपनीचे काम सुरु झाले.

यंत्रणा चांगली व्हावी या उद्देशाने त्यांनी नाविन्यपूर्ण रितीने रिसायकलिंगची रचना केली. 'आम्ही एक रिसायकलिंगचे व्यासपीठच तयार केले. त्याद्वारे अधिकाधीक लोकांना सहभागी करून अधिकाधीक प्रमाणात रिसायकलिंग करणे आणि त्याचप्रमाणे याविषयीची माहिती अधिकाधीक लोकांपर्यंत पोहोचवणे इत्यादी माध्यमातून हे काम सुरू केले. त्यामाध्यमातून आमचे उद्दिष्ट लोकांपर्यंत पोहोचवण्याचा प्रयत्न सुरू झाला. बिझनेस मॉडेल चांगले स्थिर व्हावे यासाठी काही पुरस्कार आणि छोट्या भेटवस्तूही देण्यास सुरुवात केली.'

त्यांनी दोघांच्या बळावर सुरूवात केली होती. ॲन्ना आणि झाओ. आता त्यांच्याकडे १२ कर्मचारी आहेत. कंपनीच्या पहिल्या वर्षामध्ये त्यांनी विविध प्रकारच्या प्रोटोटाईप्सचे डिझाईन केले आणि त्याच्या चाचण्या घेतल्या. त्यांनी बिजिंगमध्ये होणाऱ्या विविध आंतरराष्ट्रीय प्रदर्शनांमध्येही भाग घेतला आणि त्यातून मिळणाऱ्या प्रत्येक अनुभवातून ते नवे काही तरी शिकण्याचा प्रयत्न करीत राहिले. त्यातून एक सर्वोत्तम असे बिझनेस मॉडेल साकारले जावे असा त्यांचा प्रयत्न होता. दुसऱ्या वर्षापासून त्यांनी यंत्रांच्या प्रत्यक्ष विक्रीला सुरुवात केली. तरीही अद्याप ते प्रायोगिक अवस्थेत होते आणि त्याला दर्जेदार अशा व्यावसायिक उत्पादनाचा दर्जा अद्याप प्राप्त झालेला नव्हता. त्यांच्याकडे त्यासाठी आवश्यक असणारा पैसा आणि मनुष्यबळ नसल्याने त्यांना हे साध्य झालेले नव्हते.

या उत्पादनाचे वितरण प्रभावीपणे करता यावे म्हणून त्यांनी एक स्वतंत्र वितरण व्यवस्था उभी केली. त्यानुसार रिटेल स्टोअर्स, शाळा, गॅसोलिन इंडस्ट्री आदी माध्यमातून पोहोचण्याचे

प्रयत्न सुरू केले. त्यासाठी त्यांना आणखी एक वर्ष संघर्ष करावा लागला. तो त्यांच्यासाठी मोठा आव्हानात्मक असा काळ होता. बाटल्या आणि कॅन्स हे मशीनमध्ये टाकल्यानंतर ते स्वतंत्र कंटेनरमध्ये जमा होत असे. ते कॉम्प्रेस आणि रिसायकल होऊन बाहेर पडले की त्यांचे पैसे त्यांना मिळत असत. ॲन्ना सांगते, की छोट्या छोट्या कॅन्सला पाच सेंट्स तर मोठ्यासाठी डाईम मिळत असत. हे सारे एकत्र करून त्यांच्याकडे एक मोठी रक्कम जमा होत असे.

लोकांमध्ये पुनर्निर्माणाविषयी जागरुकता निर्माण व्हावी आणि रिसायकलिंगची एक वितरण साखळी बनवता यावी यासाठी ते सातत्याने प्रवास करत असत. सुरुवातीच्या काळात लोकांनी त्यांची फारशी दखल घेतली नाही. ॲन्ना आणि झाओ यांच्या लक्षात आले की सध्याच्या व्यवस्थेमध्ये केवळ शासन आणि वितरण व्यवस्थेतील कंपन्या यांच्यावरच अवलंबून रहावे लागणार आहे.

> आम्हाला पहिल्या वर्षांत एकच शब्द कानावर आदळत होता. तो म्हणजे, नाही, नाही आणि फक्त नाही! प्रत्येक ठिकाणी आणि प्रत्येकाकडून नकारघंटा येत असतानाही आम्ही जिद्दीने काम सुरू ठेवले. माझ्या दृष्टीने एखाद्या अंतिम उद्दिष्टापर्यंत पोहोचण्याचा प्रवासच अधिक सुंदर आणि उत्कंठावर्धक होता.

त्यांना विश्वास होता की या साऱ्या समस्यांवर ते नक्की मात करतील. ते निराश झाले नाहीत त्यांनी काम सुरूच ठेवले. ज्या गोष्टीवर पूर्ण विश्वास होता अशा एका महत्त्वाच्या गोष्टीसाठी ते काम करत होते. त्यामुळे ते ती अर्ध्यात कशी सोडून देतील?

पहिले वर्ष सरत आले तेव्हा त्यांना पहिली ऑर्डर मिळाली.

पहिल्या वर्षी १० युनिट्स, दुसऱ्या वर्षी ५३. याला म्हणतात प्रगती!

त्यांचे प्रमुख ग्राहक होते तरी कोण?

अर्थातच पहिले आणि अपेक्षित असे ग्राहक होते, शासन. शासनाचा सारा भर हा पुनर्निर्माणावर होता आणि त्यावरच त्यांचे सारे लक्ष एकवटलेले होते. त्यामुळे अल्पावधीत ते ग्रीन चॅनलचे प्रमुख ग्राहक बनले. दुसरे सर्वात महत्त्वाचे आणि ज्यांच्यावर लक्ष ठेवणे

गरजेचे होते, ते म्हणजे, शीतपेये बनवणाऱ्या कंपन्या. कारण त्या उत्पादनांचे पुनर्निर्माण आवश्यक होते आणि त्यांचाही त्यात सकारात्मक सहभाग होता. तिसरे म्हणजे पेट्रोलियम क्षेत्र. भविष्यामध्ये पेट्रोल पंपावरच रिसायकलिंग मशीन्स स्थापन करण्याची अॅन्नाची योजना होती.

ग्रीन चॅनलला यंत्रांच्या विक्रीद्वारे पहिलेवहिले उत्पन्न मिळू लागले. अॅड एजन्सीशी सहकार्य करून टेलर मेड जाहिराती केल्या जाऊ लागल्या त्यातून नवे ग्राहक जोडले गेले. ही कंपनी त्यांच्या वितरण यंत्रणेमध्ये वापरण्यासाठी यंत्र देत असे आणि अॅड एजन्सीकडे जमा होणाऱ्या उत्पन्नातील भाग वाटून घेत असे.

जाहिरातींच्या माध्यमातून प्राप्त होणारे उत्पन्न हे यंत्राची किंमत आणि देखभालीसाठी येणारा खर्च वसूल करण्याइतपत तरी असायला हवे होते.

२०११ मध्ये अॅन्नाने 'अनरिझनेबल इन्स्टिट्यूट'मध्ये अर्ज केला आणि ग्रीन चॅनल कंपनी 'अनरिझनेबलशी' जोडली गेली.

अॅन्नाच्या दृष्टिकोनातून २०२०मध्ये ही कंपनी कुठे पोहोचलेली असेल?

'अद्याप खूप लांबचा पल्ला गाठायचा आहे. पुनर्निर्माण करण्याचे प्रमाण निश्चितपणे वाढवू. आम्हाला संपुर्ण चीनमध्ये याचा प्रसार करायचा आहे. रिसायकलिंग मशीन्स बनवणारी सर्वात मोठी कंपनी असा लौकिक आम्हाला मिळवायचा आहे. एकूण बाजारपेठेच्या ६० ते ७० टक्के भागावर आम्हाला वर्चस्व मिळवायचे आहे.'

ग्रीन चॅनलपुढे जे सर्वात मोठे आव्हान होते आणि आजही त्यांच्यासमोर आहे ते म्हणजे, या साऱ्या गोष्टींसाठी भांडवल उभे करणे. त्याचवेळी त्यांची सारी यंत्रसामुग्री ही अधिक प्रभावी, विश्वासार्ह आणि परवडणाऱ्या दरांत उपलब्ध असणे आवश्यक होते. सद्यस्थितीत कंपनीच्या निर्मितीप्रक्रियेचा वेग चांगला व समाधानकारक असला तरी भविष्याच्या दृष्टीकोनातून अधिक वेगाने काम होणे अपेक्षित होते.

'या मॉडेलच्या माध्यमातून पैसा मिळू शकतो हे एकदा लक्षात आले की, कदाचित दुसऱ्या दिवसापासूनच नक्कल करणाऱ्यांची भली मोठी रांग तयार झालेली दिसू शकते. हे कुठल्याही

व्यवसायाच्या बाबतीत होऊ शकते. त्या अर्थाने हा एक धोकादायक व्यवसायच आहे. त्याचप्रमाणे चीनची एकूण लोकसंख्या लक्षात घेता आणखी काही लोकांनी आमची संकल्पना उचलून व्यवसाय सुरू केल्यास त्यात नवल वाटण्यासारखे काहीही नव्हते.

सुदैवाने ग्रीन चॅनलकडे चार पेटंट असून या कंपनीला राष्ट्रीय स्तरावर मान्यता प्राप्त झालेली आहे. येणाऱ्या काळात कंपनीला चीनच्या बाहेरही विस्तार करायचा आहे.'

'चिनी उत्पादने' या विषयी लोकांच्या मनात निर्माण झालेली जी एक नकारात्मक प्रतिमा आहे ती बदलणे हे आमच्यापुढील सर्वात मोठे आव्हान आहे. लोक म्हणतात, की चिनी उत्पादने म्हणजे, कमी गुणवत्तेची उत्पादने, अतिशय स्वस्त आणि गुणवत्तेविषयी कोणतेही नियंत्रण नसणारी अशी असतात. आमच्या उत्पादनांविषयी अशी प्रतिमा लोकांच्या मनात तयार व्हावी असे मला बिलकूल वाटत नाही. मला हा दृष्टिकोनच बदलायचा आहे.'

ग्रीन चॅनलला त्यांची उत्पादने ही उत्तम गुणवत्तेची आणि नाविन्यपूर्ण अशी आहेत, हे सिद्ध करण्याची महत्त्वाकांक्षा आहे. त्यांना त्यांच्या उत्पादनाचे उत्तम व आकर्षक असे डिझाईन हवे आहे आणि त्याचबरोबर त्यांच्या ब्रँडचे नावही बाजारात प्रस्थापित व्हावे अशी त्यांची इच्छा आहे. एक कर्मचारी, एक शिक्षिका आणि त्यानंतर एक उद्योजक, त्यानंतर पुन्हा विद्यार्थी आणि पुन्हा एकदा उद्योजक असा ॲन्नाचा जीवनप्रवास झालेला आहे.

हे सारे होत असताना विविध प्रकारची परिस्थिती आणि विविध गोष्टी हाताळत असताना तिची जीवनविषयक दृष्टी आणि जीवनाविषयीचे तत्त्वज्ञान काय आहे?

मी माझ्यामध्ये जे जे काही सर्वोत्तम आहे ते देण्याचा कायम प्रयत्न करते. एक मुलगी असल्याने मला अर्थातच चांगल्या शिक्षणाची संधी उपलब्ध झाली. त्या शिक्षणाचा उपयोग अधिकाधीक चांगल्या पद्धतीने करून योगदान देण्याचा माझा प्रयत्न आहे. मला संकुचित वृत्तीने जगण्यापेक्षाही अधिक खुलेपणाने माझे विचारविश्व विस्तारायला अधिक आवडते.

हिरवा रंग हा एकात्मता, शांतता आणि सांस्कृतिक एकात्मतेचे प्रतिक आहे. मला असेच एक हिरवाईचे जग उभे करायचे आहे.

ग्रीन चॅनलला येणाऱ्या नव्या पिढीसाठी एक निरोगी आणि सुंदर जग निर्माण करायचे आहे. त्याचप्रमाणे एक सुस्पष्ट असा दृष्टिकोन ठेवून आजचे जग अधिक सुंदर करण्यासाठी ही कंपनी अतिशय आत्मविश्वासाने पुढे चाललेली आहे.'

नवे काय?

अगदी सुरुवातीला ॲन्नाला विविध समस्या आणि अडथळ्यांचा सामना करावा लागला. परंतु तिने कधीही हार मानली नाही. चांगल्या नेतृत्वाचे हेच खरे लक्षण असते. तिला ज्या ज्या गोष्टींविषयी आवड निर्माण झाली त्या प्रत्येक गोष्टीचा अनुभव घेण्याचा तिने प्रयत्न केला. तिने तशी एकही संधी हातातून जाऊ दिली नाही. तिने वेळोवेळी धोका पत्करला. जोपर्यंत आपल्याला खरोखर जे आयुष्यात करायचे आहे ते करण्यासाठी तिने तिच्या आयुष्यातील चांगल्या आणि प्रतिष्ठेच्या नोकऱ्याही सोडल्या. याचा अर्थ असा नाही की ती प्रत्येकवेळी नशीबवान होती. तशी ती नक्कीच नव्हती. कारण प्रत्येकवेळी धोका पत्करल्यानंतर तिला नव्या समस्यांचा सामना करावा लागत होता.

परंतु प्रत्येक उद्योजकाला संघर्ष हा करावाच लागत असतो. तो त्याच्या जीवनातील अपरिहार्य असा भाग असतो. आणि या साऱ्या गोष्टी जर नसतील तर त्या जगण्याला तसा अर्थ तरी काय उरतो?

ॲन्नाचा जीवनप्रवास आपल्याला प्रेरणा देऊन जातो. आपल्या प्रत्येकामध्ये असणाऱ्या सुप्त शक्तीवर विश्वास ठेवायला शिकवतो. ग्रीन चॅनलनेही अशीच हळू हळू सुरुवात केली त्यानंतर त्यांना एक उंची प्राप्त झाली आणि नंतर स्वतःच्या अवकाशात उडण्यासाठी पंखही लाभले.

अगदी आजही ॲन्ना तिच्या जीवनविषयक संकल्पनेविषयी सुस्पष्ट आहे. ती म्हणते, या पृथ्वीचे रक्षण करण्यासाठी नव्या पिढीमध्ये जागरुकता निर्माण होण्यासाठी मी ग्रीन चॅनलची सुरुवात केली. पृथ्वीचे जतन आणि संवर्धन करण्यासाठी मला तो विचार चांगल्या पद्धतीने रुजवायचा आहे. त्याचा प्रभाव अधिकाधीक लोकांवर व्हावा अशी माझी इच्छा आहे. अधिक हिरवाईने संपन्न, अधिक भव्य आणि अधिक शाश्वत विकास करणारा देश म्हणून चीनची ख्याती संपूर्ण जगात निर्माण व्हावी आणि जगात या देशाचे सन्मानाने नाव घेतले जावे, अशी माझी मनापासून इच्छा आहे आणि त्याच दिशेने माझे प्रयत्न सुरु आहेत.

८

कष्टाला पर्याय नाही, थांबू नका

राज जंगम

हा २४ वर्षांचा एक उत्साही तरुण. सायकल चलाओ या कंपनीचा सहसंस्थापक आणि मुख्य कार्यकारी अधिकारी. हा भारतातील पहिला आणि सर्वात वेगाने प्रगती करणारा बाईक शेअरिंग प्रोग्रॅम आहे. सायकल चलाओ हे मॉडेल तसे अतिशय सोपे. देशातील महत्त्वाची रेल्वेस्टेशन्स आणि सार्वजनिक ठिकाणी अगदी अल्पशा भाड्यामध्ये सायकली भाड्याने दिल्या जातात. सभासद एका स्टेशनहून सायकली घेऊन दुसऱ्या कोणत्याही नियोजित स्टेशनवर जाऊन सायकली तिथेच सोडू शकतात. प्रायोगिक तत्त्वावर हा प्रयोग सध्या पुणे आणि मुंबईमध्ये राबवला जात आहे. भारतातील प्रत्येक शहरात या योजनेचा विस्तार केला जाणार आहे. स्थानिक स्वराज्य संस्थांच्या भागीदारातून हा उपक्रम राबवला जाणार आहे. राजच्या या उपक्रमाची दखल फोर्बज, फास्ट कंपनी आणि आऊटलुक या बिझनेस मॅगझिननेही घेतलेली आहे.

''आपल्या आयुष्याची जबाबदारी स्वतः स्वीकारा. तुम्ही ती स्वीकारली नाहीत तर ती दुसरा कुणीतरी स्वीकारेल.'' हा त्याचा जीवनमंत्र आहे.

ज्या २४ वर्षांच्या एका तरुण मुलाशी आपण हात मिळवत आहोत त्याची सामान्यातून स्वतःचे वेगळेपण शोधण्याकडे वाटचाल सुरू आहे, हे पटायला जरा अवघड जाते. कारण कोणत्याही

टिपीकल मुंबईकरासारखाच राज दिसतो. हातात मोबाईल फोन असणारा, सतत एका विषयावरून दुसऱ्या विषयात शिरणारा आणि जराही एका जागी न थांबणारा. परंतु जसजसा संवाद खुलत जातो तसतसे आपल्या लक्षात येऊ लागते की, आपण एका आगळ्यावेगळ्या उत्साही व्यक्तिमत्त्वासमोर उभे आहोत. राज त्याची जगण्याची वाट शोधतो आहे. त्याच्या भविष्याला आकार देऊ पाहत आहे. त्याने जगातील सर्वात मोठी बाईक शेअरिंग सिस्टीम उभी केली आहे. त्याची सुरुवात भारतातून केलेली आहे.

राजच्या आयुष्याची कहाणी म्हणजे कोणत्याही मुंबईतल्या एखाद्या मुलाची कहाणी. त्याचे वडिल आंध्रप्रदेशातून मुंबईत आलेले आणि वडिलांनी तिथेच नशिब आजमवायचे ठरवले. त्याचे वडिल आंधप्रदेशातील हिम्मतपेठ येथील एका शेतकरी कुटुंबातील. शहरामध्ये काही काम मिळेल या आशेने स्वप्नांची शिदोरी बांधून ते येथे आले. शासनाच्या वरळीतील एका शाळेमध्ये शिक्षक म्हणून त्यांना नोकरी मिळाली. त्याच्या आईने तिसरीनंतर शाळेचे तोंड पाहिलेले नव्हते. ती एक सुगृहिणी होती. मुंबईतील गोपाळनगर भागामध्ये दोन बहिणी व आई वडिलांसह राज राहत होता. प्रचंड मोठा दूरदर्शन टॉवर ही या जागेची ओळख होती. धारावीपाठोपाठची एक सर्वात मोठी झोपडपट्टी म्हणून या जागेचा लौकिक होता.

झोपडपट्टीत राहणाऱ्या असंख्य मुलासारखेच राजचेही बालपण गेले. आई वडिल आणि नातेवाईकांसमवेत राहणे, मॉन्सूनमध्ये भरून वाहणारे सामुहीक संडास हे सारे अनुभव त्याच्याही वाट्याला येत होते. पैशांची टंचाई तर सातत्याने असायचीच. अनेकदा तर दूरच्या नातेवाईकांवरही घरात कमवले जाणारे पैसे खर्च होत असत. 'माझ्या आईच्या भावांसाठी आम्ही कमवलेला पैसा खर्च व्हायचा... आणि त्यातील काहीजण तर हा मिळणारा पैसा दारुवर उडवून टाकायचे. तो काळ आमच्यासाठी खरंच अवघड होता' अशा शब्दांत राज तेव्हाच्या आठवणी उलगडतो.

दुसऱ्या इयत्तेत असताना एका साध्या पेन्सिलच्या मालकीवरून एका मुलाशी त्याचे शाळेत भांडण झाले होते. दुर्दैव म्हणजे, राज ज्याच्याशी भांडला त्याची आई त्याच शाळेची मुख्याध्यापिका होती. या भांडणाचा शेवट आईच्या समोर होणार होता तो परवडण्यासारखा नव्हता. त्याने शाळेतून धूम ठोकली आणि त्यानंतर पुन्हा त्या शाळेत पाऊल ठेवले नाही. त्यामुळे कोणाशी पंगा घ्यायचा हे त्याला फार लहान वयातच उमगले.

त्यानंतर इयत्ता पाचवीत गेल्यावर त्याच्या वडिलांनी होमस्कूलची सक्ती केली. त्यामुळे तो केवळ परीक्षेपुरताच शाळेत जात असे. त्यानंतर जेव्हा पुन्हा शाळेत जाण्याची (याखेपेला वेगळ्या शाळेत) वेळ आली तेव्हा राजने शाळेचा काळ मस्तपैकी अनुभवला. शाळेमध्ये तो कायम 'टॉप रँकर' असायचा. वडिलांनी वाचनासाठी त्याला कायम प्रोत्साहन दिले आणि त्याच्यासाठी प्रश्नमंजुषेची आणि कॉमिक्सची पुस्तके आणून दिली.

'मला आठवतंय, मी टिंकल कॉमिक्सची अतिशय आतुरतेने वाट पाहायचो आणि सुपांडी हे माझे सर्वात फेवरेट होते.'

शाळेमध्ये शिक्षकाचा मुलगा म्हणून त्याला विशेष मान दिला जायचा. शाळेत येणारी बहुतांश मुले ही झोपडपट्टीतील होती आणि त्यातील अनेक मुले गिरणीत काम करणाऱ्या कर्मचाऱ्यांची होती. राजच्या आयुष्यात ज्या समस्या होत्या तशाच स्वरुपाच्या समस्या या समवयस्क मुलांच्याही आयुष्यात दिसत होत्या. त्यामुळे या मुलांशी राजची चांगली गट्टी जमली. विशेषतः इयत्ता आठवीनंतर त्याने अनेक उपक्रमांमध्ये भाग घ्यायला सुरुवात केली. त्याला नाटकांमध्ये विशेष रस होता. पण शालेय जीवनाव नेहमी मिळणारा पहिला क्रमांक सोडला तर त्याच्या जीवनात पुढे काय करायचे याचा काहीही अंदाज अगर दृष्टी नव्हती. नव्वदच्या दशकात इतर मुले जे काही करत होती तेच तो देखील करत होता. दुपारच्या फावल्या वेळेत तो दूरदर्शन पाहायचा. शाळा सुटल्यानंतर त्यावर लागणारे कार्टून शो न चुकता पाहायचा.

त्याच्या वडिलांनी त्याला आयएएस अधिकारी बनण्याची प्रेरणा दिली. त्यातून त्याला एक वेगळी प्रतिष्ठा आणि समाजात आदराचे स्थान लाभू शकेल असा त्यांचा विचार होता.

याच दरम्यान राजला दोन अतिशय उत्तम अनुभव मिळाले. त्याच्या आईने त्याचे नाव गीतापठणाच्या एका स्पर्धेत नोंदवले होते. 'हा जरा गंभीरच मामला होता. परंतु मी मनापासून तयारी केली. त्यासाठी कष्ट घेतले. अकरावा अध्याय मला तोंडपाठ झाला होता.'

पाठांतर हे कष्टाचे काम होते. सकाळी लवकर उठायचे. पाठांतर करायचे. प्रत्येक ओळ समजून घ्यायची. प्रत्येक श्लोक तोंडपाठ करायचा. अखेर त्याच्या प्रयत्नांना यश आले आणि त्या स्पर्धेत तो विजयी ठरला. हा प्रसंग त्याला खूप काही शिकवून गेला. जणु जीवनमंत्रच बनला. खूप कष्ट करा. कधीही थांबू नका!! त्याच्या स्वतःच्या उद्योग उभारणीतही हाच मंत्र

त्याला कायम बळ देत राहिला.

त्याच काळात एक दुःखाचा अनुभवही वाट्याला आला.

तेलगु माध्यमाच्या एका शाळेत राज शिकत होता. आठवी, नववी आणि दहावी ही तीन वर्षे तो तिथे होता. शाळेत दोन प्रकारचे वर्ग भरत. पहिला, लोअर लेव्हल. त्यामध्ये त्याच्यासारखे प्रादेशिक भाषा शिकणारे विद्यार्थी असत तर दुसरे म्हणजे हायर लेव्हल. त्यामध्ये सारी मुले असत ती इंग्रजी माध्यमाचीच. ही मुले आणि इतकंच काय त्यांना शिकवणारे शिक्षकदेखील या मुलांकडे वेगळ्या व कनिष्ठ असल्याच्या भावनेने नेहमी पाहत असत. तो कोणत्याही भाषेत बोलो अथवा न बोलो त्यांच्या दृष्टीने तो कायम कनिष्ठ पातळीवरचाच विद्यार्थी असे. त्यांच्याकडून मिळणारी ही अशाप्रकारची वागणूक त्याला अतिशय अन्यायकारक आणि हीन दर्जाची वाटायची. अर्थात त्या वेळी तो यावर काही करू शकत नव्हता परंतु आपल्यावर अन्याय होत असल्याची त्याची भावना निर्माण झालेली होती.

दहावीच्या परीक्षेत त्याला ८३ टक्के मिळाले. खरं तर त्याने चांगले गुण मिळवले होते परंतु तरीही त्याला भिती वाटत होती. कारण त्याच्या काही मित्रांना ८५ टक्के मिळाले होते. त्यामुळे पुढे प्रवेश मिळेल की नाही याविषयी खात्री नव्हती. मात्र त्याची निवड झाली आणि त्याला आंध्र एज्युकेशन सोसायटीच्या कनिष्ठ महाविद्यालयात अकरावी व बारावीसाठी विज्ञान शाखेत प्रवेश मिळाला. तिथून मग राजचा स्वतंत्र प्रवास सुरू झाला. गंमत म्हणजे, याच काळात त्याला पहिलं प्रेमही झालं. ते देखील हायर लेव्हल मधल्याच एका मुलीशी! तो खरोखर मजेचा काळ होता. तो त्याच्या प्रेयसीसमवेत भरपूर वेळ घालवायचा. तिने जेव्हा तेलगु भाषा शिकायचा प्रयत्न सुरू केला तेव्हा त्याला आणखीनच गंमत वाटली.

कॉलेजमध्ये मात्र शैक्षणिक कामगिरी काही फारशी चांगली राहिली नाही. विज्ञानातील भौतिक, रसायन यासारखे विषय हे काही आपल्या आवाक्यातले नाहीत अशी त्याची भावना बनली. त्याने इंजिनिअरिंगची प्रवेश परीक्षा देण्याचाही प्रयत्न केला; परंतु तो त्यातही अपयशी ठरला. याच दरम्यान राजकीय विषयात आपल्याला अधिक रस आहे असे त्याच्या लक्षात आले. शहर विकासाच्या योजना, झोपडपट्ट्यांची दुरवस्था आणि स्थानिक राजकारण्यांची भूमिका (कोणतीच कृती न करण्याची) याविषयी त्याची म्हणून स्वतंत्र मते तयार झालेली होती. मुंबईतील झोपडपट्ट्या मुंबईतून हद्दपार करण्यासाठी कोणकोणती वृत्तपत्रे सातत्याने वार्तांकन

करत असतात याचाही त्याचा अभ्यास झाला होता. त्यामुळे त्याच्या मनात एक विचित्र भावना तयार झाली होती. कारण तो स्वतः झोपडपट्टीमध्येच राहत होता आणि तो या शहराला नकोसा होता. त्याच्या मनात जे प्रश्न सातत्याने उभे राहत होते त्याची उत्तरे विज्ञानाच्या अभ्यासातून त्याला मिळत नव्हती. त्यामुळे त्याने सामाजिक शास्त्र या विषयावर लक्ष केंद्रीत केले. त्याने रुईया कॉलेजमध्ये कला शाखेत प्रवेश घेतला. त्याला खरं तर राज्यशास्त्र हा विषय शिकण्याची मनापासून इच्छा होती परंतु राज्यशास्त्राच्या जागा पूर्ण भरल्याने त्याला हा पर्याय निवडावा लागला. त्याचप्रमाणे त्याने तत्त्वज्ञान या विषयावरही लक्ष केंद्रीत केले आणि त्याला त्यात मजा येऊ लागली.

नव्या खुल्या वातावरणामध्ये राजदेखील खुलला. मुंबईतील रुईया महाविद्यालयात त्याने ३ वर्षे शिक्षण घेतले. राजचे अवकाश टप्प्याटप्प्याने विस्तारत गेले. आता तो विविध आर्थिक पार्श्वभूमी असणाऱ्या मुलांसमवेत सहज मिसळू शकत होता. ड्रायव्हर गाडीतून सोडायला येत अशा मुलांपासून इथपासून ते अगदी साध्यात साध्या मुलाशी त्याचे जुळू लागले. महाविद्यालयात सातत्याने काही ना काही उपक्रम सुरू असायचे. त्यामुळे प्रत्येकजण व्यस्त असायचा. वादसंवाद, नाटके आणि वक्तृत्वस्पर्धा व्हायच्या. राजसाठी हा सारा अफलातून अनुभव होता. योगायोगाने त्याच्या अभ्यासात झोपडपट्ट्यांशी संबंधित विषयही होते. मुंबईतील आघाडीचे राजकीय नेते किरीट सोमय्या यांची पत्नी मेधा सोमय्या हा विषय त्यांना शिकवत असत. या निमित्ताने राजने पहिल्यांदा सामाजिक उद्योजकता ही संकल्पना ऐकली आणि त्याच्या व्यापक परिणामांविषयी जाणून घेतले. याचा फायदा असा झाला की, सामाजिक विषयांचे योग्य संदर्भ जाणून घेत, त्याचे विश्लेषण तो आता करू शकत होता आणि आवश्यक त्या ठिकाणी वाद घालण्याची क्षमता ही त्याच्यात आली होती. गरीबीविषयीचा त्याचा दृष्टिकोन आता अधिक व्यापक होऊ लागला होता. सामाजिक उद्योजकतेसाठी आवश्यक असणारी योग्य पायाभरणी या निमित्ताने होत होती. परंतु अजूनही आपण आयुष्यात नक्की काय करणार आहोत याची कोणतीही सुस्पष्ट कल्पना त्याला नव्हती.

दरम्यानच्या काळात, असाच आणखी एका वेगळा अनुभव त्याला मिळाला.

नॅशनल कॅडेट कॉर्प्स (एनसीसी) मध्ये राजला विशेष रस होता. एनसीसी ही स्वयंसेवी सैनिकी संस्था असून महाविद्यालयीन स्तरावर विदयार्थ्यांना सैनिकी प्रशिक्षण देते. महत्त्वाचे म्हणजे, त्यातून विद्यार्थ्यांना शिस्त, नियाजनबद्धता आणि नेतृत्त्वगुणांचे प्रशिक्षण मिळते. त्याच्या बहिणीच्या आग्रहामुळे तो एनसीसीमध्ये गेला आणि तिथे त्याचा आत्मविश्वास

दुणावला. लोकांसमोर जाऊन बोलणे, कार्यक्रमांचे आयोजन करणे, एखाद्या संघाचे नेतृत्व करणे अशा गोष्टी त्याला सहजगत्या जमू लागल्या. एनसीसी त्याला इतके आवडू लागले की त्याच्या मनात भारतीय सैन्यात दाखल होण्याची इच्छा निर्माण झाली. एनसीसीतील श्री. वरपे, श्री. बोरसे आणि श्री. हडावळे यांचा फार मोठा प्रभाव त्याच्यावर होता. उत्तम नेतृत्व कौशल्य असणारे असे ते लष्करी अधिकारी होते. जगताना त्यांची मुल्ये आणि विचार यावर अतिशय ठाम आणि सुस्पष्ट असत हे तो अनुभवत होता. राजला त्यांच्या मुशीमध्येच तयार होण्याची मनापासून इच्छा होती. रुईया कॉलेजचा तो लीडर बनला आणि त्याच्या हाताखाली ५२ कॅडेट्स आले. विविध सामाजिक उपक्रमांमध्ये त्यांना सहभागी करण्यासाठी कामे वाटून देण्याची जबाबदारी राजकडे आली. राजलादेखील या निमित्ताने संपूर्ण भारतात फिरण्याची संधी मिळाली. विविध कार्यक्रम, परिषदांमध्ये सहभागी होता आले. मुंबईतील झोपडपट्टीतून आलेल्या या मुलाचे अनुभवविश्व खूप चांगल्या पद्धतीने विस्तारत गेले. पंजाबच्या एका एनसीसी कॅंपमधून मात्र तो अचानक परत आला कारण त्याच्या प्रेयसीने ब्रेक–अप केले होते. सतत कामात गढून राहण्याची किंमत त्याला मोजावी लागली होती.

हा अत्यंत निराशेचा व दुःखाचा काळ असला तरीही त्याने रुईया कॉलेजच्या बाहेरील विविध उपक्रमांमध्ये स्वतःला सातत्याने गुंतवून ठेवले. महाविद्यालयाच्या दुसऱ्या वर्षात केवळ एका लेक्चरला तो बसला होता. आणि त्यादिवशीसुद्धा तो वर्गात उशीरा पोचला होता.

अखेरीस त्याच्या प्राध्यापकांनी त्याला वैतागून सांगितले, की त्याला शिकण्यात रस नसेल तर त्याने सरळ बाहेर जावं. त्याची पूर्ण उपस्थिती मी लावून टाकेन. त्यावर राजने बाहेर राहणेच पसंत केले आणि त्याला त्याच्या उपस्थितीचे सारे गुणही मिळाले!

'सामाजिक उद्योजक' ही संकल्पना त्याच्यापासून अद्याप खूप दूर असली तरीही याच क्षेत्रात आता आपल्याला काही करायचे आहे इतके तरी मनाशी नक्की झालेले होते. लोकांच्या उपयोगी पडेल अशी काहीतरी सेवा त्याला सुरु करायची. शेवटच्या तिसऱ्या वर्षात त्याने जरा अभ्यासावर लक्ष केंद्रीत करण्याचे ठरवले आणि वर्गातील तासिकांनाही तो नियमितपणे बसला. तत्त्वज्ञान याविषयात रस असल्याने त्याचा अभ्यास चांगला झाला. कॉलेजच्या उपप्राचार्या वत्सला पै हे अतिशय ऋजू व्यक्तिमत्त्व होते. राज या काळामध्ये योग्य व अयोग्य बाजू यांचा साकल्याने अभ्यास करत होता व त्यातील विविध बाबी नीट समजून घेत होता. लोकांमुळे आणि नागरीकरणामुळे निर्माण होणाऱ्या संधी, निर्णयप्रक्रिया आणि नितीमत्तता या साऱ्या गोष्टी तो जाणून घेत होता. हे सारे समजून घ्यायला जरा अवघडच होते परंतु राजला

त्यात फार गंमत यायची. पाश्चात्य तत्त्वज्ञानामध्ये त्याला सॉक्रेटीसच्या तत्त्वज्ञानाची गोडी लागली. भारतीय गूढ तत्त्वज्ञानापेक्षाही ग्रीक तत्त्ववेत्त्यांचे विचार त्याला अधिक जिव्हाळ्याचे वाटू लागले.

रुईयामध्ये असताना कॉलेज फिल्म सोसायटीचा सरचिटणीस म्हणून राजने जबाबदारी स्वीकारली. कलात्मक चित्रपटांचा प्रसार करण्यासाठी ही फिल्म सोसायटी कटिबद्ध होती. राज कायम भव्य विचार करायचा आणि त्यात बिनधास्त उडी घ्यायचा. याही वेळी तसेच केले. राष्ट्रीय स्तरावरचा चित्रपट महोत्सव आयोजित करण्याचे त्याने ठरवले. दिल्लीतील वितरकांशी संपर्क साधला आणि रिओ द जेनेरिओतील वर्ल्ड सोशल फोरमच्या मदतीने चांगल्या चित्रपटांच्या सादरीकरणाची परवानगी मिळवली. हे अर्थातच अवघड काम होते परंतु त्याच्या टीमने ही सारी कसरत यशस्वीरित्या पूर्ण केली. त्यांनी देशविदेशातील अनेक पुरस्कारविजेते चित्रपट दाखवले आणि गांभीर्याने चित्रपट पाहणाऱ्यांचेही लक्ष वेधून घेतले.

याचदरम्यान, पार्टनर्स फॉर अर्बन नॉलेज, ॲक्शन अँड रिसर्च (पुकार) या स्वयंसेवी संस्थांसाठी संशोधन प्रकल्प करण्याचा प्रस्ताव मेधा सौमय्या यांनी दिला. शहरावर परिणाम करणाऱ्या घटकांचा अभ्यास करण्यासाठी त्यांच्या वतीने ६० हजार रुपयांची (१२०० अमेरिकन डॉलर्स) ची आर्थिक मदतही मिळणार होती. राजने हा प्रकल्प स्वीकारला आणि 'मातृभाषेतून शिकणाऱ्यांवर होणारा अन्याय' हा विषय संशोधनासाठी जाणीवपूर्वक निवडला. हा विषय त्याच्या अत्यंत जिव्हाळ्याचा होता. या संशोधनाच्या निमित्ताने त्याला मुंबईच्या विविध भागांमधून फिरता आले. प्रामुख्याने त्याला धारावी भागात जाता आले तिथे त्याने विद्यार्थी, पालक, शिक्षक आणि शासनातील लोकप्रतिनिधी यांच्या मुलाखती घेतल्या व त्यांची या विषयीची मते जाणून घेतली. एका बाजूला पालकांना त्यांच्या मुलांना त्यांच्या मातृभाषेतील शाळेत शिकवण्याबाबत फारसा रस नव्हता. कारण इंग्रजी शाळेत शिक्षण न घेतल्यास किती संधी पाठ फिरवतात हे त्यांना दिसत होते. माध्यमिक शिक्षणानंतर विज्ञान आणि गणित हे विषय इंग्रजीतच असावेत असे राजला वाटत होते. परंतु या विषयाच्या निमित्ताने लक्षात आले की हा विषय अतिशय गुंतागुंतीचा असून त्याला एकच साधे सोपे उत्तर असू शकत नाही.

या साऱ्या विषयाचा वेध घेताना राजला संशोधनाची कार्यपद्धती आणि संशोधनामागील प्रक्रिया हे सारे शिकून घेतला आले. दरम्यान, मुंबईतील युएन लिमिटेड, इंडिया या कंपनीतील पूजा वॉरीयर यांची भेट झाली आणि त्यांच्याकडे फेलोशिपसाठी अर्ज केला. याचदरम्यान,

सामाजिक उद्योजकता या विषयामध्ये एमबीएचे शिक्षण देणाऱ्या डॉ. मीना गॅलीअरा यांची भेट झाली. राजला अर्थातच त्यांचे शुल्क परवडण्यासारखे नव्हते. परंतु नरसी मोनजी इन्स्टिट्यूट ऑफ मॅनेजमेंट स्टडिज (एनएमआयएमएस) या संस्थेतील सोशल एंटरप्रायजेस सेलच्या विभागप्रमुख डॉ. मोनिका गॅलीअरा यांच्यामुळे पुढची वाट सोपी झाली. या संस्थेची स्कॉलरशिप मिळाल्याने सामाजिक उद्योजकतेचा विषय अर्धवेळ शिकण्याची परवानगी मिळाली. त्याच्या आयुष्यातील एका नव्या अध्यायाला या निमित्ताने सुरुवात झाली. पूजा वॉरिअर आणि मीना गॅलीअरा या दोघीही त्याच्या मार्गदर्शक, पालक बनल्या आणि त्यानंतर त्याने 'सायकल चलाओ' हा जो अभिनव प्रयोग केला त्यामध्ये त्यांनी त्याला पुष्कळ सहकार्य केले व पाठबळ दिले.

त्याच्या महाविद्यालयीन काळामध्ये घरची परिस्थिती आणखीन हालाखीची झालेली होती. आईवडिलांकडून त्याला कोणतीही आर्थिक मदत मिळत नव्हती. आपला मुलगा इतके शिक्षण का घेत आहे हे त्याच्या आईवडिलांना आणि नातेवाईकांना खरंच कळत नव्हते. त्यामुळे शिकण्याचा उत्साह कमी होऊन तो नोकरीकडे वळावा अशी त्यांची धडपड होती. या साऱ्या पार्श्वभूमीवर राजला त्याच्या शिक्षणासाठी लागणारे पैसे उभे करावे लागणार होते. एनसीसीच्या माध्यमातून मिळणारा स्टायपॅंड, विविध स्पर्धांतून त्याने जिंकलेले पैसे आणि त्याच्या बहिणीकडून त्याने घेतलेले उधार पैसे या माध्यमातून तो खर्च भागवत असे. त्याचप्रमाणे त्याने एका वृत्तपत्रासाठी अर्धवेळ बातमीदार म्हणून देखील काम करण्यास सुरुवात केली. त्याने एखादा लेख लिहिला तर त्याला २५० ते ५०० रुपये मिळत असत. त्याला जे सामाजिक विषय अस्वस्थ करत असत त्याविषयी लिहिण्याची संधी त्याला या निमित्ताने मिळाली. याच दरम्यान त्याला माहिती अधिकाराच्या कायद्याविषयी माहिती मिळाली आणि त्याने विविध विषयांवर माहिती अधिकारात अर्ज दाखल केले. त्यामाध्यम ातून त्याने अनेक नागरी प्रश्नांना देखील हात घातला. तेथील तेलगुतील लोकसत्ता या नव्या राजकीय पक्षानेही त्याला सहभागी करून घेतले आणि युवासंघटनेची जबाबदारी त्याच्याकडे सोपवली. तिथे त्याला मासिक ८ हजार रुपये वेतन मिळू लागले. राजने एक राष्ट्रीय स्तरावरचे अभियान सुरू केले ते म्हणजे, 'भारत जोडो आंदोलन' बाबा आमटे यांच्या कार्यातून प्रेरणा घेऊन त्याने याची सुरुवात केलेली होती. या काळात मुंबईत शिवसेना हा आघाडीचा पक्ष होता व त्याचे तरुण नेते राज ठाकरे यांनी परप्रांतियांच्या विरोधात जोरदार मोहीम उघडली होती आणि जे महाराष्ट्रीय नाहीत त्यांनी महाराष्ट्र सोडून जावे असा त्यांचा

प्रयत्न व आग्रह होता. राज ठाकरे यांनी त्या काळात रेल्वेस्टेशनवर लक्ष केंद्रित केले होते कारण विविध जिल्ह्यांतून तिथेच लोक एकत्र येत असत व विविध राज्यांमध्ये जात असत. लोकसत्तासाठी हे एक खरोखर मोठे अभियान आणि आव्हान होते. त्या मोहीमेला अभूतपूर्व यश मिळाले आणि त्याचे नेतृत्व एक अवघा १७ वर्षांचा तरुण मुलगा करीत होता. राज दिवसातून १८ तास काम करत होता. लोकसत्तातील त्याच्या वरिष्ठांनी असे ठरवले की, त्याच्या मदतीला आणखी अनुभवी लोकांची फळी द्यावी. परंतु त्यामुळे निराश झालेल्या राज आणि त्याच्या सहकाऱ्यांनी तेथून बाहेर पडण्याचा निर्णय घेतला.

लोकसत्ताने वन इंडिया वन पीपल हे अभियान वेगाने पुढे नेले. परंतु आपण जी काही मेहनत त्यासाठी घेतली होती ती अक्षरशः व्यर्थ गेली अशी भावना राजच्या मनात निर्माण झाली आणि त्याला आयुष्यातील आणखी एक धडा मिळाला.

हे सारे घडत असताना त्याचे एनएमआयएमएसमधील अर्धवेळ शिक्षण सुरूच होते. समृद्ध अनुभवविश्व असलेले लोक तिथे येऊन शिकवत असत. ५५ वर्षांच्या कॉर्पोरेट एक्झिक्युटीव्हपासून ते विविध चॅरीटेबल संस्थांच्या प्रमुखांपर्यंतचे लोक तिथे शिकवण्यासाठी येत असत. वास्तव जगाचा अतिशय अल्प अनुभव असलेल्या व नव्या संधी व नोकरीच्या शोधात असलेल्या तरुणांना ते मार्गदर्शन करीत असत त्यामुळे चांगला अनुभव मिळण्याचे हे एक विस्तृत दालन होते.

राजची धडाडी आणि त्याचे विस्तारणारे अनुभवविश्व यामुळे त्याला कधीही काम कमी नव्हते. एनएमआयएमएसमध्ये अभ्यास करताना, चाईल्ड लाईफ अँड यू (क्राय) च्या चर्चासत्रात सहभागी झालेला असताना, सेंटर फॉर ॲडव्होकसी अँड रिसर्च (सीएफएआर)च्या संयोगिता ढमढेरे यांच्याशी भेट झाली. 'तू आमच्यासाठी काम करायला हवे.' असे त्यांनी सुचवले आणि त्याप्रमाणे राजने त्यांच्यासाठी काम सुरू केले.

काम तसे सोपे होते. मुंबईतील सर्व वृत्तपत्रांचे वाचन करायचे आणि एचआयव्ही व एड्स याविषयी कोणत्या बातम्या आलेल्या आहेत याचे सारांशरुपाने टीपण तयार करून ते पुणे कार्यालयात द्यायचे. सीएफएआरला हे काम करण्यासाठी एखादा बुद्धिमान माणूस हवा होता. आणि फक्त वृत्तपत्रे वाचण्यासाठी आठ हजार जर कुणी देत असेल तर ते कोण सोडणार? त्याला हे काम करण्यात विशेष आनंद मिळत होता. दिवसाला तो १८ वृत्तपत्रे वाचून काढत

होता. जर कुणी विचारले असते तर त्याने हे काम फुकटात देखील केले असते. त्याने हे काम ८ महिन्यांसाठी केले. कारण त्यानंतर त्याचे पुढचे धाडसाचे पाऊल पडणार होते, ते म्हणजे सायकल चलाओ!

राजला सायकलींमध्ये काही विशेष रस होता अशातला भाग नाही. जरी त्याच्याकडे स्वतःच्या मालकीची सायकल असली तरीही तो सायकलप्रेमी अजिबातच नव्हता. कोणतीही पॅशन अथवा सायकलिंगच्या वेडातून 'सायकल चलाओ' या संकल्पनेचा जन्म झाला नाही तर त्या मागे होती दैनंदिन आयुष्यातील गरज!

राजला त्याच्या घरातून कॉलेजला ट्रेनने आणि रिक्षाने जावे लागत असे. एलफिस्टन रोड स्टेशनपासून विले पार्ले स्टेशनपर्यंत रेल्वेने जाणे हा तसा सुखद प्रवास होता. (अर्थात मुंबईच्या संदर्भात) परंतु रेल्वेस्टेशनवर उतरल्यापासून आणि रेल्वेस्टेशनवर येईपर्यंत रिक्षा मिळणे हा मात्र अत्यंत त्रासदायक भाग होता. मुख्य म्हणजे रिक्षांसाठी भल्या मोठ्या रांगा लागलेल्या असत. दुसरे म्हणजे स्टेशनजवळ असणाऱ्या ट्रॅफिकमध्ये या रिक्षा नेहमीच अडकून पडत असत. रिक्षामध्ये अडकून बसल्याने त्याला अनेकदा वर्गात पोहोचायला उशीर होत असे. त्यातूनच या सुपीक कल्पनेचा जन्म झाला.

एका रिक्षा ड्रायव्हरने त्याला उद्धट उत्तर दिले त्यातून नवे काही करण्यासाठी तो अधिकच प्रवृत्त झाला. एका इच्छित ठिकाणी पोहोचण्याची राजला घाई होती. ती पाहून रिक्षावाला त्याला म्हणाला, 'अगर इतना ही जल्दी मे हो, तो खुद का सायकल क्यु नही चलाते शहर मे.' (जर तुला इतकीच घाई असेल, तर शहरामध्ये स्वतःची सायकल का नाही चालवत तू?)

त्याचे ते शब्द राजच्या डोक्यात दिवसभर राहिले. त्याने त्या कल्पनेवर विचार करायला सुरुवात केली. त्यादिवशी काही केल्या वर्गात त्याचे लक्ष लागेना. एकाहून एक शक्यता त्याच्या डोक्यात पिंगा घालू लागल्या. जगभरातील सर्व सर्वोत्तम अशा शहरांमध्ये बायसिकल शेअरिंग प्रोग्रॅम प्रभावीपणे राबवले जातात हे त्याच्या ध्यानात आले. सायकली भाड्याने देता येऊ शकतात आणि ॲडहॉक तत्त्वावर त्याची यंत्रणा बसवली जाऊ शकते. पॅरीस, कोपेनहेगन, मॉन्टरिअल, ॲमस्टरडॅम या साऱ्या ठिकाणी हे होऊ शकत असेल तर मग मुंबईत का नाही?

मुंबईमध्ये आजवर कुणीही बायसिकल शेअरिंग प्रोग्रॅम का राबवले नसावे याचेच त्याला आश्चर्य वाटले. हा प्रश्न मनात थैमान घालू लागला तेव्हा त्याने अखेरीस एनएमआयएमएसच्या डॉ.

मीना गॅलीआरा यांना जाऊन विचारले.

'हा जो प्रश्न तुझ्या मनात निर्माण झाला आहे त्याचे उत्तर तुझे तूच का शोधत नाहीस? जर हा विषय तुझ्या मनात आलेला आहे आणि तू त्यावर इतका विचार करतो आहेस तर तुच एक या योजनेचा आराखडा तयार कर.' असे त्यांनी सांगितले आणि त्यानुसार राज कामालाही लागला.

त्याने कन्सेप्ट नोट तयार केली. ती एनएमआयएमएसच्या विद्यार्थी आणि शिक्षकांमध्ये फिरवण्यात आली. सर्वांकडून त्याला चांगला प्रतिसाद मिळाला. जरुर करायला हवे... असा साऱ्यांचा एकमुखी प्रतिसाद होता. त्यानुसार त्याने प्रत्यक्ष काम सुरू केले.

या संकल्पनेतील मूळ गाभ्याला धक्का लागू दिलेला नव्हता. लोकांना कुठूनही सायकल घेता आली पाहिजे आणि कुठेही सोडता आली पाहिजे. आणि या साऱ्यासाठी भाडं पुन्हा खूप कमी ठेवायला हवं. रोजचे, साप्ताहिक अथवा मासिक पैसे भरण्याची सुविधा हवी. बायसिकल शेअरिंगची हीच तर मूळ कल्पना होती. परंतु ती जितकी ऐकायला छान वाटत होती तितकी प्रत्यक्षात उतरवणे हे खरे आव्हान होते.

रेल्वेस्टेशनवरील पार्किंगच्या जागा आणि महत्त्वाची सार्वजनिक ठिकाणे यांचा शोध घेण्यास राजने सुरुवात केली. देशातील महत्त्वाच्या शहरांतील प्रदुषणांची स्थिती काय आहे याविषयी सारेच लोक अवगत होते. परंतु राजच्या कामामागची ती खरी प्रेरणा नव्हती. त्याला लोकांच्या वास्तव अडचणींची जाणीव होती. लोकांना वाहतुकीत येणाऱ्या अडचणी हीच बाब त्याच्या प्राधान्यक्रमावर होती. ही गोष्ट केंद्रस्थानी मानल्याशिवाय ती प्रत्यक्षात येऊ शकणार नव्हती आणि त्याचे इतर लाभ हे अनुषंगिक होते.

अगदी सुरुवातीला त्याच्या ग्राहकांना आकर्षित करेल आणि उपयुक्त वाटेल असे काही तरी नाव देण्याचा त्याचा विचार होता. नॉन प्रॉफीट फाउंडेशनच्या मानसिकतेतून दिले जाणारे नाव त्याला नको होते. त्याच्या व्यक्तिगत आयुष्यातून आणि आधीच्या नोकरीतून मिळालेल्या अनुभवातून जे काही मिळवले होते त्यातून त्याचा एक दृष्टिकोन विकसीत झालेला होता. त्याला आर्थिकदृष्ट्या स्वतंत्र आणि स्वतःच्या पायावर उभा राहणारा व्यवसाय अपेक्षित होता मग तो व्यक्तीचा असो वा एखाद्या संस्थेचा!

त्याला प्रत्यक्षात कोणतेही काम सुरू करण्यापूर्वी भरपूर संशोधन आणि पायाभूत काम करावे लागणार होते. एखादा व्यवसाय सुरु करण्यासाठी काय करावे लागते आणि बायसिकल शेअरिंग स्कीम सुरू करण्यासाठी काय करावे लागणार होते या दोन्ही विषयी तो पूर्णपणे अनभिज्ञ होता. सुरुवात करायची म्हणून त्याने ही संकल्पना पुकार या ग्रुपसमोर नेली. अनिता देशमुख यांच्या मदतीमुळे त्याला क्रिटीकल मार्केट डाटा आणि आवश्यक असणारी सर्व माहिती देऊ शकणाऱ्या लोकांची भेट झाली. मुंबई मिररचे बातमीदार राहुल श्रीवास्तव यांचीही विशेषत्वाने मदत झाली.

मुंबईच्या रस्त्यांवर खरोखर बायसिकल शेअरिंग स्कीम राबवता येईल का हे तपासून पाहण्यासाठी राजने सुरुवातीला ३५० तरुणांच्या मुलाखती घेऊन स्वयंसेवकांची टीम उभी केली. त्याला उत्स्फुर्त प्रतिसादही मिळाला परंतु मुंबईसारख्या शहरांत सायकलींचा वापर करण्यातील सुरक्षिततेचा मुद्दाही अनेकांनी उपस्थित केला. हे सारे मुद्दे युएन लिमिटेडच्या पूजा वॉरीयर यांच्यासमोर त्याने मांडले. युएन लिमिटेडचे लोक सहकार्यासाठी तत्पर आणि सकारात्मक दृष्टिकोन बाळगणारे असल्याने त्यांनी ही कल्पना प्रत्यक्षात आणण्यासाठी ६० हजार रुपयांचे अनुदान मंजूर केले. राजचा उत्साह द्विगुणित झाला. साठ हजार ही रक्कम तशी वरकरणी फारच अल्प वाटत असली तरीही त्याच्या मनातील कल्पनांना मूर्तरुप येण्यास सुरुवात होऊ शकणार होती. त्याचप्रमाणे राजच्या मते, कमीत कमी किंमतीमध्ये हे सारे करता येणे महत्त्वाचे होते.

राजने २१ जणांची एक टीम (मित्र आणि विद्यार्थी) तयार केली आणि प्रत्यक्ष कामाला सुरुवात केली. ग्राहकांचे त्यांनी जे सर्वेक्षण केले त्यानुसार बायसिकल शेअरिंगसाठी प्रती महिना १५० रुपये (३ डॉलर्स) आकारण्याचे ठरले. ज्यावेळी अनेक तरुण त्यांच्या एमबीए थिअरीचा सराव करीत होते तेव्हा राज प्रत्यक्षात त्याचा प्रभावीपणे वापर कसा करता येईल याची तयारी करत होता आणि त्याला फार मजा येत होती. त्यांनी आखलेल्या योजनेनुसार प्रत्येक स्थानिक रेल्वे स्टेशन्सवर सायकली उपलब्ध करून देण्यात येणार होत्या व या प्रत्येक ठिकाणी ५० सायकली ठेवल्या जाणार होत्या. या प्रत्येक सुविधा केंद्रावर एक जण लक्ष देण्यासाठी ठेवला जाणार होता आणि त्याचप्रमाणे देखभालीसाठी सायकल रिपेअरिंगची सुविधाही दिली जाणार होती. त्याचप्रमाणे स्टेशनच्या परिसरात चार जवळच्या ठिकाणी अशीच सुविधा दिली जाणार होती व त्यामाध्यमातून महत्त्वाची कार्यालये आणि व्यावसायिक परिसरात सेवा देणे शक्य होणार होते. एक्सेल शीटवर साऱ्या गोष्टी चांगल्या

पद्धतीने नोंदवण्यात आलेल्या होत्या. मुंबईमध्ये १५० रेल्वे स्टेशन्स होती! रेल्वेस्टेशन व आसपासच्या परिसरात पाच बायसिकल स्टेशन्स उभारली जाणार होती. प्रत्येक बायसिकल स्टेशनमध्ये ५० सायकली ठेवण्यात येणार होत्या. प्रत्येक सायकलीच्या माध्यमातून दर महिन्याला १५० रुपये मिळणार होते. याचा अर्थ या माध्यमातून दर महिन्याला ५६.२५ लाख रुपये (१२ हजार डॉलर्स) मिळू शकणार होते. गंमत म्हणजे ही रक्कम एकट्या मुंबई शहरातून प्राप्त होणार होती. त्यामुळे त्यानंतर बेंगलोर, दिल्ली, कोलकता, चेन्नई व इतर शहरांचा समावेश होता. सुरुवातीला सायकलींमध्ये गुंतवावे लागणारे भांडवल आणि दर महिन्याला कर्मचाऱ्यांना वेतनरुपाने द्यावे लागणारे पैसे आणि सायकलींच्या देखभालीसाठी येणारा खर्च अपेक्षित होता. एकूण आर्थिक मॉडेल तरी चांगल्या रितीने आखले गेलेले होते.

प्रती महिना या योजनेप्रमाणेच त्यांनी प्रती सप्ताह आणि दररोज सायकली भाडेतत्त्वावर उपलब्ध करून देण्याची योजना आखली. पैसे देण्यासाठी त्यांनी साधी सोपी कुपन योजना आखली.

या साऱ्या सहभागी स्वयंसेवकांपैकी राज, जुई गांगण आणि ज्योतिका भाटिया यांनी हा उपक्रम पूर्ण वेळ राबवण्याची तयारी दर्शवली आणि त्यादृष्टीने युएल लिमिटेडमध्ये प्रयत्न सुरू केले. हा सारा उपक्रम प्रायोगिक तत्त्वावर २००९ च्या मॉन्सूनमध्ये सुरू करण्याचे ठरले. खूपशी चर्चा झाल्यानंतर या तिघांनी त्यांच्या या उपक्रमाचे नाव ठेवले सायकल चलाओ!

त्यांच्या या प्रयत्नांमध्ये पहिलाच अडथळा उभा राहिला. तो म्हणजे त्यांच्याकडचे पैसे संपले. कारण त्यांनी युएन लिमिटेडकडून जे काही ६० हजार रुपये मिळालेले होते ते सुरुवातीचे संशोधन आणि चॅरीटेबल ट्रस्टची नोंदणी करण्यासाठी खर्च झालेले होते. दरम्यान त्यांनी त्यांचा हा प्रयोग सुरू करण्यासाठी जागा मात्र निश्चित केलेली होती. मुंबईचे एक उपनगर असलेला मुलुंड परिसर त्यांनी सुरुवातीला निवडला. ही जागा मुंबईतील अन्य जागांच्या तुलनेत सायकल चालवण्यासाठी चांगली होती. परंतु आता सायकली खरेदी करायला पैसेच उरलेले नव्हते!

त्यांना सुमारे ६० सायकली खरेदी करायच्या होत्या आणि त्यासाठी खर्च येणार होता ४ लाख रुपये (८ हजार डॉलर्स). त्यांनी देणगीस्वरुपात पैसे जमा करण्याचा विचार केला परंतु काही तरुण उद्योजक मिळून जी काही कल्पना लढवू पाहत होते ती व्यवहार्य वाटत नसल्याने त्यांनी देणगीरुपात पैसे मिळवण्याचा विचार सोडून दिला. त्यांनी त्यांची योजनेची भव्यता जरा कमी

केली आणि त्यांनी खर्च २ लाखांवर आणला. (आता त्यांनी ३० सायकली खरेदी करण्याचा विचार केला.) त्यासाठी त्यांना एक स्थानिक व्यावसायिक आणि पार्लेश्वर रोटरी क्लबचा सभासद असलेल्या विजय साठे यांनी कमी व्याजदरात (८ टक्के दराने) कर्ज उपलब्ध करून दिले. वाहतुकीचा प्रश्न सोडवण्यासाठी हा एक चांगला उपाय ठरू शकेल असे वाटल्यामुळेच साठे यांनी त्यांना कर्ज देण्याचे धाडस दाखवले.

सायकलींची पुरेपूर तांत्रिक माहिती आणि नियमित देखभाल कशी करायची हे जाणून घेण्यासाठी त्यांना एक तज्ज्ञ माणूस हवा होता त्यामुळे त्यांनी भेट घेतली भास्कर आजगावकर यांची. सायकलद्वारे मोबाईल चार्ज होऊ शकतो हे संशोधन त्याने केलेले असल्यामुळे तो परिसरात लोकप्रिय होता व वर्तमानपत्रातूनही त्याच्याविषयी छापून आलेले होते. प्रायोगिक तत्त्वावर काम करताना त्यांची जी काही धडपड चाललेली होती त्यामध्ये राज आणि त्याच्या टीमला भास्करने मनापासून खूप मदत केली व योग्य ते मार्गदर्शनही केले.

या उपक्रमाची प्रायोगिक तत्त्वावर सुरुवात करण्यासाठी मुलुंड खरोखर योग्य परिसर होता. त्यांनी निवडलेले ठिकाण हे केळकर कॉलेजच्या जवळ होते. त्यामुळे त्यांनी विद्यार्थ्यांवर लक्ष केंद्रित करून त्यांनाच ग्राहक बनवण्याचे ठरवले. हा त्यांचा विचार खरंच चांगला होता कारण इतर कुणाच्याही तुलनेत तरुण मुले नव्या गोष्टींचा व नव्या प्रयोगांचा चटकन स्वीकार करू शकतात. मुलांच्या कॉलेजच्या ओळखपत्रावरून त्यांची ओळख नोंदवून घेणेदेखील अतिशय सोपे होते. त्यामुळे चोरीचे प्रमाणही लक्षणीयरित्या कमी होणार होते. अर्थात एकही सायकल कधी चोरीला गेली नाही तरीही राजला अशा स्वरुपाची सुरक्षितता आवश्यक वाटत होती.

हिरो सायकल्सप्रमाणेच सायकलींचे उत्पादन करणाऱ्या एस. के. ब्रँड्स या स्थानिक ब्रँडकडून ३० सायकली खरेदी केल्या. या सायकली निवडताना कमी किंमत हा मुख्य निकष होता. या सायकली २७०० रुपयांना (५४ डॉलर्स) विकत मिळाल्या होत्या. त्याचप्रमाणे भास्करने एक ट्रायसिकल मिळवून दिली त्यामधून पाच सायकली एकावेळी घेऊन जाणे शक्य होते. सायकली पुन्हा एकदा जागेवर उपलब्ध करून देण्यासाठी ते फारच आवश्यक होते. एका स्टेशनवरून दुसरीकडे सायकली जाताना सायकलींच्या उपलब्धतेचे प्रमाण योग्य राखले जाणे आवश्यक होते. त्याचप्रमाणे दोन आसनी टँडेम बायसिकलही तयार केलेली होती. मलुंडमध्ये या प्रायोगिक उपक्रमाचा प्रसार करण्यासाठी त्याचा वापर केला जाणार होता.

हा उपक्रम यशस्वी होण्यासाठी प्रत्येकजण मदत करत होता. मात्र त्यामध्ये प्रत्येकाला त्याच्या कामाच्या भूमिकेविषयी स्पष्टता नव्हती त्यामुळे मोठी समस्या उद्भवल्यावर करायचे काय

हा प्रश्नच होता. सुरुवातीला या उपक्रमाविषयी भास्कर फार उत्साही होता नंतर नंतर त्याचाही उत्साह कमी होऊ लागला. त्याचे टीमशी वाद होऊ लागले आणि तो टीममधून बाहेर पडला.

त्यात भरीस भर म्हणून एस. के. ब्रँडच्या सायकलींच्या कमी किंमतीतून नवे प्रश्न निर्माण झाले. त्या सायकलींची गुणवत्ता संशयास्पद होती. अपेक्षित होती त्याहीपेक्षा अधिक प्रमाणात या सायकलींची देखभाल करावी लागत होती. सातत्याने काही ना काही समस्या उद्भवत होत्या. त्यामुळे हे सारे बरेच काही शिकवून जाणारे होते.

या साऱ्यातून मार्ग काढण्यासाठी राजने वायएमटी कॉलेज ऑफ मॅनेजमेंटमधून सात इंटर्न विद्यार्थी घेतले. त्यांची खूप मदत होऊ लागली आणि त्यातही चांगली बाब म्हणजे हे सारे मोफत मिळाले होते! या टीमने जागेसाठी परवानग्या मिळवणे, सायकली खरेदी करणे ही कामे उत्साहात आणि आनंदात करायला सुरुवात केली.

सायकल चलाओ या उपक्रमाला मुलुंडमध्ये उत्स्फुर्त प्रतिसाद मिळाला. स्थानिक वृत्तपत्रांनी या उपक्रमाची घेतलेली दखल आणि त्यासंदर्भात परिसरात केलेल्या जाहिराती यांचा अतिशय चांगला परिणाम झाला. त्यामुळे ज्या दोन ठिकाणी त्यांनी या उपक्रमाची सुरुवात केली तिथे अल्पावधीतच नोंदणी पूर्ण झाली. पुढच्या महिन्याभरासाठी सर्व सायकली बुक झाल्या. महिन्याभरात सायकलीच्या २५० फेऱ्या झाल्याचेही लक्षात आले. त्यामुळे अर्थातच टीमचा उत्साह द्विगुणित झाला.

अर्थात लोकांचा उत्स्फुर्त प्रतिसाद एका बाजूला असला तरीही अद्याप खूप काम पूर्ण करायचे होते. त्यामध्ये सर्वात महत्त्वाचा विषय होता, सुरक्षिततेचा. या साऱ्या सायकली उघड्यावरच ठेवाव्या लागत होत्या आणि त्यांच्या सूरक्षिततेविषयी अधिक चिंता वाटत होती. स्थानिक लोकप्रतिनिधींच्या मदतीने त्याने या समस्येवर तोडगा शोधण्याचा प्रयत्न केला. मुंबई महापालिकेच्या अखत्यारितील एखादी जागा पार्किंगसाठी उपलब्ध व्हावी असा प्रयत्न त्याने सुरु केला. रोटरी क्लबच्या ग्लोबल वॉर्मिंग विभागाचे प्रमुख मनीष मोटवानी यांच्या मदतीने त्यांनी राजकीय प्रतिनिधींच्या भेटी घेऊन आणि महापालिकेच्या वॉर्डस्तरीय बैठका घेऊन त्यांनी पर्याय शोधला. त्या परिसरातील स्थानिक व्यावसायिक सुनीत भगत यांनी त्याची स्वतःची जागा देण्याची तयारी दर्शवली. त्यामुळे आता रात्रीच्या वेळी सायकली सुरक्षित

राहणार होत्या. त्याशिवाय रात्रीच्या वेळी सुरक्षारक्षक नेमून सायकलींची सुरक्षितता आणखी वाढवली.

पुढच्या टप्प्यात राजला व्यवसाय विस्तारण्यासाठी उत्पन्नाच्या नव्या मार्गांचा शोध घेणे गरजेचे होते. दर दोन दिवसांना ३० सायकली भाड्याने जाणे ही वरकरणी चांगली संख्या दिसत होती परंतु त्यातून महिन्याला केवळ ४५०० रुपये मिळत होते. त्याशिवाय कार्यवाहीचा खर्च, सुरक्षायंत्रणा, देखभाल व दुरुस्तीचा वेळ आणि या साऱ्या व्यवसायासाठी उचललेल्या कर्जावरचे व्याज या साऱ्यांचा विचार करता ही रक्कम फारच थोडी होती. त्याच्या टीमला अजूनही पगार सुरु झालेला नव्हता. उत्पन्नाचे काही नवे मार्ग सापडेपर्यंत पगार देणेही शक्य नव्हते. अशी परिस्थिती उद्‌भवू शकेल असा त्यांनी कधी विचार केलेला नव्हता. राजच्या नियोजनानुसार, त्याला सायकल व्यवसायाची मोठी जाहिरात करायची होती. त्याच्या सायकलींची लोकांनीच बोलून जाहिरात करावी असेही त्याला वाटत होते. त्यादृष्टीने त्याने ३० सायकलींना फायबरचे मडगार्ड बसवले. त्यावर होर्डिंग बसू शकतील अशी योजना आखली. त्यामुळे आता त्यावर जाहिरात करता येणार होती. त्यामुळे आता जाहिरातदारांसाठी हा एक नवा अनोखा पर्याय होता. रस्त्याच्या कडेला केवळ जाहिराती लावून ठेवण्यापेक्षा शहरभर फिरणाऱ्या या जाहिराती निश्चितच उपयुक्त होत्या.

कल्पना तर चांगली होती परंतु नंतर अचानक एक अडचण नव्याने उभी राहिली. शहरामध्ये अशाप्रकारची कोणतीही जाहिरात करताना महापालिकेची त्यासाठी पूर्वपरवानगी आवश्यक असते. अर्थात सायकलवर लावल्या जाणाऱ्या होर्डिंगबाबतचा तसा काही स्वतंत्र नियम नव्हता. त्यांनी ती परवानगी मिळवण्यासाठी प्रयत्न देखील केले परंतु मुंबई महापालिकेतील एकाही अधिकाऱ्याने सायकलींवरच्या जाहिरातींना परवानगी देण्याची तयारी दर्शवली नाही. नव्याने काही करु पाहणाऱ्या 'सायकल चलाओ'च्या तरुण मुलांना नोकरशाहीच्या रटाळ आणि साचेबद्ध कामाचा प्रत्यय चांगलाच येत होता. त्यांच्याकडे लोक जाहिराती करण्यासाठी तयार होते परंतु मंजुरीसाठी अर्ज केल्यानंतर त्याची फाईल महापालिकेच्या टेबलवर नुसतीच पडून राहत असे. या लालफितीच्या कारभाराचा व्यवसायाला चांगलाच फटका बसत होता. या व्यवसायाचे भवितव्य आता ऑफिसमधल्या बाबू लोकांच्या हाती एकवटले होते. दररोज जसजशी फाईल तिथे पडून राहायची तसतसे सायकल चलाओ त्यांच्या व्यवसायातील अपेक्षित उत्पन्न गमावून बसत होते.

अर्थात त्यांनी मुळातच कमीत कमी खर्चात आखलेल्या बिझनेस प्लॅनमुळेच त्यांना त्यातुनही

सावरता येत होते. त्यांची कामाची पद्धत साधी सरळ सोपी होती. त्यांनी कोणतेही कार्यालय व जागा घेऊन भौतिक सुविधा थाटलेल्या नव्हत्या. सायकली वगळता त्यांच्याकडे कोणताही मौल्यवान वा जतन करून ठेवावा असा ठेवा नव्हता. या खेरीज एक खुर्ची आणि जाहिरात करण्यासाठी रंगवून लावलेली एक छत्री इतकाच काय तो जामानिमा होता. या शिवाय इतर सार्‍या गोष्टी मोफत होत्या (पार्किंगची जागा, स्वयंसेवक आणि अंतर्गत व्यवस्थेसाठी घेतलेले कर्मचारी) किंवा भारतीय किंमती संदर्भात (रात्रीच्या वेळची सुरक्षा, सायकलींची देखभाल व सेवा आदी.) तुलनेने तो खर्च कमी होता. त्याचप्रमाणे संस्थापकदेखील एकही पैसा वेतनरुपाने घेत नव्हते असे दिसून येत होते.

मुंबईच्या रस्त्यांवर त्या काळात क्लिन अपमार्शल्स फिरत असत. त्यांचे काम एकच. मुंबईच्या रस्त्यावर बेकायदेशीर असे कोणतेही होर्डिंग दिसले की ते लगेच उखडून टाकायचे. त्यामुळे ते सायकल चलाओला पवानगी देणे शक्य नव्हते. कारण सायकलींवरून कोणत्याही प्रकारच्या जाहिराती प्रसारीत करायच्या असतील तर त्यासाठी मुंबई महापालिकेची परवानगी आवश्यकच होती आणि इकडे मुंबई महापालिकेकडून त्यांच्या अर्जाची दखलच घेतली जात नव्हती. त्यामुळे निराश झालेला राज ही समस्या घेऊन रोटरी क्लबच्या मनिष मोटवानी यांच्याकडे गेला. मनिष हा कनवाळू होता. त्याला त्या समस्येतील नेमकी अडचण लक्षात आली आणि त्याने त्या प्रकरणात लक्ष घालायचे ठरवले. काही चिंता करू नकोस. तुझं काम करत रहा. किमान मुलुंडमध्ये तरी सुरुवात कर. आम्हाला तुझी गरज आहे! अशा शब्दांतून त्याने राजला दिलासा दिला. त्याने राजच्या टीमला किमान मुलुंडमध्ये तरी परवानगी मिळावी म्हणून प्रयत्न सुरू केले.

अखेर महापालिकेकडून परवानगीचा हिरवा कंदिल मिळाला आणि सायकल चलाओचा व्यवसाय पुन्हा एकदा नव्या दमाने सुरू झाला. त्यांचा पहिला जाहिरातदार म्हणजे वर्किंग वुमन्स असोसिएशन. एशियन हार्ट हॉस्पिटलच्या सहयोगाने ते जे अभियान राबवत होते त्याचा प्रसार त्यांना जाहिरातीच्या माध्यमातून करायचा होता. त्यामुळे राजची टीम पुन्हा उत्साहाने कामाला लागली. जाहिरातीतुन मिळणारे ३० हजाराचे उत्पन्न होते त्यातून कर्मचार्‍यांचा पहिला पगार झाला. त्यामुळे सारेजण सुखावले.

दरम्यानच्या काळात त्यांनी जाहिरातींसाठी दर निश्चित केले. त्यानुसार एका महिन्यासाठी एका सायकलवरच्या जाहिरातीसाठी ६०० रुपये आकारले जात असत.

यात आणखी एक चांगली गोष्ट घडून आली ती म्हणजे, त्यांच्या सायकल चलाओ या उपक्रमाला सर्व वृत्तपत्रांनी सुरुवातीपासूनच उचलुन धरले. त्यामुळे जाहिरातदारांच्या मनात एक चांगली प्रतिमा तयार होऊन त्याचा लाभच झाला.

राजने जाहिरातदार बनू शकतील अशा अनेकांशी चर्चा केली. त्यातील अनेकांनी नम्रपणे (काहींनी उद्धटपणे) नकार दिला. त्यामुळे त्याचा हा प्रवास अवघडच होता. कारण सायकलींवर जाहिरात करणे ही संकल्पना संपुर्ण भारतासाठीच नवीन होती. सायकल चलाओ हे अगदी सुरुवातीच्या टप्प्यावर असल्यानेही धोका पत्करायला कुणी तयार नसायचे. त्यातून व्यवसायाचे स्वरुपही फारसे मोठे नव्हते. जेमतेम ३० सायकलींच्या बळावर हा डोलारा उभा राहिला होता. त्यामुळे मोठे जाहिरातदार फारशा मोठ्या गुंतवणुकी जाहिरातीच्या रुपाने त्यांच्याकडे करण्यास तयार नसत. त्यांना जाहिरात तर हवी असायची परंतु त्यासाठी पैसे ओतण्याची मात्र त्यांची तयारी नव्हती. त्यामुळे राज आणि त्याच्या टीमला मोठा संघर्ष करावा लागत होता.

नव्या आशेचे किरण त्यांच्यापर्यंत आले. महत्त्वपूर्ण कार्यक्रमांमध्ये रस घ्यायला त्यांनी सुरुवात केली. मुंबईमध्ये पहिल्यावहिल्या सायक्लोथॉनचे आयोजन करण्यात आले होते. (लोकप्रिय चित्रपट अभिनेता सलमान खान सायकलवरून जाताना दिसणार होता आणि मोठ्याप्रमाणावर असलेली गर्दी त्याला प्रतिसाद देणार होती.) या कार्यक्रमाच्या आयोजकांना सायकली कमी पडत होत्या. अशा वेळी 'सायकल चलाओ' त्यांना भाड्याने सायकली देण्यासही तयार होते आणि त्यासाठी प्रिमियम दरांत सायकली उपलब्ध करून देण्यास ते तयार होते.

त्याचप्रमाणे कार फ्री डे सारख्या रॅली, स्पर्धा आणि अशा इतर उपक्रमांशी सायकल चलाओने स्वतःला जोडण्यास सुरुवात केली. त्यामुळे प्रिमियम दरांत पैसे देतील असे काही ग्राहक त्यांना मिळू लागले. एका अर्थी हा चांगला व्यवसाय होता परंतु त्यामध्ये एक समस्या होती. एखादी सायकल कार्यक्रमासाठी देणे म्हणजे नियमित स्वरुपात असणारा एखादा गिऱ्हाईक कमी करणं. कारण तो त्यांच्या दैनंदिन सायकलींच्या व्यवसायाला हातभार लावणारा होता. त्या समस्येतून सोडवणूक करण्यासाठी केवळ आठवड्यातील सुटीच्या दिवशी सायकल चलाओमधील सायकली कार्यक्रमांना उपलब्ध करून दिल्या जातील असा निर्णयच राजने घेऊन टाकला. कारण आठवड्यातील इतर दिवसांत कर्मचारी आणि विद्यार्थी दररोज प्रवास करत असत तेव्हा त्यांना वेळेत सायकली उपलब्ध होणे आवश्यक होते. ऐनवेळी येणाऱ्या

कार्यक्रमांमुळे दैनंदिन व्यवसायावर परिणाम होणे इष्ट नव्हते. त्यामुळे हा एक चांगला निर्णय आणि तितकीच चांगली तडजोड ठरली.

राजला व्यवसाय विस्तार करायचा होता. त्यादृष्टीने त्याने प्रथमतः स्वयंसेवकांवरील अवलंबित्व कमी करण्याचा निर्णय घेतला आणि सायकल चलाओमध्ये एक चांगली सिस्टीम आणण्याचा प्रयत्न सुरू केला. त्यादृष्टीने स्पॉट बॉय नेमले व त्यांच्या माध्यमातून पैसे गोळा करणे आणि सायकलींची देखभाल करण्याचे काम सुरक्षा एजन्सीला दिले. त्यामुळे कामात सुसूत्रता आली. सुरक्षा रक्षक हे तुलनेने स्थिर असतात. निव्वळ उत्साही तरुणांपेक्षा आता या बदलाने व्यवसायाला स्थिरता आली.

अद्यापही त्यांच्या व्यवसायाचे स्वरुप खूप लहान होते. ३० सायकली म्हणजे महिन्याला जेमतेम २० हजार रुपयांचे उत्पन्न. सर्व सायकलींच्या देखभालीसाठी जेमतेम १ हजार रुपये दिले जात होते. सुरक्षा रक्षक आणि स्पॉट बॉय यांनाही अल्प वेतन होते. आता आपण याच मॉडेलच्या बळावर विस्तार करू शकू असा विश्वास राजच्या मनामध्ये एव्हाना निर्माण झाला होता. सायकल चलाओने पूर्णवेळ काम करणारी टीम उभी केली. प्रशांत, सागर, आणि जयदीप हे देखील नव्याने रुजू झाले. त्यामुळे राज आणि जुई यांना त्यांच्या विस्तारीकरणाची योजना आखणे शक्य झाले. प्रत्येकाच्या भूमिका आणि जबाबदाऱ्या अधिक सुस्पष्ट होऊ लागल्या. एक्झिक्युशन टीमच्या माध्यमातून दैनंदिन कामकाजावर लक्ष ठेवले जाऊ लागले. जुईने सोशल मीडियावर आणि भागीदारीसाठी लक्ष केंद्रित केले. चांगले भागीदार जोडून नवा ब्रँड कसा स्थापन करता येईल असा प्रयत्न सुरू केला. राजने अधिक भांडवल उभे करण्यावर, विस्तारीकरणाची योजना आखण्यावर आणि अधिकाधीक जाहिराती मिळवण्यावर लक्ष दिले.

जाहिरातींच्या प्रमाणावर सायकल चलाओची स्थिरता अवलंबून होती. त्यामुळे दीर्घकालीन जाहिरातीची कंत्राटे मिळाल्याखेरीज विस्तार करणे तितकेसे सोपे नव्हते. राजला या वास्तवाची जाणीव होती त्यामुळे त्याने दोन अथवा तीन भागीदारांना बोर्डावर घेतले. त्याने अनेक एजन्सीची दारेही ठोठावली. परंतु आधी कोंबडी की आधी अंडे? ही समस्या बहुतांश उभरत्या उद्योजकांना भेडसावते तीच त्यालाही भेडसावत होती. दृथान उंचावले तरच लोक त्याच्या पाठिशी उभे राहणार होते. आणि लोक त्याच्या पाठिशी उभे राहिल्याखेरीज त्याला त्याचे स्थान उंचावता येणार नव्हते. विस्तारीकरणाची पुढची योजना आखताना राजने १००

सायकली खरेदी करण्याचे व व्यवसायात उतरवण्याचे उद्दिष्ट ठेवले. त्यासाठी त्याने ३० लाख रुपयांपर्यंत भांडवल ओतण्याची तयारी असलेली कंपनी शोधायला सुरुवात केली. खासगी गुंतवणूकदारांना गुंतवणूक करणे सोपे व्हावे म्हणून त्याने इम्पॅक्ट कार्बोकट्स प्रा. लि. या नावाने प्रा. लि. कंपनी रजिस्टर केली. ही कंपनी सायकल चलाओ उपक्रमाचे व ब्रँडचे संचालन व व्यवस्थापन पाहणार होती.

त्याच्याकडे त्यासंबंधीची योजना अगोदरपासूनच तयार होती. मुलुंडमध्ये त्याने त्याची यशस्वीरित्या चाचणीही घेतलेली होती. त्याला आता नव्याने सायकली खरेदी करणे आणि त्या विविध स्टेशन्सवर उपलब्ध करून देणे व या सान्यांचे तंत्रज्ञानाच्या साह्याने सुयोग्य व्यवस्थापन करणे आवश्यक होते.

मुलुंडमधून आता मुंबईच्या बाहेर या व्यवसायाचा विस्तार करायचा होता. त्याचप्रमाणे जाहिरातदार आणि गुंतवणूकदारांनाही इथे गुंतवणूक करीत असताना या व्यवसायाचा परिघ विस्तारलेला हवा होता. सध्याची सायकल चलाओची स्थिती पाहता गुंतवणूकदारांनी २५ टक्क्यांपासून ते ७५ टक्क्यांपर्यंतचा वाटा मागितला. राजला मात्र अशी कोणतीही कृती करण्यात रस नव्हता. किंबहुना असे काही केले तर भविष्यात आपण आपले हक्क गमावून बसू याची त्याला पूर्णपणे जाणीव होती. त्याचप्रमाणे आधी कोंबडी की आधी अंडे ही समस्या जाणवत होती. कारण काहीतरी मिळेल अशी आशा वाटली तरच गुंतवणूकदार येणार होते आणि गुंतवणूकदार आल्याशिवाय काहीतरी मिळू शकेल अशी यंत्रणा प्रस्थापित करणे अवघड होते. सायकल चलाओ हे फक्त नावच त्याच्या प्रत्यक्ष परिघापेक्षाही अधिक मोठे झाल्याने व प्रत्यक्षात विस्तार तेवढा मोठा विस्तार नसल्याने मोठे गुंतवणुकदार व जाहिरातदार पाऊल पुढे टाकण्यास धजावत नव्हते.

या समस्येतून बाहेर निघण्यासाठी काहीतरी वेगळा विचार अपेक्षित होता. त्यानुसार असे ठरले की शासनालाच यात भागीदार करून घेता आले तर? त्यातील पर्यावरणाची बाजू महत्त्वाची असल्यामुळे स्थानिक वृत्तपत्रांनी त्याला भरभरून प्रसिद्धी दिल्याने नागरी संस्था व स्थानिक लोकप्रतिनिधींचे लक्ष तिकडे वेधले गेले होते. शासकीय संस्थांसमवेतच व्यावसायिक आर्थिक भागीदारी शक्य होती का?

अर्थात दीर्घकालीन परिस्थितीचा विचार करता राजच्या मनात अजिबात शंका नव्हती की बायसिकल शेअरिंग सुविधा देणे ही स्थानिक स्वराज्य संस्थेचीच जबाबदारी आहे. जगभरातील

ज्या ज्या देशांमध्ये अशी यंत्रणा प्रस्थापित करण्यात आल्या आहेत, त्या यशस्वीरित्या व प्रभावीपणे कार्यान्वित व्हाव्यात म्हणून त्या उपक्रमांना स्थानिक स्वराज्य संस्था मदत करतात. सायकलचा प्रसार करायचा असेल तर त्यासाठी तशा किमान पायाभूत सुविधा जसे की सायकल ट्रॅक, नगर नियोजन, आर्थिक नियोजन यांची आवश्यकता असते. इतर प्रदूषण करणाऱ्या वाहनांना सायकली हा समर्थ पर्याय ठरत असतो. परंतु त्यासाठी त्या शहराचे पाठबळ निश्चितच आवश्यक असते. जर शासनाच्या बरोबरीने योग्य पद्धतीने भागीदारी झाली आणि त्याद्वारे चांगले नियोजन करता आले तर हे खऱ्या अर्थाने वाहतूक नियोजनाच्या दृष्टीने अतिशय महत्त्वाचे पाऊल ठरू शकते.

अर्थात शासनाबरोबर भागीदारी हे बोलायला जितके सोपे तितके ते प्रत्यक्षात आणणे अवघड होते. राजने अशी भागीदारी प्रत्यक्षात यावी म्हणून अनेक शासकीय अधिकाऱ्यांची अनेकदा भेट घेतली परंतु त्यातून कधीही ठोस असे काहीही बाहेर येऊ शकले नाही. तीन महिन्यांच्या अथक प्रयत्नांनंतर केवळ अहवालापलिकडे त्याच्या हाती काहीही लागले नाही. अर्थात त्याला फार काही मोठ्या अपेक्षा होत्या अशातला भाग नव्हता. कारण हे सारे घडून यायचे तर त्यासाठी वेळ लागणारच होता. कोणत्याही शहराला, राज्याला किंवा केंद्राला हे स्वीकारण्यासाठी व त्याची प्रत्यक्ष अंमलबजावणी करण्यासाठी खूप वेळ लागणार हे तर उघड होते. त्यामुळे राजच्या हातात एकच गोष्ट होती की या काळामध्ये सतत बोलत राहायचे, जागरुकता निर्माण करत राहायचे. त्याचवेळी मुलुंडमधील सायकल चलाओ हे तसेच सुरू ठेवायचे ही आणखी एक कसरत सुरूच ठेवायची होती.

मे २०११ मध्ये सायकल चलाओच्या मुंबईतील कामगिरीकडे अनरिझनेबल इन्स्टिट्यूटचे लक्ष वेधले गेले. अनरिझनेबल मार्केटप्लेसच्या विविध चाचण्यांना पात्र ठरल्यानंतर जगभरातून आलेल्या २५ उद्योजकांसह तो बोल्डर, कोलेरॅडो येथे इन्स्टिट्यूटचा अनुभव घेण्यास गेला. त्याच्यासाठी हा सारा अत्यंत उत्कंठावर्धक असा काळ होता. तो युएसमध्ये असतानाच त्याच्या कानावर ही बातमी गेली, त्याच्या बायसिकल शेअरिंग स्कीममध्ये शासनालाही रस निर्माण झाला असून त्यांनी पुढाकार घेतला आहे. दिल्लीतील केंद्रिय नगर विकास मंत्रालयाने या संदर्भात एक बैठकदेखील बोलावली आहे, असेही त्याला समजले.

राजने बोल्डर येथे त्याच्या नव्या मित्रांसमवेत काही दिवस घालवले. दिल्लीतील बैठकीची वेळ जवळ जवळ येत चालली होती. त्या बैठकीला राज उपस्थित असणे अनिवार्य होते कारण

सायकल चलाओच्या भवितव्याच्या दृष्टीने तो मोठा टर्निंग पॉईंट ठरू शकणार होता.

परंतु समस्या वेगळीच होती. ती म्हणजे इतक्या अल्पकालावधीत भारतात परत येण्यासाठी राजकडे तेवढे पैसेच नव्हते. बोल्डर ते दिल्लीचे राउंड अप तिकिट हे २ हजार युएस डॉलर्स इतके होते. राज उद्योजक असला तरीही त्याच्या बँकेच्या खात्यामध्येदेखील इतके पैसे नव्हते. त्यासाठी सायकल चलाओच्या प्रस्थापित यंत्रणेला त्याला अजिबात धक्का लावायची इच्छा नव्हती.

हे सारे घडत असतानाच न भूतो न भविष्यती अशी गोष्ट घडून आली!

'अनरिझनेबल इन्स्टिट्यूट'मध्ये पहिल्या आठवड्यात राजचे जे काही मित्र बनले होते, त्यामध्ये एक होते, टाईज क्रोझेन. नाईस इन्स्टिट्यूटचे ते व्यवस्थापकीय संचालक होते. टाईज हे साधारणतः चाळीशीत पोहोचलेले गृहस्थ होते. प्रोफेशनल कन्सल्टंट ते उद्योजक असा त्यांना नेदरलँडमधील प्रवास होता. त्यांनी आफ्रिकेमध्ये आयसीटी केंद्रांची एक मालिका सुरू केलेली होती. याच पुस्तकामध्ये आपण त्यांची वाटचालदेखील वाचलेली आहे.

टाईज यांनी राजची परिस्थिती जाणून घेतली आणि भारतात परतण्यामागची गरजही जाणून घेतली. त्यांनी चक्क स्वतःचे क्रेडीट कार्ड काढले आणि राजला २ हजार डॉलर्स खर्चून भारताचे तिकिट काढून दिले. त्याची पाठ थोपटली आणि म्हणाले, 'राज, जा!'

त्यानंतर आवाहन केले त्यांनी राजच्या प्रवासासाठी सहयोग द्यावा असे अनरिझनेबल कम्युनिटीला आवाहन केले. अवघ्या काही दिवसांमध्ये संस्थेचे मार्गदर्शक आणि हितचिंतक यांच्या माध्यमातून अनरिझनेबल इन्स्टिट्यूटकडे २००० डॉलर्स जमा झाले.

टाईजनेही सुटकेचा निःश्वास टाकला आणि तो गंमतीने म्हणाला, 'आता मी माझ्या बायकोला या खर्चाचे खरं कारण सांगू शकेन.' एका उद्योजकाने दुसऱ्या उद्योजकासाठी पत्करलेला आर्थिक धोका इतकाच या पाठबळाचा मर्यादीत अर्थ नव्हता. अवघ्या आठवड्याभरात पुन्हा त्यासाठी २ हजार डॉलर्स उभे राहिलेले होते.

ही आठवण सांगताना राजचा चेहरा आजही खुलतो. 'अशी काही गोष्ट तुमच्या आयुष्यात जेव्हा घडते तेव्हा तुम्हाला तुमच्या जगण्याचा खऱ्या अर्थाने आनंद वाटतो.

माणुसकीचा अभिमान वाटतो. टाईजला मी माझा मित्र मानतो याचा मला अतिशय अभिमान आहे. बोल्डरमधल्या लोकांनी जे काही औदार्य माझ्याबाबतीत दाखवले त्याचा मी कायम ऋणी राहणार आहे.' राजने विमानाचे तिकिट घेतले आणि तो थेट दिल्लीमध्ये पोहोचला. दिल्लीत केंद्रशासनापुढे त्यांनी बायसिकल शेअरिंगची संकल्पना मांडली. राजचे अथक प्रयत्न आणि त्याचप्रमाणे इतर सल्लागार व लोकप्रतिनिधींनी पुरस्कृत केल्याने नगरविकास मंत्रालयाने बायसिकल स्कीम्समधील ५० टक्के खर्च उचलण्याची तयारी दर्शवली. शासनाने दिलेल्या प्रस्तावामध्ये अनेक गुंतागुंतीच्या गोष्टी होत्या. त्यामध्ये विविध एजन्सीकडे विविध प्रकारच्या जबाबदाऱ्याही सोपवण्यात आल्या होत्या. परंतु या योजनेचा देशभर प्रसार व्हावा ही बाब त्यांनी तत्त्वतः मान्य केलेली होती आणि हे सर्वात महत्त्वाचे होते.

अत्यंत जिव्हाळ्याचे असलेले सायकल चलाओ हा उपक्रम शासनच बळकावून टाकेल की काय याविषयी राज सजग होता. परंतु शासनाचा दृष्टिकोन आश्चर्यकारक होता.'अंतिमतः ही संकल्पना अधिकाधीक लोकांपर्यंत पोहोचणे महत्त्वाचे आहे. तेव्हाच खरा परिणाम दिसून येईल. रोम, कोपेनहेगन, ॲमस्टरडॅम, मोन्टारिल या साऱ्या ठिकाणी उपक्रम यशस्वी ठरला आहे तो शासनाच्याच पाठबळावर. आपल्याकडे अत्यंत गुंतागुंतीची अशी नागरी समस्या निर्माण होत आहे. त्यामुळे त्या अडचणींतून मात करण्यासाठी व ही समस्या सोडवण्यासाठी शासनालाही पर्याय आणि पाठबळ देणे गरजेचे आहे. त्यामुळे त्यासाठी प्रसंगी सायकल चलाओ पणाला लावावे लागले तरी मी तयार आहे. सर्व शहरांमध्ये सायकलिंगचा प्रसार होईपर्यंत हे करण्यास मी तयार आहे. जर आत्ता आपण सायकलिंगवर लक्ष केंद्रित केले नाही तर खरंच खूप उशीर झालेला असेल. कार आणि ऑटोरिक्षांची वाढती संख्या आता भारतीय शहरांना परवडणारी नाही.

राज स्वतःला या साऱ्या व्यवस्थेचा भाग मनातय होता. तारुण्याच्या उंबरठ्यावर असताना वयाच्या २४ व्या वर्षी त्याने स्थानिक राजकारणात मुंबई वॉर्डात स्वतःचा ठसा उमटवला होता. (युवा प्रतिनिधी म्हणून तो निवडून आला होता.) त्यामुळे लोकांसाठी काही करावे अशी उर्मी कॉलेजच्या दिवसांपासूनच त्याच्यामध्ये होती. एक चांगला उद्योजक आणि सामाजिक सेवा यांना एकत्रित आणणे म्हणजे व्यवस्थेचा भाग होणे असा सरळसरळ अर्थ होता. राज हा खऱ्या अर्थाने सामाजिक उद्योजक असल्याने तो अशा दुहेरी भूमिकेत राहण्यासही तयार होता. 'सामाजिक संस्थांच्या कामामध्ये एक खूप मोठी दरी मी पाहतो. सामाजिकदृष्ट्या चांगले काम

उभे करण्यासाठी नवा पर्याय शोधणे आवश्यकच आहे. त्यामुळे सामाजिक उद्योजकता हा त्यासाठी नवा समर्थ पर्याय ठरू शकणार होता.'

त्यामुळे सायकल चलाओचे भवितव्य राजच्या हातामध्ये होते. त्याला विस्तार करायचा होता. धोरणात्मक मंजुरीचा आधार घेत देशातील सर्व शहरांमध्ये त्याचा विस्तार करून बायसिकल शेअरिंगमधील लीडर बनण्याची त्याची इच्छा होती. त्यामुळे आता सायकल चलाओचे पुढचे स्वरुप हे फ्रँचायजी मॉडेल स्वरुपात असणार होते. 'बायसिकल शेअरिंग हा व्यवसायच मुळी स्थानिक स्वरुपात एकवटलेला आहे.' असे राजचे स्पष्ट मत होते. त्यामुळे आता सायकल चलाओच्या माध्यमातून स्थानिक पातळीवर भारतातील ज्या ज्या शहरांमध्ये फ्रँचायजी उभ्या राहणार होत्या त्यांना टूलकिट देणे आणि त्यांचा ब्रँड देणे ही जबाबदारी पार पाडावी लागणार होती. मोठ्या जाहिरातींची कंत्राटे मिळाल्यास फ्रँचायजी मॉडेलदेखील प्रभावीपणे कार्यान्वित होऊ शकेल असा राजला विश्वास होता.

शासनाच्या सहकार्याने आता नवी आशा निर्माण झाली होती तरीही आव्हाने होतीच. बायसिकल शेअरिंगचे प्रयोग अनेकांनी भारतातील विविध शहरांत सुरू करून पाहिले परंतु त्यांना अपयश आले होते. दिल्ली, ठाणे या भागांत त्याची सुरुवात झाली परंतु सुरुवातीलाच अपयश आले. उत्तर मुंबईमध्ये मिळालेल्या मोठ्या यशामुळे त्याला आता उर्वरित मुंबईमध्ये त्याचा प्रसार करण्याची अनायासे संधी चालून आलेली होती. परंतु करार नीट होऊ न शकल्याने ते प्रत्यक्षात काही येऊ शकले नाही. या उपक्रमाच्या कार्यवाहीसाठी कोट्यवधी रुपयांची तरतूद केलेली आहे तसेच ही योजना मुंबईत मोठ्या प्रमाणावर वापरणेही शक्य आहे. परंतु हे काम कसे पुढे न्यायचे यातील वादात ते अडकून पडले आहे आणि त्याला वेळ लागत राहिला.

राजच्या नशिबाचा एक चांगला भाग असा की, मुंबईच्याच शेजारी असणाऱ्या पुणे शहरातील महापालिकेने रेंट अबायसिकल या उपक्रमाला शहरात राबवण्यासाठी पुढाकार घेतला आणि एकूण प्रकल्पखर्च ९ कोटी रुपये होता. त्यातील ३.५ कोटी रुपये देण्याची तयारीही दर्शवली. शहरातील २५ ठिकाणी सायकल स्टेशन्स उभारून ३०० सायकली उपलब्ध करून देण्याची योजनाही निश्चित झाली. राजच्या मते, कारण मुंबईत विस्तार करण्याच्या योजना मात्र अद्याप प्रलंबित होत्या. एखाद्या क्षेत्रात उडी घेण्याच्या त्याच्या प्रवृत्तीमुळेच त्याला पुणे शहरामध्ये इतक्या मोठ्या प्रमाणावर विस्तार करण्याची संधी प्राप्त झालेली होती. 'आता आम्हाला एका मोठ्या कॉर्पोरेट स्पॉन्सरची जाहिरातीसाठी गरज होती.' राजची प्रांजळ भावना होती.

नव्याने भरती झालेला कुणीतरी, अथवा एखादा शासकीय अधिकारी अथवा एखादा बडा गुंतवणुकदार ज्याला त्याची कल्पना आवडलेली होती असा एखादा उत्साही गुंतवणूकदार हवा होता. ही संकल्पना जागतिक स्तरावर विस्ताराण्याची इच्छा असलेला असा कुणीतरी, किंवा एखादा बडा जाहिरातदार ज्याला सायकल चलाओमधील सामर्थ्य लक्षात आलेले होते असा कुणीतरी हवा होता. अशा सर्वांशी राजचा फोनवरून संवाद सुरू होता.

ऑगस्ट २०१२ उजाडले. राजने सहयोगातून सुरू केलेल्या सायकल चलाओ या उपक्रमाला दोन वर्षे पूर्ण झाली होती. जुई आणि त्याच्या दोन्ही सहकार्यांनी मिळून भांडवल उभे करण्यासाठी, प्रायोगिक तत्वावर प्रकल्प कार्यान्वित करण्यासाठी, नागरी सेवेतील उच्चतम अधिकाऱ्यांपर्यंत त्यांची ही धडपड पोहोचवण्यासाठी, जागतिक स्तरावर भागीदारी प्रस्थापित करण्यासाठी आणि बायसिकल शेअरिंगच्या जगतातील इत्थंभूत माहिती मिळवण्यासाठी प्रयत्न सुरू ठेवले होते. परंतु इतके सारे असूनही पुण्यासारख्या शहरामधील पहिले वहिले शासकीय कंत्राट त्यांना मिळू शकले नाही. राजकीय व्यक्तींचा प्रभाव हा त्या प्रक्रियेतील सर्वात मोठा अडथळा होता. किंबहुना त्यांच्या बिझनेस मॉडेलमधील देखील तोच खीळ घालणारा घटक होता.

'बायसिकल शेअरिंगच्या जगामध्ये दोन प्रकारची बिझनेस मॉडेल्स आम्ही पाहिली होती. एक युरोपियन स्टाईल आणि दुसरी चायनीज स्टाईल. युरोपीयन स्टाईलच्या मॉडेलमध्ये कॉर्पोरेट स्पॉन्सरशिपच्या माध्यमातून जे आऊटडोअर ॲडव्हर्टायझिंग केले जात होते त्यामाध्यमातून हे उत्पन्न मिळवले जात असे. चायनिज स्टाईलच्या मॉडेलमध्ये स्थानिक नागरी प्रशासन बायसिकल शेअरिंग हा एक महत्त्वपूर्ण प्रकल्प मानत असे आणि त्याला लोकांसाठी आवश्यक पायाभूत सुविधा देणारा प्रकल्प म्हणून त्याला पाठबळ देत असे. केवळ बाहेरच्या जाहिरातींमधून मिळणाऱ्या उत्पन्नावर अवलंबून राहायला लावण्याऐवजी संबंधित मॉडेल राबवणाऱ्यांना ते शासनाशी जोडून त्यांना भक्कम पाठबळ देत व त्याची जबाबदारी स्वतः स्वीकारत.

'केंद्रिय नागरी विकास मंत्रालयाने बायसिकल शेअरिंग टूलकिट सादर केले तेव्हा आम्हाला खरा आनंद तेव्हा झाला. आम्ही ज्या पद्धतीने आमचे बिझनेस मॉडेल केलेले होते. त्याच धर्तीवर त्याची अंमलबजावणी आता विविध इतर शहरांमध्ये आधुनिक पद्धतीने करण्याचा

विचार होता आणि त्यासाठी आम्ही ज्या पद्धतीने कंत्राट केलेले होते त्याचपद्धतीने त्यांनीही पावले उचलली होती.

आम्ही आजवर केलेले संशोधन, राबवलेले प्रयोग, केलेला प्रसार, शासनाशी करार करण्यासाठी केलेले प्रयत्न हे सारे बायसिकल शेअरिंगसाठी होते आणि आता ते जर संपूर्ण भारतात राबवले जाणार असेल तर स्थानिक स्वराज्य संस्थांनीच त्याला पूर्णपणे पाठबळ देणे गरजेचे होते. खासगी कॉर्पोरेशन्स यामध्ये कंत्राटदार बनून बांधकाम, कार्यवाही व देखभाल यांची जबाबदारी घेऊ शकत होते.

आम्ही सातत्याने पुढे जाऊ शकलो नाही आणि व्यवसायाचे अचूक भान आम्हाला आले नाही हे आमचे अपयश आम्ही मान्य करतो. गुंतवणुकीचा प्रभावी परिणाम, स्थानिक प्रतिनिधींची कामाची पद्धती, सामाजिक उद्योजकता, भारताची विविधता या साऱ्याचे बहुव्यापक असे भान अथवा समज आम्हाला कदाचित आली नसावी हेदेखील आम्ही मान्य करतो. तरीही ज्या ज्या लोकांनी आम्हाला पाठबळ दिले, ते आमचे गुंतवणुकदार, पालक, मार्गदर्शक, सल्लागार, इन्टर्न्स, स्वयंसेवक आणि विविध शिक्षण संस्था या साऱ्यांचे मनःपूर्वक आभारच मानायला हवेत. 'इंडिया सायकल सर्व्हिस' म्हणून आमचे ते कर्तव्यच आहे असे आम्ही मानतो.'

'सायकल चलाओ' बंद करण्यात येत असल्याची माहिती जेव्हा पूजा वॉरियरला समजली तेव्हा तिने तत्काळ युएन लिमिटेडची विस्तारीकरणाची योजना असल्याचे कळवले. हे मॉडेल अन्य राज्यांमध्ये कशापद्धतीने राबवता येईल याचा विचार ही कंपनी करत होती. त्यामुळे अशा परिस्थितीत ही एक सुवर्णसंधी आहे असे कुटुंबातील साऱ्यांनी व साऱ्या मार्गदर्शकांनीही सांगितले. युएल लिमिटेड इंडिया ही आंध्रप्रदेशात त्यांचे काम सुरू करू शकेल अशी आशा वाटून मी खूप उत्साही झालो होतो. अर्थात अद्याप ही संधी होती आणि मी जर निवडलो गेलो असतो तरच मला ही संधी प्राप्त होणार होती. त्यामुळे या संधीसाठीच माझे सध्या प्रयत्न सुरू आहेत आणि त्यादृष्टिकोनातून मी काही कामे गुंडाळून ठेवली आहेत आणि त्याचप्रमाणे काही महिन्यांची विश्रांती घेतलेली आहे. माझ्या नव्या सामाजिक उद्योजकतेची सुरुवात करण्यापूर्वी हे एक महत्त्वाचे पाऊल ठरणार आहे.'

'मला इतका वैविध्यपूर्ण अनुभव आणि सहयोग मिळाला त्यामुळे मी खूप आनंदी आणि नशीबवान आहे. प्रश्न फक्त चांगली वेळ येण्याचा आहे. मी निश्चितच लोकांच्या सेवेसाठी उपयुक्त ठरेल असे आणखी काही चांगले आणि आणखी भव्य करून दाखवेन.'

नवे काय?

राजला जेव्हा होऊन गेलेल्या गोष्टींविषयी विचारणा केली तेव्हा त्याच्याकडे सांगण्यासारख्या अनेक नव्या गोष्टी होत्या. तो म्हणाला, 'मी जेव्हा सायकल चलाओ बंद केले तेव्हा मी खूप संभ्रमात होतो. माझ्यामध्ये उद्योजक होण्याचे बीज आहे की नाही हाच माझ्या मनात संभ्रम निर्माण झाला होता. परंतु त्याचवेळी काही चांगल्या नावाजलेल्या सामाजिक क्षेत्रात काम करणाऱ्या कंपन्यांकडून मला चांगल्या ऑफर्सही येत होत्या. त्यामुळे त्या काळात तीन महिन्यांचा ब्रेक घेतला आणि मला जी पुस्तके वाचायची होती ती वाचण्यासाठी मी वेळ दिला. कौटिल्याचे अर्थशास्त्र मी वाचून काढले.'

पूजाने केलेल्या सूचनेचा त्याने गांभीर्याने विचार केला. युएन हैद्राबादमध्ये काम सुरू करण्यासंदर्भात प्रस्ताव दिला. आंध्रप्रदेशातून सामाजिक उद्योजकतेच्या नव्या दिशेची पायाभरणी होऊ शकणार आहे. 'एका उद्योजकासाठी तो करीत असलेल्या कामातून मिळणाऱ्या समाधानापेक्षा दुसऱ्यांना साह्यभूत ठरणाऱ्या गोष्टीत मदत करण्यातला आनंद शोधणे ही तशी अवघड गोष्ट आहे. परंतु हैद्राबादमध्ये युएन लिमिटेड सुरू करणे हा माझ्या आयुष्यातील एक सर्वोत्तम असा निर्णय आहे असे मी मानतो. एखादी गोष्ट नव्याने प्रस्थापित होत असताना त्यामध्ये सहभागी होण्याचा अनुभव मिळवणे हे अधिक परिणाम कारक असते. त्यामुळेच हा अनुभव नव्याने मिळवण्याचे ठरवले आहे. 'युएन लिमिटेड'चे पाठबळ आणि अनुभवांच्या बळावर आंध्रप्रदेशातील सामाजिक उद्योजकतेच्या प्रवासाता सहयोगी राहण्याचा विचार आहे.

तो आता मुंबईहून आंध्रप्रदेशात राहायला गेलेला आहे आणि त्याने तिथे नवे घर घेतले आहे. फेब्रुवारी २०१३ पासून त्याने युएन लिमिटेड हैद्राबादमध्ये सुरू करण्यासाठी काम देखील सुरू केलेले होते. त्या वेळचा प्रत्येक दिवस हा अतिशय उत्साहाने आणि नव्या आव्हानांनी तसेच संधींनी भरलेला असायचा. 'व्यक्तिगत पातळीवर विचाराल, तर आता मी माझ्या कुटुंबाला पुरेसा वेळ देऊ शकतो. माझ्या जवळच्या माणसांसोबत, मित्रांसोबत वेळ घालवू शकतो. मी माझ्या कामाच्या वेळांना आता एक चांगली चौकट आखू शकलो आहे. गेल्या तीन वर्षांपासून एका सामाजिक उद्योगाच्या निमित्ताने वेगळ्या अनुभवांना सामोरा जात आहे.'

'युएल लिमिटेड हैद्राबाद' स्थापन करण्याचा प्रवास हा आत्यंतिक समाधान देऊन जाणारा

होता. प्रामुख्याने 'युएन लिमिटेड इंडिया'च्या लोकांनी खूप सहकार्य केले. सराह ॲलेन हीने विस्तारीकरणानंतर मला खूप मदत केली.' हैद्राबादेतील सामाजिक उद्योजकांचा वाढता प्रतिसाद व त्यांचा सहभाग लक्षात घेता त्यांच्या मॉडेलला अल्पावधीत जे यश मिळाले त्याचेच हे निदर्शक होते. सामाजिक उद्योजकतेच्या नेटवर्किंगचा एका कार्यक्रम मार्च २०१३ मध्ये हैद्राबादमध्ये केला त्यामध्ये २०० जण उत्स्फुर्तपणे सहभागी झाले होते हा त्या यशाचा दाखलाच म्हणावा लागेल.'

सद्यस्थितीत आमची चार जणांची टीम कार्यान्वित आहे. आंध्रप्रदेशातील दहा उच्चतम अशा सामाजिक उद्योजकांना त्यांच्या नव्या उभारणीमध्ये सहयोगी राहण्यासाठी ते पाठबळ देण्याचे काम करीत आहेत. त्यांच्याकडे आलेल्या ५० अर्जांतून या दहा जणांची निवड करण्यात आली. आंध्रप्रदेशातील गुंतागुंतीची विकासाची प्रक्रिया व त्यातील अडथळे समजून घेण्यासाठी मी १०० किलोमीटर्सचे अंतर पार करून आंध्रप्रदेशातील दुर्गमातील दुर्गम भागात गेलेलो आहे.

'मी असं म्हणेन की, अत्यंत गुंतागुंतीच्या व अवघड परिस्थितीमध्ये मी घेतलेले कठिन निर्णयच माझ्या उद्योजकतेच्या प्रवासामध्ये पथदर्शक ठरलेले आहेत. इन्क्युबेशन सेवेच्या माध्यमातून येणाऱ्या तीन ते पाच वर्षांत आंध्रप्रदेशातील १०० हून अधिक सामाजिक उद्योजकांना पाठबळ देण्याचे ध्येय मी माझ्या मनाशी निश्चित केलेले आहे. आंध्रप्रदेशातील अद्याप मोठे पर्यावरण क्षेत्र असे आहे, जिथे सामाजिक उद्योजकांची गरज मोठ्या प्रमाणावर भासणार आहे. प्रश्न आहे तो फक्त योग्य वेळ येण्याचा. शासन आणि सर्व कॉर्पोरेट क्षेत्रातील लोक एकत्रितपणे या इकोसिस्टीमसाठी प्रयत्नशील होतील याचा विश्वास आहे.'

८

ब्लीस

साबा गुल

इंजिनिअर ते उद्योजक असा साबा गुलचा सुरेख प्रवास आहे. स्त्री शिक्षण आणि सक्षमीकरण हा तिचा अत्यंत जिव्हाळ्याचा विषय. तिचा जन्म झाला पाकिस्तानमध्ये. सारे बालपणही तिथेच गेले. प्रख्यात अशा मॅसॅच्युसेट्स इन्स्टिट्यूट ऑफ टेक्नॉलॉजी (एमआयटी) मधून तिने पदवी व पदव्युत्तर शिक्षण घेतले. ती पाकिस्तानात परत आली आणि तिने बिझनेस अँड लाईफ स्कील्स स्कूल्स (ब्लीस)ची स्थापना केली. गरीब, गरजू व हुशार मुलींना शिक्षण आणि उद्योजकतेची वाट देऊन त्यांच्या जीवनाला आकार देण्यासाठी ही संस्था प्रयत्नशील आहे. ज्या मुलींचे शालेय शिक्षण अर्धवट सुटलेले आहे आणि ज्यांना आर्थिकदृष्ट्या आत्मनिर्भर बनायचे आहे अशा मुलींना ही संस्था मदत करते. ब्लिस मॉडेल हे थोड्या वेगळ्या पद्धतीने काम करणारे आहे. शाळा सुटलेल्या मुलींना ते पुन्हा शाळेकडे वळवतात. त्यांचे वर्गातील काम त्यांना उत्पन्न मिळवून देईल अशी व्यवस्था करतात, शाळेमध्ये मुलींनी जितका वेळ घालवला त्या वेळसाठी मुलींना त्याची भरपाई देखील पैशाच्या रुपाने दिली जाते आणि बालमजुरीपासून त्यांना दूर ठेवण्याचा प्रयत्न केला जातो. ब्लिसच्या माध्यमातून इंग्रजी, उर्दू, विज्ञान आणि गणित शिकवले जाते तसेच एक तासांचा कौशल्य शिक्षण देणाराही क्लास असतो. त्याद्वारे त्यांना उद्योजकतेचे धडे दिले जातात. या मुलींना उत्तम दर्जाच्या, डिझाईन केलेल्या अशा हँडबॅग तयार करण्याचे प्रशिक्षण व्यापक सामाजिक दृष्टिकोन ठेवून दिले जाते.

या बॅगा विकल्या जातात आणि त्यातून नफा मिळवला जातो. हा नफा मुलींच्या शिक्षणावर खर्च केला जातो तसेच उरलेला पैसा त्यांचेच भवितव्य घडवण्यासाठी वापरला जातो.

साबा गुलचा जन्म झाला पाकिस्तानात कराचीमध्ये. तिचे सारे बालपण अब्बोटाबाद आणि लाहोरमध्ये गेले. तिचे कुटुंब हे मध्यमवर्गीय कुटुंब होते. तिचे आईवडिल दोघेही त्यांच्या व्यावसायिक आयुष्यात यशस्वी होते. तिच्या वडिलांनी पाकिस्तानच्या नौदलामध्ये काम सुरू केले. त्यानंतर ते उद्योजक बनले आणि त्यानंतर विविध मल्टीनॅशनल कंपन्यांच्या नियामक मंडळांवर व वरिष्ठ पदांवर त्यांनी काम केले. तिची आई स्त्री प्रस्तूतीतज्ज्ञ होती. अत्यंत गरीब परिस्थितीत असलेले असंख्य लोक तिच्याकडे येत असत व ती त्यांची मनापासून सेवा करीत असे व त्यांच्याकडून कोणतेही पैसे आकारत नसे.

चार मुलांपैकी साबा ही दुसरी मुलगी होती. अगदी लहानपणापासून तिच्यामध्ये एक स्पर्धात्मक वृत्ती होती. ती अतिशय बुद्धीमान अशी विद्यार्थीनी होती. ती शाळेत शिकायला आली तेव्हापासून ते अगदी पदवी संपादन करपर्यंत तिने पहिला नंबर कधीही सोडला नाही. यावर साबा हसत सांगते, माझ्याकडे सर्वोत्तम राहायचे याशिवाय दुसरा काही मार्गच नव्हता. त्यामुळे मला त्याचा खूप अभिमानही वाटायचा.

तिच्या शाळेच्या सुरुवातीच्या दिवसातही काही मजेशीर गोष्टी घडत होत्या. तिने शाळेमध्ये सातत्याने तीन वेळा पहिला दर्जा मिळवला. अवघ्या दोन वर्षांची असताना तीच्या बुद्धीची जी चमक दिसून येत होती त्याने सारेच थक्क झाले. त्यामुळे शाळेनेही ठरवले की, तिच्या बुद्धीमत्तेनुसार तिचा वर्ग ठरवायला हवा.

त्या वयामध्ये मला मी इतक्या चांगल्या पद्धतीने बुद्धिमत्तेची चमक दाखवत आहे याची मला जाणीवच नव्हती. जर माझे वय लक्षात घेतले नाही तर मी माझ्या आयुष्यात तीन वर्षे पुढे होते असेच म्हणावे लागेल. हा हा!'

'माझ्या वडिलांना मी वैद्यकीय क्षेत्रामध्येच करियर करावे असे वाटत होते; परंतु माझ्या स्वातंत्र्यावर त्यांनी कधीही अतीक्रमण केले नाही. मला वाचनाचे व इतर सर्व गोष्टींचे पुरेपुर स्वातंत्र्यही दिले. त्यामुळे माझे बालपण फार सुखात गेले. ब्रिटीश कौन्सिलच्या ग्रंथालयात दिवसभर रहावे असे माझे त्यावेळचे स्वप्न होते. मला जुन्या आणि नव्या पुस्तकांचा गंध खूप आवडायचा. मला तिथे असलेली सगळ्या प्रकारची पुस्तके आवडायची. एनीड ब्लायटन

हा माझा त्यावेळचा सर्वात लाडका लेखक होता. मला एकच गोष्ट तिथे अस्वस्थ करायची ती म्हणजे मला एका वेळी फक्त चारच पुस्तके पाहू दिली जायची.

फेमस फाईव्ह, द सिक्रेट सेव्हन यासारखी एनीड ब्लायटनची पुस्तके मी वाचायचे. त्यामुळे अर्थातच मला पुढे मोठे होऊन डिटेक्टीव्ह व्हावेसे वाटत होते यात आश्चर्य वाटण्यासारखे काहीच नव्हते.'

तिची मोठी बहिण वैद्यकीय शिक्षण घेण्यासाठी गेली. तिच्या दोन लहान भावंडांसोबत ती लहानाची मोठी होऊ लागली. त्या तिघांनी एकमेकांसोबत बालपणाची धमाल करण्यात मनसोक्त आनंदलुटला. तासनतास ते व्हिडिओ गेम खेळत बसायचे. क्रिकेट खेळायचे अर्थात ते तिला अजिबात चांगले खेळता येत नव्हते.

हळूहळू जशी साबा मोठी होत गेली तसतशी ती डिटेक्टीव्ह बनण्याच्या स्वप्नाळू दूनियेतून बाहेर आली. वडिलांच्या आग्रहाखातर तिने प्री – मेडिकल परीक्षाही दिली. आईप्रमाणे किंवा बहिणीप्रमाणे तिनेही डॉक्टर बनावे अशी त्यांची इच्छा होती. परंतु कॉम्प्युटरच्या जगाने तिच्या कल्पनेच्या जगाला नवी भरारी दिली. तो काळ होता नव्वदच्या दशकाचा. ती जसजशी तरुण होत होती तसतसे तिचे अवकाश विस्तारत होते आणि त्या वयाला अशक्य असे काहीच नव्हते. त्यामुळे अगदी शेवटच्या क्षणी, वडिलांना कुठलीही कल्पना न देता मी एमआयटीमध्ये कॉम्प्युटर सायन्सची पदवी मिळवण्यासाठी अर्ज केला. त्यासाठी मी अर्थातच तिने कोणतीही पूर्वतयारी केलेली नव्हती अथवा कोणत्या समुपदेशकाचीही मदत घेतलेली नव्हती. कारण त्यासाठी तितका वेळच नव्हता!

ही प्रक्रिया जरा उशीरानेच सुरू झाली. सप्टेंबरमध्ये साबाने अर्ज भरला होता आणि प्रत्यक्षात डेडलाईन होती डिसेंबरची.

'अर्थातच मला प्रवेश मिळाला. मला ही बातमी समजली आणि मी आनंदाने उडीच मारली आणि त्या रात्री खूप समाधानाने झोपले.'

कॉम्प्युटर सायन्स आणि तेदेखील मॅसॅच्युसेट्स इन्स्टिट्यूट ऑफ टेक्नालॉजी (एमआयटी) मध्ये! ....

ही संस्था म्हणजे कॉम्प्युटर सायन्सची मक्का होती. आजच्या अनेक तंत्रज्ञानांचा आपण करतो त्यांचा उदय तिथून झालेला होता. तिथे दररोज नव्याने संशोधन आणि नाविन्यपूर्ण गोष्टी घडून येत असतात.

तिच्या कुटुंबाला अर्थातच आश्चर्याचा धक्का बसला आणि पुढील शिक्षणाविषयी उत्सुकताही निर्माण झाली.

माझ्या घरातील सर्वांचाच मला पाठिंबा होता. माझ्यापेक्षा तर बहुदा माझी आईच जास्त उत्सुक झालेली होती. घर सोडून, पाकिस्तान सोडून मी अमेरिका नावाच्या एका महासाम्राज्यात जाणार होते आणि माझ्या एका नव्या आयुष्याची तिथे सुरूवात होणार होती, याची आईला जाणीव झाली.

साबाच्या जीवनातील खरोखर एक नवे पर्व आता सुरू होणार होते. 'त्या क्षणी माझे बालपण मला सोडून गेलं. मी एमआयटीला गेले. माझ्यातील निरागसपणच हरवून गेलं... ती हसत सांगते.'

साबा यापूर्वी तिच्या आईवडिलांसमवेत मध्य पूर्वेतील काही भागांमध्ये फिरली होती परंतु बोस्टन आणि एमआयटी हा सर्वथा नविन अनभुव असणार होता.

मला प्रथमतः प्रकर्षाने जाणवलेली बाब म्हणजे, तिथली प्रत्येक गोष्ट आंतरराष्ट्रीय दर्जाची होती. माझ्या वर्गामध्ये ९१ विद्यार्थी होते त्यापैकी केवळ ११ अमेरिकन विद्यार्थी होते आणि उर्वरीत ८० विद्यार्थी हे जगभरातून आलेले होते. झिम्बावे, नायजेरिया, स्वीडन अशा विविध देशांतून... हे सारे लाहोरहून खूपच वेगळे होते. तिथे ९० टक्के लोक पंजाबी. प्रत्येकजण जवळपास एकाच धर्माचे आचरण करणारा. बहुतेकांचे विचारही सारखेच. पण एमआयटी म्हणजे एखाद्या विस्तीर्ण मैदानासारखे होते. कल्पनेची एक भव्य भूमीच जणू!

सुरुवातीचा उत्कंठेचा आणि सगळ्याच नव्या गोष्टींचा बहर कमी झाल्यानंतर तिने जेव्हा या आंतरराष्ट्रीय विद्यार्थ्यांशी गप्पा मारायला सुरुवात केली तेव्हा ती ज्या गोष्टींवर श्रद्धा ठेवून होती त्यावरच प्रश्नचिन्ह निर्माण झाले.

उदाहरणादाखलच सांगायचे तर, वस्तुस्थिती म्हणून आपण ज्या गोष्टी मानत असतो त्या तशा आपल्या शाळेतूनच शिकवलेल्या असतात. पाकिस्तान आणि भारताचा इतिहास हाच विषय घ्या. मला एमआयटीमध्ये प्रथमतः जाणवले की जेव्हा मी आणि माझे तिथले भारतीय मित्र या इतिहासाकडे पाहतो तेव्हा लक्षात येते की दोघांनाही शिकवलेला इतिहास पूर्णतः वेगळा आहे. मी अॅटनबर्गचा गांधी हा चित्रपट पाहिला आणि माझ्या भारतीय मित्राचे जिनांविषयीचे मत ऐकून मला आश्चर्याचा मोठा धक्काच बसला. पाकिस्तानमध्ये त्यांची प्रतिमा ही वडिलधाऱ्यांची, नेत्याची, हिरोची आहे परंतु भारतीयांच्या नजरेतून पाहताना मात्र फाळणीला जबाबदार असणारे व्यक्तिमत्त्व, संकटाला कारणीभूत असणारे अशी त्यांची प्रतिमा आहे. याचप्रमाणे वस्तुस्थितीच्या अनेक छटा मला तिथे सातत्याने पाहायला मिळत होत्या. भारत व पाकिस्तान युद्धाबाबतही मला असेच विभिन्न दृष्टिकोन दिसून आले.

हे सारे विषय जेव्हा मी केंब्रिजमधल्या एका बौद्धिक वातावरणात चर्चेसाठी येऊ लागले तेव्हा मित्रांसोबत बोलताना तसेच अगदी सीमेपलिकडून आलेल्या मित्रांशी बोलताना लक्षात आले की इतिहास ही तशी सापेक्ष गोष्ट आहे. स्थळकाळानुसार आणि लेखकानुसार त्याचे दृष्टिकोन भिन्न असू शकतात. क्लास, प्रकल्प, असाइनमेंट्स या साऱ्या धिबिडग्यामध्येच या चर्चेसाठी कसाबसा वेळ निघायचा. सतत गुंतवून ठेवण्याबाबतच एमआयटी कुख्यात होते. कारण कामाचा व अभ्यासाचा बोझाच इतका असायचा की अवांतर गोष्टींसाठी क्वचितच वेळ मिळायचा. स्पर्धा आणि कामाचा ताण या गोष्टींची तिथे परंपरनेच जणू चालत आलेल्या होत्या. अनेकदा तर तिथे काहीही गोष्टी करायला हातात वेळच उरायचा नाही. फक्त पळत राहायचे आणि इतरांच्या बरोबरीने सर्व गोष्टी करत राहायचे इतकेच आपल्या हाती उरायचे. त्यामुळे मित्र आणि कुटुंब यांच्यासाठी अजिबात वेळ उरायचा नाही. तिथल्या वास्तव्यातील माझा काळ खूपच चांगला गेला. मी नक्की कोण आहे हे तिथे मला जाणून घेता आले. परंतु त्यावेळी जरा ते प्रेम-द्वेषाचे नाते होते. आम्ही त्यासाठी आयएचटीएफपी असा शब्द परिस्थितीनुसार वापरत असू, त्याचा अर्थही मजेशीर होता. आय हॅव ट्रूली फाउंड पॅरडाईज (मला खरोखर स्वर्ग सापडला आहे.) किंवा आय हेट धिस फकिंग प्लेस (मला ही जागा अजिबातच आवडत नाही.)

एमआयटीमध्ये अनेक लोक अतिशय स्मार्ट असल्यामुळे आपल्यापेक्षा स्मार्ट कुणीतरी इथे नक्की सापडेल असे साबाला वाटत होते.

ज्या मुलीने आजवर वर्गात पहिल्या नंबर खेरीज दुसरा क्रमांक पाहिलेला नव्हता अशा मुलीला भौतिकशास्त्रात सी मिळाल्यानंतर ती हादरून जाणे स्वाभाविक होते. त्यामुळे आता पूर्ण कष्टांसह अभ्यासात उतरावे लागणार याची तिला जाणीव झाली. तिने मनापासून कष्ट केले. नवे मित्र जोडले आणि केंब्रिजमध्ये चांगले शिक्षण घेतले.

तिथे म्हणजे नियमासारख्या काही गोष्टी अलिखित होत्या. अभ्यास, मित्र आणि झोप. त्यातील कोणतीही एक उचला आणि उरलेल्या दोन गमवा. केंब्रिजची तुमच्याकडून ही मागणीच होती.

साबा ही एमआयटीमध्ये एक धाडसी नव्या दमाची तरुणी म्हणून दाखल झालेली होती.

'मला आठवतंय, एमआयटीच्या कँपसमध्ये एकदा माझ्यासाठी पोलीसही आलेले होते. कारण मी आणि माझ्या मित्रांनी बांधकाम सुरू असलेल्या एका इमारतीमध्ये शिरून धिंगाणा केला होता. मी वर्गाबाहेर अनेक गोष्टी शिकले. उदाहरणादाखल सांगायचे तर बोट चालवायला मी इथेच शिकले. माझ्याकडे अजूनही बोट चालवण्याचा परवाना आहे. तेथील चार्ल्स रिव्हरमध्ये मला बोट चालवायला खूप आवडायचे.'

साबाने इंटर्नसाठी सिलिकॉनव्हॅली मध्ये जाणे पसंत केले. बोस्टन परिसरातमध्ये तिच्यासारखे इतरही अनेक विद्यार्थी होते. कामाचा तिचा पहिलावहिला अनुभव होता. आणि प्रत्यक्ष जगाविषयीची तिची पहिली प्रतिमाही त्यातूनच तयार होणार होती.

तिला तेथील 'स्टार्ट अप' संस्कृती खूप आवडली. कारण तिच्यासारख्या तरुण इंटर्नलादेखील अवघड आणि आव्हानात्मक समस्या सोडवण्यासाठी दिल्या जात असत. तिने तिच्या टीमसाठी त्याचे उत्तर शोधावे अशी त्यांची अपेक्षा असे. तिथे कामाच्या सोयीच्या दृष्टीने पदश्रेष्ठता असली तरीही सारे एकत्रितपणे, वेगाने आणि परिणामकारकपणे काम करणारे होते.

'ते माझ्यासाठी अतिशय उत्साह वाढवणारे होते. मी इंटर्न म्हणून काम करीत होते तरीही मला अनुभवी अशा डेव्हलपर्ससोबत संवाद साधता येत होता. तिथे माझ्या मतांना किंमत होती, माझे विचार गांभीर्याने ऐकले जात होते, क्रि'टीकल थिंकिंगला प्रोत्साहीत केले जात होते.

खरोखर मोठे निर्णय घेताना देखील तिथे चार जण एका रुममध्ये बसत असत आणि एका झटक्यात निर्णय घेतले जात असत. नोकरशाहीच्या रेंगाळलेपणाला तिथ जागाच नव्हती!'

त्यामुळेच या क्षेत्राविषयी तिला गोडी निर्माण झाली आणि या क्षेत्रात करियर करावे असे वाटू लागले. यापूर्वी उपखंडातून आलेल्या लोकांनी इथे येऊन शिकायचे आणि संधीच्या प्रदेशात जाऊन तिथे स्वतःचे काही मोठे स्थापन करायचं हाच ट्रेंच होता.

'अगदी प्रामाणिकपणे सांगायचे तर मला तेथील कार्यसंस्कृती प्रचंड आवडली. अर्थात मी पुढे आयुष्यामध्ये काय करणार आहे हे मलाच ठाऊक नव्हते एखादे तंत्रज्ञान विकसीत करण्याच्या तेथील प्रस्थापित व्यवस्थेने मी प्रभावित झालेले नव्हते. माझ्या इंटर्नशिपच्या काळात तरी नक्कीच नाही. कोड लिहिणे, ते तपासणे आणि पुन्हा लिहिणे या स्वरुपाचा माझा जॉब होता. मी अनेकदा रात्री उशीरापर्यंत थांबत असे आणि त्यात माझे रात्रीचे जेवणही राहून जायचे. मी खूप मनापासून काम करायचे आणि मला स्पर्धाही आवडायची. परंतु ते जे मी काही होते तेच तिथे दिसून येत होते. कायम स्पर्धात्मक राहणे आणि चांगल्या रितीने कामे करणे हे मी नेहमीच करत होते. परंतु मला कोड करत बसायला आवडत नव्हते. कारण हे काम मनात आग निर्माण करणार नव्हते.

एका सुट्टीमध्ये तिला भारतामध्ये नोकरीची संधी चालून आली होती परंतु तिच्या व्हीसाचे काम झाले नाही आणि पुन्हा तिला भारतात कधीही जाता आले नाही. पुढच्या वर्षामध्ये तिला पहिलेवहिले 'नॉनटेक' काम करण्याची संधी प्राप्त झाली. सार्‍याबोडिया या श्रीलंकेतील एका संस्थेसाठी डाटाबेस उभारण्याचे काम आले होते. श्रीलंकेत आलेल्या त्सुनामीनंतर त्या आपत्तीचा फटका बसलेल्या लोकांची माहिती एकत्रित करण्याचे काम करणारी ही एक मोठी संस्था होती. तिचा पुढचा प्रकल्पही असाच चांगला होता. 'लाईट अप द वर्ल्ड' या युरोपियन संस्थेसाठी सोलर लायटिंग किट्स तयार करण्याचे काम होते. 'श्रीलंकेतील पूर्व किनार्‍यावरील त्रिंकोमली येथील स्थलांतरितांसाठी प्रकाश यंत्रणा बसवण्याचे काम आम्ही केले.'

श्रीलंकेमध्ये साबाला खूप वेगळाच अनुभव येत होता. पाकिस्तानमध्ये असताना तिचे बालपण अत्यंत सुखात गेलेले होते. उच्च मध्यमवर्गीय घरात ती वाढलेली होती. तिला कायम कुटुंबाचा आधार व सुरक्षाकवच होते. तिने कधीही सार्वजनिक वाहतूक व्यवस्थेतून प्रवास केलेला नव्हता. कधीही रस्त्यावरच्या लोकांशी बोलण्याची वेळदेखील आलेली नव्हती. केवळ आर्थिक

तफावत होती असे नाही तर परिस्थितीतही प्रचंड भिन्नता होती. पाकिस्तानमधील एक मुलगी म्हणून ती या साऱ्या गोष्टींकडे पाहत होती. तेव्हा तिला जाणवले की, श्रीलंका हा देखील आपल्यासारखाच विकसनशील देश आहे. तिथे अनेक गोष्टींत भिन्नता असली तरी समानताही आहे. इथे साबाला वास्तव परिस्थितीची प्रकर्षाने जाणीव झाली. लहान मुलांबरोबर तिने चिखलात खेळण्याचा आनंद लुटला. जिथे पाय ठेवायलाही जागा नाही अशा बसेसमधून तिने प्रवास केला. त्रिकोमलीचा अनुभव साबाचे आयुष्य अमुलाग्र बदलवून टाकणारा ठरला. 'गरीब असूनही जो कनवाळूपणा अनुभवला त्याने मी अवाक झाले होते आणि तो सारा अनुभव थेट काळजाला भिडला होता. त्यांना त्यांच्या जेवणाचीही भ्रांत होती तरीही मी कुठेही गेले तरीही मला चहा व बिस्कीट देऊन माझे आदरातिथ्य करायला ते विसरले नाहीत.'

एमआयटीतील इतर तीन मुलीसमवेत साबा श्रीलंकेमध्ये तीन महिने राहिली. आलिया व्हिटनी ही श्रीलंकेतील 'इमर्ज ग्लोबल' या स्वयंसेवी संस्थेसमवेत गेली. ही संस्था बलात्कारीत व अत्याचारित महिलांना समाजामध्ये पुन्हा मानाचे स्थान मिळवून देण्यासाठी कार्यरत संस्था आहे.

'श्रीलंकेतील अनुभवाचा माझ्यावर खोलवर परिणाम झाला. त्यानंतर मी ठरवले की, मला संपूर्ण प्रवास करून जग अनुभवायचे आहे. मला आता अमेरिकेत किंवा पाकिस्तानात राहायचे नव्हते.'

'फ्रान्समधील नॅशनल सेंटर फॉर सायंटिफिक रिसर्च' या संस्थेमध्ये रिसर्च इंटर्न म्हणून तिची निवड झाली.

त्यानंतर साबाने काही काळ इथिओपियामध्ये घालवला. तिथे तिने आदीस अबाबा युनिव्हर्सिटीमध्ये कॉम्प्युटर सायन्स शिकवण्याचे काम केले. तिथली संस्कृती आणखीनच वेगळी होती. हा सारा अनुभव तिचे जीवनविश्व समृद्ध करणारा होता हे नक्की.

जगभरातील हे सारे अनुभव आता गाठीशी असले तरीही, एमआयटीमधून कॉम्प्युटर सायन्सची पदवी प्राप्त केल्यानंतर आता तिला करियरची निवड करण्याची वेळ येऊन ठेपलेली होती. अजूनही मनाप्रमाणे वागण्यास ती काही धजावत नव्हती. 'मला अजूनही एमआयटीमधून सीएस पदवी घेण्याची इच्छा होती. तसे पुढे शिकावेसेही वाटत होते. त्यामुळे मी सॅनफ्रान्सिस्कोमध्ये

ओरॅकलला प्रवेश घेतला.' २००६ च्या सुरुवातीला काम सुरू झाले खरे. परंतु तिथे वर्षभर काम केल्यानंतर तिला जाणवले की, आपण आनंदीही नाही आणि कामात गुंतलेलेही नाही. 'सॅनफ्रान्सिस्को हे राहण्यासाठी अतिशय उत्तम शहर होते. ओरॅकलमधील सारे मित्र एकदम छान होते. परंतु मला सकाळी उठून नुसतीच एकसारखी ढोरमेहनत करायची नव्हती. मी याविषयी माझ्या मित्रांशी, सहकाऱ्यांशीही चर्चा केली. लोक त्यांच्या आयुष्यातील बहुतांश भाग हा असे काम करण्यात घालवत असतात ज्यात त्यांना आवडच नसते हे मी त्यांना पटवून देण्याचा प्रयत्न केला. असे काम करण्यात काय अर्थ होता?'

करायचे हे साबाला देखील माहित नव्हते पीएचडी? कदाचित सतत शैक्षणिक उन्नती करत राहणे हेच तिला अधिक सुयोग्य ठरणारे व अधिक उत्कंठा वाढवणारे ठरू शकले असते का?

याचाच शोध घेण्यासाठी साबा पुन्हा एकदा एमआयटीमध्ये मास्टर्स करण्यासाठी परत आली. 'आर्टिफिशियल इंटेलिजन्स' या विषयावर तिचे प्रभुत्व होते; परंतु तिने जाणीवपूर्वक वेगळ्या विषयावर काम करण्याचे ठरवले. डि-लॅबचे ॲमी स्मिथ यांच्या मार्गदर्शनाखाली काम सुरू केले. विकसनशील देशांमध्ये सुयोग्य ठरू शकेल अशा पद्धतीचे तंत्रज्ञान विकसीत करण्याबाबत या कंपनीची ख्याती होती.

'ॲमी स्मिथ यांच्याविषयी माझ्या मनात अपार आदराची भावना होती. जगाला लाभदायक ठरेल अशा स्वरुपाच्या थक्क करणाऱ्या कामासाठी त्यांची अवघे आयुष्य समर्पित केलेले होते.' या ठिकाणी असलेल्या उद्योजकतापूरक वातावरणाचा प्रभाव तिच्याही मनावर नकळतपणे पडला होता. 'एमआयटीची १०० के आयडियाची स्पर्धा जाहीर करण्यात आली होती. ही स्पर्धा अतिशय मोठी आणि मानाची मानली जात असे. मला मनातून असे वाटत होते की मी लोकांना खरोखर मदत करू शकते. त्यामुळे त्यादृष्टीने योजना आखली आणि ती प्रत्यक्षात आणण्यासाठी प्रयत्न सुरू केले.'

हीच योजना पुढे 'ब्लिस' या नावाने ओळखली जाऊ लागली.

दरम्यानच्या काळात अमेरिकेतील डेव्हलपमेंटच्या क्षेत्रात तिने नोकरी शोधायला सुरुवात केली. हा प्रवास तिच्या कल्पनेपेक्षा अवघड. तिने अनेक लोकांशी संपर्क साधला आणि प्रायोजक होऊ शकतील अशा लोकांचा शोध घेतला.

'अमेरिकन नसलेल्या एखाद्या व्यक्तीसाठी नोकरी शोधणे इतके अवघड असेल यावर माझा विश्वासच बसत नव्हता. कारण त्यासाठी तुमच्याकडे एकतर प्रदीर्घ अनुभव आवश्यक होता अथवा तुम्ही स्वतः अमेरिकेचे नागरिक असणे महत्त्वाचे होते. हे सारे खरंच खूप निराश करणारे होते. मी पीस 'कॉप्समध्ये नोकरी मिळवण्याचा प्रयत्न करीत होते... मी सगळ्या प्रकारचे प्रयत्न केले. सर्व संपर्क वापरून पाहिले परंतु मला कुठेही काही केल्या नोकरीची संधी प्राप्त झाली नाही.'

अखेर तिला नोकरीची एक संधी मिळाली आणि तिची धडपड जरा कमी झाली. थॉमसन रॉयटरमध्ये तिने काम सुरू होते. एमआयटी कॉम्प्युटर सायन्समध्ये शिकताना तिने जे काही कौशल्य आत्मसात केलेले होते ते पूर्णपणे इथे वापरता येणार होते. 'हा सारा थक्क करणारा अनुभव होता. कारण त्यांनी खास माझ्यासाठी स्वतंत्र कामाची योजना केलेली होती. मी एक आर्किटेक्ट होते त्यामुळे मी डेव्हलपर आणि व्यावसायिक लोकांच्या मध्ये बसत असे. मी सॉफ्टवेअर डिझाईन करून देत असे. ही खरोखरच चांगली नोकरी होती आणि वर सहा आकडी पगारही!'

कदाचित तिच्या डोक्यात काही वेगळी चक्रे सुरू नसती तर असलेली इतकी चांगली नोकरी ती करीत राहिली असती.

परंतु पडद्यामागे एक नवेच कथानक आकाराला येत होते.

ते म्हणजे, ब्लिस!

साबाने २००९ मध्ये ज्या एमआयटी १०० के उद्योजकता स्पर्धेमध्ये भाग घेतलेला होता आणि त्यासाठी जो प्लॅन सादर केलेला होता त्याचीच निवड होऊन या स्पर्धेत ती विजयी झाली होती. त्यासाठी तिला ५ हजार युएस डॉलर्सचे बक्षीसही जाहीर झालेले होते. हाती आलेल्या पैशांच्याच बळावर तिने ही योजना प्रत्यक्षात उतरवण्याचे ठरवले व त्यादृष्टीने पावले टाकायला सुरुवात केली. हा प्रयोग प्रथमतः पाकिस्तानात केला जाणार होता.

एमआयटीतील आरती पांडे यांच्याशी चर्चा करताना या संकल्पनेचे बीज मनात रुजले होते. आरती ही बरकत नावाच्या एक संस्थेमध्ये सहसंस्थापक म्हणून कार्यरत होती. अफगाणिस्तानात शाळा सुरू करण्यासाठी प्रयत्नशील असणारी ही एक स्वयंसेवी संस्था होती. त्याच्या माध्यमातून अफगाणिस्तानमधील हजारो निर्वासितांना व त्यांच्या मुलांना शिक्षण

देण्याचे काम संपूर्ण देशभरात केले जात होते. तिच्याकडूनच तिला अझादा खान या अफगाण मुलीची कथा ऐकली होती. केवळ मुलगी आहे म्हणून शिक्षणाचा हक्क नाकारला गेल्याने तिने चक्क मुलाचा वेश परिधान केला आणि शाळेत शिकण्याचा तिचा मुलभूत हक्क मिळवला होता. तिने स्वतःचे नाव 'आझाद' असे ठेवले आणि वयाच्या बारा वर्षापर्यंत ती चक्क मुलगा बनून राहिली कारण तिला शाळेत जायचे होते. कारण तालिबानांच्या राज्यामध्ये मुलींनी शिक्षण घेणे हा मोठा गुन्हाच समजला जात होता.

'मी ही कहाणी ऐकून अक्षरशः थक्क झाले होते. कारण अफगाणिस्तानमधील आझदा खान सारख्या मुली पाकिस्तानातही असतील. ज्या त्यांच्या हक्कांसाठी व शिक्षणाच्या इच्छेसाठी आयुष्यभर झगडत असतील. त्यांना त्या मुली आहेत ही ओळखच लपवावी लागत होती. अथवा त्यांचे वडिल त्यासाठी मारले जात होते...'

साबाला आझाद खानला भेटण्याची मनापासून इच्छा होती. २००९ च्या हिवाळ्यामध्ये साबा अफगाणिस्तानमध्ये गेली. केवळ आझादला भेटण्यासाठी! त्यामुळे अशा मुलींची परिस्थिती सुधारण्यासाठी आपण काहीतरी करायला हवे असे तिच्या मनाने घेतले. जानेवारी २००९ मध्ये तिने अत्यंत गरीब अशा समुहातील व दुर्गम भागातील लोकांच्या गाठीभेटी घेतल्या व देशभरात ती अनेक ठिकाणी फिरली. तिला अनेक गोष्टी त्यानिमित्ताने लक्षात आल्या. 'मुलींना शिक्षणाच्या कोणत्याही संधी नव्हत्या. त्या निरक्षरता, गरीबी अशा दुष्टचक्रामध्ये अडकलेल्या होत्या. त्यातून बाहेर पडण्याचा कोणताही मार्ग त्यांच्याकडे नव्हता. ज्या दुर्गम भागांमध्ये मी गेले तिथे असे लक्षात आले की, लोक केवळ त्यांची स्थानिक बोलीभाषा बोलतात. त्यांना तर उर्दू देखील नीट बोलता येत नाही. जगात काय सुरू आहे याची त्यांना साधी कल्पनादेखील नाही. त्यांना शिक्षणाची सोय नाही, त्यांना चांगले पोषण मिळत नाही. साधे लसीकरण देखील होत नाही. पाकिस्तानात अगोदरच परिस्थिती वाईट आहे हे खरे; पण ही परिस्थिती तर भयाण करणारी होती. त्यांना कोणत्याही प्रकारचे शिक्षण मिळत नव्हते. त्यांनी बाहेरचे जग पाहिलेले नव्हते आणि त्यातील कुणाला ते पाहण्याची आशादेखील वाटत नव्हती. संपूर्ण पंजाब प्रांतातील या भागातील लोकांसाठी वैद्यकीय शिक्षणासाठी केवळ एक जागा राखीव ठेवली जात होती. त्यामुळे वेगळे काही आयुष्य जगण्याचे ते स्वप्नच पाहू शकत नव्हते.. कारण काहीच वेगळे नव्हते त्यांच्या जगण्यात! कार्पेट लूम्समध्ये तासन तास काम करणाऱ्या मुली मी पाहत होते. दिवसातील १४-१४ तास त्या काम करीत असत. त्यामुळे शाळेला कुठेही जागाच नव्हती. या मुली आणि त्यांची कुटुंबे या गरीबीच्या दुष्टचक्रात पिढ्यानपिढ्या अडकलेली होती.

ते निरक्षर होते कारण ते सारे गरीब होते. आणि ते सारे गरीब होते कारण ते सारे निरक्षर होते. असे हे दुष्टचक्र!

सर्वात वाईट गोष्ट साबाच्या लक्षात आली, ती म्हणजे, वयाच्या बारा, तेरा आणि चौदाव्या वर्षी या मुलींची शाळा सुटत असे. त्यांचे लग्न होत असे आणि त्यांना मुलं होत असत... संपलं सारं...!'

साबाला दोन प्रकारच्या जगण्यांमधील तफावत प्रकर्षाने जाणवत होती. कारण तिला स्वतःला आयुष्यामध्ये शिक्षणासाठी इतका संघर्ष कधीच करावा लागलेला नव्हता. कारण या मुलांना ज्या समस्यांचा सामना करावा लागत होता त्याचा तिला स्वतःला कधी स्पर्शही झालेला नव्हता.

या मुलींची शाळा कशी सुटणार नाही याचा विचार तिच्या डोक्यामध्ये सुरू झाला.

एक साधी मुलभूत गोष्ट तिच्या लक्षात आली ती म्हणजे, मुलींनी शाळेच्या बाहेर राहण्याऐवजी शाळेत राहणे जास्त उपयुक्त होते हे त्यांच्या कुटुंबियांना पटवून देणे आवश्यक होते. शाळेची फी कशी भरता येईल याचा मात्र पर्याय शोधणे गरजेचे होते. आईवडिलांवर येणारा आर्थिक भार आणि मुलींच्या शिक्षणाची मुलभूत गरज यामध्ये सुवर्णमध्य कसा साधता येईल असा पर्याय शोधणे गरजेचे होते. कारण आर्थिक गरजेतूनच मुलींना कामाला जुंपले जात होते आणि त्यामुळे रोजंदारीमध्ये भर पडेल असा त्यांचा सरळ सरळ विचार असायचा.

ही समस्या खरोखरच अवघड होती आणि साबाला त्यावर एक व्यावहारिक तोडगा शोधून काढायचा होता. खरंतर मुलींना दिले जाणारे शिक्षण ही सर्वोत्तम अशी दीर्घकालीन गुंतवणूक असते परंतु जोपर्यंत काही व्यावहारिक तोडगा सापडत नाही तोवर अनेक आयुष्य अशीच वाया जाणार होती.

'बिझनेस अँड लाईफ स्कील्स स्कूल' ही संकल्पना त्याच समुहातून सुचली आणि पुढे आली. जर शाळेमध्ये उपयुक्त अशी कौशल्ये जर शिकवली जात असतील आणि त्यावर नियमितपणे लक्ष दिले गेले तर? शाळेतील नियमित शिक्षण दिले जात असतानाच जर मुलींची आर्थिकदृष्ट्या स्वयंनिर्भर होण्याची क्षमता वाढवण्यासाठी त्यांना एम्ब्रॉयडरी, क्राफ्ट व इतर कौशल्ये शाळेतच देता आली तर? ही उत्पादने बाजारात आणता आली आणि त्याद्वारे मिळणारे उत्पन्न त्यांच्या कुटुंबियांना मिळू लागले तर? शिक्षणासह आर्थिक उत्पन्न

मिळवून देणारे केंद्र अशा दुहेरी भूमिका असणारी शाळा साकारता आली तर? या शाळेशी जोडलेला असा कुणीतरी व्यक्ती असेल जो डिझाईन्स आणि मार्केटिंगसाठी योग्य प्रकारे साह्य देईल आणि त्यांच्या कौशल्याला उत्पादनांमध्ये बदलून ती उत्पादने श्रीमंत बाजारपेठांमध्ये उपलब्ध करून देऊन नफ्याचा नवा मार्ग खुला करून द्यावा आणि त्याद्वारे मुलींमधूनच उद्योजक घडवावे असा विचार होता.

याच संकल्पनेवर आधारित प्लॅनला एमआयटी १०० के स्पर्धेमध्ये पहिला क्रमांक मिळाला होता आणि साबाला हा प्रकल्प प्रत्यक्षात आणण्यासाठी बक्षीसरुपाने ५ हजार युएस डॉलर्स मिळाले होते.

'मला आठवतंय आम्ही ब्लिसचा प्रायोगिक उपक्रम २००९ च्या अखेरीस व २०१० च्या थोडा अगोदर सुरु केला. त्याच काळामध्ये मी अमेरिकेतील थॉमसन रॉयटर्समध्ये काम सुरू केले होते. त्यावेळी हे सारे जुळवून आणताना माझी खूपच कसरत होऊ लागली. मी माझ्या जेवणाच्या मोकळ्या वेळेमध्ये ब्लिसच्या सर्व आवश्यक गोष्टी करत असे. मी सर्व रात्री आणि आठवड्यातील सुटीचे दिवस मी ब्लिससाठी देत होते.'

तिला एमआयटीतील तिच्या मित्रांकडून खूप प्रोत्साहन आणि साह्य मिळत होता. सुरुवातीला तिने त्यांचीच एक कोअर टीम तयार केली. एमआयटीतील एलेन ऑर्फनीडीस आणि साना काझमी ही एमआयटीतीलच मैत्रीण जी पुन्हा पाकिस्तानात जाऊन राहत होती, त्यांची मदत घ्यायला सुरुवात केली. 'आम्ही सुरुवात केली तेव्हा आम्हाला खूप जणांनी सहकार्य केले अनेकजण सोबत आले. आता त्यांच्यामधील कुणी सोबत नसले तरीही त्या सुरुवातीच्या स्वयंसेवकांनी आम्हाला हवी ती मदत केलेली होती.'

प्रायोगिक तत्त्वावर याची अंमलबजावणी करायचे ठरवले तेव्हाच्या आठवणी खरोखर धमाल आहेत. साबा सांगते, स्थानिक शाळेतील मुख्याध्यापिकेसमवेत माझी पहिली भेट ठरली होती. मी माझी संकल्पना तिला समजावून सांगणार होते. मी शाळेत पोहोचले तर मध्यमवयीन असे ४० लोक माझी तिथे वाट पाहत होते. त्यांना पाहताच भितीचा सर्रकन काटा झाला. परंतु माझं नशीब की ते सारे मला मदत करण्यासाठी आलेले होते! त्यांनीही त्यांच्या संकल्पना सांगितल्या, काय करता येऊ शकेल हे सुचवले. त्या गावातील लोक उत्साही आणि मदत करण्यास तत्पर होते. 'तुमच्या मुलींना शाळेमध्ये पाठवा आणि त्यांना घरासाठी आर्थिक

आधारही बनू द्या' त्यांनी दिलेले पाठबळ उपयुक्त ठरले व त्याचा प्रसार त्यांच्या समाजातही होत गेला.

तिला बक्षीसरुपाने मिळालेले ५ हजार युसएस डॉलर्स तिने या शाळेसाठी वापरण्याचे ठरवले आणि ब्लिसची पहिली मुलींची बॅच सुरू झाली.

'अर्थातच आम्ही चुकाही केल्या, परंतु आम्ही त्या प्रत्येक चुकीतून खूप काही शिकत होतो. प्रत्यक्षात काम करताना शिकता येत होतं. आम्ही मनापासून सारं शिकण्याचा प्रयत्न करत होतं.'

तिला लवकरच जाणीव झाली, की आता तिला थॉमसन रॉयटर्स किंवा ब्लिस या पैकी एकाची निवड करावी लागणार होती. ती अमेरिकेतील तिच्या नोकरीचा मनापासून आनंद घेत होती. न्युज जायंटसाठी सॉफ्टवेअर डिझाईन करून देत होती तरीही ब्लिसला मिळत असलेले यश लक्षात घेऊन तिला तिचा निर्णय घेणे सोपे झालेले होते. ब्लिसच्या पहिल्याच प्रयोगामध्ये मुलींनी सुंदर बॅग तयार केलेल्या होत्या. मुलीही आनंदी होत्या. त्यामुळे आता निर्णय जवळपास पक्का झालेला होता. तिने जानेवारी २०११ मध्ये तिच्या नोकरीवर पाणी सोडले आणि आता पूर्णवेळ या सामाजिक कामामध्ये ती लक्ष देणार होती.

गोष्टी हळूहळू पुढे सरकत होत्या. तिच्या प्रयोगांना मिळालेल्या यशामुळे आशा निर्माण झालेली होती. मुली चांगल्या बॅगा तयार करत होत्या. त्याची गुणवत्ताही उत्तम होती. सर्वात महत्त्वाचे म्हणजे, सगळ्या मुली शाळेत जात होत्या! मरयम ताहीर खान हा एक डिझायनर होता तो या उपक्रमात २०१० मध्ये सहभागी झाला. मलासुद्धा बदलांची चिन्हे दिसत होती. मला हिलरी क्लिंटनसमवेत रात्रीच्या जेवणाला जाण्याची संधी मिळाली आणि अमेरिकेच्या राज्य विभागाने आम्हाला 'यंग चेंज मेकर्स' म्हणून गौरवले. हे सारे आमच्यासाठी खरोखर चांगले होते. या शिवाय, मला घरीदेखील याचा खूप फायदा झाला. माझ्या वडिलांना त्याचे खूप कौतुक वाटत होते. ते म्हणाले, 'वा! आता तू हिलरी क्लिंटनसमवेत डिनर घेऊ लागलीस तर! आता तू आणखी काय काय करणारेस ते कळू दे तरी'

थोडा काळ गेला तसतसे ब्लिस मॉडेल आणखी चांगल्या पद्धतीने आकार घेऊ लागले. शाळाच सक्षम करणे हा विचार केंद्रस्थानी होता त्यामुळे आम्हाला शाळा बदलायच्या नव्हत्या. मुली

घेत असलेल्या शिक्षणामध्ये त्यांना व्यावहारिक जगात उपयोगी पडेल असे प्रशिक्षण द्यायचे व त्याचा त्या मुलींना व त्यांच्या कुटुंबियांना थेट फायदा व्हावा अशी कल्पना केंद्रस्थानी होती.

गुणवत्ता व्यवस्थापनाविषयी विचारले असता, साबा हसून उत्तर देते की, 'आत्ता मला या गोष्टींविषयी जितकी माहिती झालेली आहे तेवढी तेव्हा नक्कीच नव्हती. आम्ही जेव्हा सुरुवात केली तेव्हा पहिल्या तुकडीकडून केवळ काही चांगल्या बॅगा तयार होऊ शकतील इतपतच आश्वासन दिलेले होते. अद्याप बराच मोठा पल्ला गाठायचा होता. आता जेव्हा मी गुणवत्तेचा विचार करते तेव्हा त्या पहिल्या बॅचने बनवलेल्या बॅगा नक्कीच फार चांगल्या नव्हत्या. त्यामुळे जर आम्हाला टिकून राहायचे असेल तर अधिक गुणवत्तापूर्ण उत्पादने बनवणे क्रमप्राप्तच होते.'

आमचे मॉडेल म्हणजे आम्ही मुलींना एम्ब्रॉयडरी शिकण्यास मदत करीत होतो. या बॅगांचे काम प्रोफेशनल अशा बॅगउत्पादकांकडून येत असे. त्यावर या मुली त्यांची डिझाईन साकरत असत. त्यामुळे केलेल्या डिझाईन्सनंतरची बॅगांची गुणवत्ता चांगली राहील हे पहावे लागत होते. डिझाईन आणि गुणवत्ता या दोन्ही निकषांवर तडजोड करून चालणार नव्हते.

साना काझमी ही एक कलाकार होती आणि ती हे सारे काम सांभाळत होती. तिच्या गुणवत्तेच्या कल्पना माझ्याहून भिन्न होत्या. सद्यस्थितीत ज्या गुणवत्तेच्या बॅगा तयार होत होत्या त्याविषयी मी तरी अजिबात समाधानी नव्हते. कारण तिथेच त्याच टप्प्यावर आवश्यक ती गुणवत्ता राखणे क्रमप्राप्त होते. त्यासाठी दुसरा कोणताही पर्याय उपलब्ध नव्हता. त्यामुळेच या विषयामध्ये मला पूर्णवेळ लक्ष घालण्याची गरज भासली. गोष्टी अशाच दुर्लक्ष करून देऊन सोडता येत शकत नाही. त्यामुळे मला असे वाटले की आता मलाच पुढे येऊन काहीतरी तत्काळ करणे गरजेचे आहे. मी अमेरिकेत बसून या गोष्टींचे हुकूम सोडू शकत नाही. कारण ते माझेच काम होते!

साबाने आक्रमकपणे व पुढाकार घेऊन काम करण्यास सुरुवात केली. तिने लाहोरमधील उच्चतम गुणवत्ता राखणाऱ्या बॅग उत्पादकांशी संपर्क साधला आणि त्यांना सप्लायर बनण्यास सांगितले आणि त्यानंतर गुणवत्ता नियंत्रणाच्या लढाईवर तिने लक्ष केंद्रित केले.

अब्दुर रेहमान याला आरती पांडे यांच्यासमवेत काम करण्याचा १५ वर्षांचा प्रदीर्घ अनुभव होता. त्याला साबाने नोकरीवर घेतले. बरकत हा तिचा उजवा हात म्हणून काम करू लागला आणि प्रत्यक्ष काम करण्याच्या त्याच्या धडपडीचा तिला उपयोग झाला.

प्रत्यक्ष जमिनीवर राहून काम केल्याने वरवर साधा दिसणारा परंतु दीर्घकालीन परिणाम साधणारा अनुभव मिळत असतो.

'उदाहरणादाखल सांगायचे, तर अगदी सुरुवातीला मुलींच्या आईलादेखील या कामात सहभागी करून घ्यावे असा विचार नव्हता. त्यांना शाळेमध्ये येण्याची परवानगीच नव्हती. परंतु उत्पादनांची गुणवत्ता आणखी सुधारायची असेल तर त्यांचा सहभाग वाढवणे आवश्यक आहे याची आम्हाला जाणीव झाली. आपल्या शाळेमध्ये आपल्यासमवेत आईदेखील येत आहे, हे पाहिल्यानंतर शाळेत टिकणाऱ्या मुलींची संख्याही आपोआपच वाढली. त्यामुळे आता आम्ही मुलींच्या बरोबरीने त्यांची आईदेखील त्यांना मदत करेल असे ठरवले व त्याची प्रत्यक्ष कार्यवाही सुरू केली. जर त्या मुलींच्या आईला तिथे येण्याची इच्छा असेल तर आपण का अडवावं बरं?

हे सारे काम असेच चालू ठेवण्यासाठी आणि त्याचा दर्जा कायम राखण्यासाठी साबाला अनेक अडचणी आव्हानांना तोंड द्यावे लागले. प्रामुख्याने एम्ब्रॉयडरी करण्यासाठी त्या मुलींना चांगल्या दर्जाचे कापड देणे आवश्यक होते. त्याबाबतीत सप्लायरशी संवाद साधताना बऱ्याच अडचणी येत होत्या. मी म्हणायचे, 'तुम्ही अशी घाणेरडी कापडं पाठवू शकत नाही. आम्हाला त्या कपड्यावर छाप उमटवायचा असतो आणि त्यावर एम्ब्रॉयडरी करायची असते.' हे त्या सप्लायरला वारंवार समजावून देखील त्याच्या डोक्यात प्रकाश पडत नव्हता. तरीही आम्हाला तसेच घाणेरडे कापड मिळत राहायचे. त्या कपड्यांवरची घाण काढण्यामध्ये तासन तास जायचे. हे सारे आठवले की साबा म्हणते, 'मी माझ्याच मनाला विचारायचे, साबा स्वतःकडे पहा जरा. तू काय करते आहेस इथे?'

सर्वात मोठी समस्या होती पैशांची!... 'आमच्याकडे कधीही पहा पैसे नसायचेच!' साबा हसत सांगते.

अब्दुर रेहमान हा प्रत्यक्ष फिल्डवर काम करणारा माणूस परंतु त्याला पगारच मिळत नव्हता. ब्लिसला अनुदानरुपाने पैसे कमी मिळत असल्याने शिक्षकांचे पगार करायलाही पैसे नसायचे. प्रायोगिक तत्त्वावर हा प्रकल्प राबवतानाच बक्षीसरुपाने मिळालेले ते ५ हजार डॉलर्स केव्हाच संपून गेलेले होते. याशिवाय साबाने तिचे सारे व्यक्तिगत सेव्हिंग्ज या प्रकल्पावर खर्च केलेले होते.

'मला हे सारे करण्याची खूप आवड आहे परंतु दुसऱ्या बाजूला माझे शिक्षक निराश होत चालले होते. ते देखील गरीब होते आणि त्यांनाही कुटुंब होते. जर त्यांना पैसे मिळाले नाही तर ते निराश होऊन सोडून जाणारच.'

साबासाठी हा वेक अप कॉल ठरला!

'प्रकल्प व्यवस्थापक आणि शिक्षकांना पगार देणे आवश्यक होते. तेव्हाच ते त्यांचे काम अधिक गांभीर्याने घेणार होते. तेव्हाच त्यांच्या कामाचा नीट आढावा घेता येणार होता व त्याचे मूल्यमापन करणे शक्य होणार होते.'

त्यामुळे तिने तातडीने पैसे जमवण्यासाठी काम करायला सुरुवात केली. तिने सप्लायरसाठी चांगल्या इन्सेंटीव्हची योजना आखली. चांगल्या कापडाच्या वितरणावर बक्षीस ठेवले आणि त्याचवेळी कमी प्रतीच्या कापडाला दंड करण्याचे धोरण स्वीकारले. तिने पगाराची एक औपचारिक चौकट आखली. त्यामुळे आता ब्लिसला खऱ्या अर्थाने कामाचा काटेकोरपेना प्राप्त झालेला होता. साबाने आता खऱ्या अर्थाने गुणवत्ता आणि योग्य मूल्यमापन करण्याच्या दिशेने पावले टाकायला सुरुवात केली होती.

'गुणवत्ता हा काही आमच्यासाठी पर्याय नव्हता तर ती करा किंवा मरा अशी परिस्थिती होती. आमच्यासाठी आमच्याकडून बॅगा खरेदी कोण करतो हे अधिक महत्त्वाचे होते. पाकिस्तानमधील एखादा श्रीमंत व्यक्ती, अमेरिकेतील अथवा युरोपमधील एखादा धनाढ्य आमच्याकडून ही खरेदी करायचा त्यामुळे डाग पडलेल्या किंवा खुणा असलेल्या बॅगा त्यांना देऊन चालायचे नाही. त्यावर चिटकवलेला गोंद दिसून चालायचा नाही अथवा बक्कलच वेगळ्या जागी चिटकवलेलं असणं अशा त्रुटी चालवून घेतल्या जायच्या नाहीत. त्यामुळे आम्हाला सर्वोत्कृष्ट उत्पादन देणं भाग होतं.'

कोअर टिममध्ये अब्दुर रेहमान वगळता तीन उद्योजक महिलांचा सहभाग होता, त्यामध्ये मरयम ताहीर खान ही डिझायनर होती. तिने आर्ट स्कूलमध्ये पदवी संपादन केलेली होती आणि ती अत्यंक कल्पक होती. आयशा नवाझ ही एमबीए केलेली तरुणी होती. तिला डेव्हलपमेंट क्षेत्राची, मायक्रोफायनान्स आणि अर्थशास्त्र या विषयांची उत्तम माहिती होती आणि त्याशिवाय साबा स्वतः होतीच.

पाकिस्तानमध्ये अशा महिलांनी एकत्रितपणे व्यवसाय करणे ही अवघड गोष्ट होती.

'हे सारे कारागीर लोक होते. ते चामडे बनवत असत, अथवा बक्कल बनवत असत. त्यांच्याशी आमचा दररोज संपर्क येत असे. स्त्री असाल तर ते तुम्हाला गांभीर्याने घेतच नाहीत. ते तुम्हाला मुद्दाम वाढीव दर लावतात कारण त्यांची अशी कल्पना असते की तुम्हाला काहीही माहिती नाही' त्यामुळे साबा अशावेळी किंमतीची घासाघीस करताना अब्दुर रेहमानला पुढे करत असे. 'तुम्हाला अशा काहीतरी गोष्टी कराव्याच लागतात तेव्हाच तुम्हाला हवे ते घडून येत असते.'

साबाला गुणवत्तेसाठी दररोज झगडावे लागायचे. नफा डोळ्यासमोर ठेवून काम न करणाऱ्या एका स्वयंसेवी संस्थेसाठी नफा मिळवणाऱ्या व्यवसायाची उभारणी करणे हे सर्वात मोठे आव्हान होते. तिने जे जे काही शिकलेले होते ते सारे प्रत्यक्षात उतरवण्याचा प्रयास सुरु केला. सिलिकॉन व्हॅलीमध्ये आणि रुट १२८ मध्ये शिकलेले धडे व्यवहारात कुठे कामी येतात का हे ती पाहू लागली. ब्लिस ही संख्या कोणत्याही अडचणी न येता उत्तम गुणवत्तेची उत्पादने कशी देता येतील यासाठी तिचे अथक प्रयास सुरु होते.

'असा एखादा मार्ग निवडता तेव्हा नफ्यासाठी तुम्ही काम करीत नसलात तरीही तुम्हाला तुमचा प्रभाव निर्माण करावाच लागतो. ' लोक मला विचारतात, 'तुमचा पुढचा प्लॅन काय आहे?' मला असं वाटतं, की विकसीनशील देशांमध्ये सद्यस्थितीत ६०० दशलक्ष (६० कोटी) मुली आहेत ज्यांना अशा मदतीची गरज आहे. त्यामुळे मी माझी योजना ठरवताना एखाद्या आकड्यामध्ये स्वतःला बंदिस्त कशासाठी ठेवू? आणि मग उर्वरित मुलींचे काय करू? मला प्रत्येक मुलीचे जीवन बदलण्याची मनापासून इच्छा आहे.

ब्लिसचा एका शाळेतून दुसऱ्या शाळेत विस्तार होत चालला आहे. केअर फाउंडेशनच्या सहकार्याने हे काम केले जात आहे. केअर फाउंडेशन सुमारे १०० शाळा चालवते आणि टीसीइ ही आणखी एक सामाजिक संस्था शाळा चालवते.

'आम्ही जसजसा विस्तार करू तसतसे कौशल्याचे स्वरुप आणि उत्पादनांचे स्वरुप कदाचित बदलत जाईल. परंतु आमचा भर हा लक्झरी उत्पादनांच्या बाजारपेठेवर आणि हाय फॅशन इंडस्ट्रीवर अधिक आहे. त्या क्षेत्रामध्ये प्रचंड मागणी आहे. जर हे होऊ शकले तर कल्पना करा, हे सारे पैसे थेट मुलींपर्यंत पोहोचू शकतील.'

हँडबॅग वगळता ब्लिसच्या माध्यमातून आता छोटे दागिने ठेवण्याचे पाऊचदेखील बनवले जातात. (खड्यांचे दागिने किंवा इतर दागिने हे टॉप डिझायनर्स तयार करतात. ही उत्पादने बाजारपेठेमध्ये १० हजार युएस डॉलर्सनाही विकली जातात. साबाला त्यासाठी तयार होणाऱ्या पाऊच डिझाईन्सचा अभिमान आहे. कारण ती तिने तयार केलेली असतात.

'हा खरोखर एक चांगला व्यवसाय आहे. कारण ग्राहक त्यांची ऑर्डर आम्हाला देतात आणि आम्ही मागणीनुसार उत्पादने तयार करतो. जे तयार केले जाते त्यात फार काही नवीन आहे अशातला भाग नाही. ही पाऊच मुली सहजतेने शिवू शकतात. हँडबॅगप्रमाणे हे फार अवघड काम नाही. त्यामुळे छोट्या आकारातील ही पाऊच अधिक लाभदायक आहेत.'

साबा ही २०११ ची 'अनरिझनेबल फेलो' तसेच स्टार्टिंगब्लॉकचीदेखील फेलो आहे. तिच्या या कामाची दखल अमेरिकेनेही घेतली आणि तिला चक्क हिलरी क्लिंटन यांनी सहभोजनाचे निमंत्रण दिले. ब्लिसच्या कामाची दखल एनबीसी न्युज, एमआयटी टेक्नॉलॉजी रिव्ह्यू, प्रोव्हीडन्स बिझनेस न्यूज, द एक्स्प्रेस, द ट्रीब्युन आणि विविध प्रकाशनांनी सविस्तरपणे घेतलेली आहे.

मुलींना चांगले बालपण उपलब्ध करून देणे आणि या मुली शिक्षणापासून वंचित राहणार नाहीत याची काळजी घेणे हे ब्लिसचे खरे ध्येय आहे. शाळेमध्ये मुली दिवसभर काम करीत नाहीत. तिथे त्यांना पूर्ण अभ्यासक्रम शिकवला जातो. परंतु ब्लिसची कार्यपद्धती ही तशी व्यावहारिक आहे. मुलींनी शाळेत नियमित यावे आणि मुलींना त्यांचे शिक्षण पूर्ण करता यावे म्हणून पालक व मुली या दोहोंनाही आर्थिक मदत दिली जाते.

साबा भविष्याविषयी खूप आशा बाळगून आहे. तिला ब्लिसचा पाकिस्तान व अफगाणिस्तानच्या बाहेरही प्रसार करायचा आहे. भारत आणि बांग्लादेशातही ही कल्पना घेऊन जायचे आहे. त्याचप्रमाणे दुष्टचक्रामध्ये अडकलेल्या आफ्रिकन देशांतही त्याचा प्रसार करायचा आहे.

'जितकी अधिक उत्पादने आम्ही तयार करून तितक्या अधिक प्रमाणात मुलींना शिकण्याची व्यवस्था आम्ही उपलब्ध करून देऊ शकू. तितक्या मुली शाळेमध्ये अधिक येऊ शकतील.' हे सुद्धा एक चक्रच आहे. ब्लिसचा एक व्यावसायिक आणि आर्थिक साक्षरतेचा एक अभ्यासक्रम असून त्याचा त्यांना विकास करायचा आहे. त्यांच्या हस्तकौशल्याच्या केंद्रातून अधिकाधीक

मुलींना साधनांचे व कौशल्यांचे प्रशिक्षण देता यावे असा त्यांचा प्रयत्न आहे. साबा त्यांच्या उत्पन्नाच्या स्त्रोतांवर बारकाईने लक्ष ठेवून असून एकाच उत्पादनातून उत्पन्न मिळवण्याऐवजी त्यात वैविध्यता कशी आणता येईल याचा विचार आणि प्रयत्न सुरू आहेत. जगभरातील महत्त्वाच्या शहरांमध्ये त्यांनी तयार केलेली उत्पादने विविध दुकानांमध्ये कशी उपलब्ध होतील व कशी प्रदर्शित केली जातील यासाठी तिने रिटेलर्सची यादीही तयार केलेली आहे. उत्पादनांच्या विक्रीतून जे काही उत्पन्न मिळते ते ब्लिसच्या इंजिनला गतीमान करण्यास पुरेसे ठरते. त्यातून शिक्षण आणि सामुहिक विकासाची संकल्पना राबवली जाते व त्याद्वारे नव्या मुलींना शिक्षणाची संधी उपलब्ध करून दिली जाते.

हे अर्थातच एक चांगले मॉडेल आहे, हे निर्विवाद!

प्रत्येक मुलीला शिक्षण आणि प्रत्येक मुली स्वयंसिद्ध झालेली पाहणे हे तिच्या आयुष्याचे ध्येय आहे, अशाच निर्धाराने हे काम सुरू आहे.

'मी अतिशय मनापासून हे काम करते. माझ्या वेळेचा खऱ्या अर्थाने सदुपयोग आहे. हे काम मला प्रेरणा देत राहते., असे ती मला सांगते.

नवे काय?

२०१३ हे साल जसे उजाडले तशी साबाला आधीच्या वर्षाची आठवण झाली. २०१२ हे वर्ष तिच्यासाठी प्रगतीचे आणि अडथळ्यांवर मात करणारे होते. प्रमुख पाच गोष्टी घडल्या त्या अशा... १) पहिली मोठ्ठी गुंतवणुक त्यांच्याकडे आली त्यामुळे २०१३ मध्ये चौपट विकास होण्याची आशा निर्माण झाली. २) पहिल्यांदा पूर्ण वेळ काम करणारे आणि पगारावर असलेल्या लोकांना घेता आले. ३) जगभरातील तब्बल ३० देशांमध्ये त्यांची उत्पादने विकली जाऊ लागली. ही संख्या त्यांच्या अपेक्षेपेक्षा कितीतरी जास्त होती. ग्राहकांच्या उत्स्फुर्त प्रतिसादामुळे उत्साह आणखी दुणावला. ४) कमी उत्पन्न असलेल्या महिलांसाठी आता असेच प्रयत्न सुरू केले जाणार आहेत. (तिसरी बॅच मार्चमध्ये सुरू होणार आहे.) ५) ग्लोबल ब्रँड ॲम्बेसिडर्सच्या नेटवर्कमध्ये त्यांचा समावेश झाला. अत्यंत प्रतिष्ठेचा असा पुलित्झर पुरस्कार मिळाला आणि फॉर्च्युन ५०० कंपन्यांच्या यादीमध्ये समावेशही झाला.

आम्ही आमचे एक नवे संकेतस्थळ सुरू केले आणि त्याचप्रमाणे ऑनलाईन शॉप सुरू करून त्यावर निवडलेले उत्पादन जगाच्या कोणत्याही कोपऱ्यामध्ये अवघ्या तीन दिवसांत

पोहोचवण्याची व्यवस्था करण्यात आली. आम्ही आमच्या उत्पादनांचे पहिले प्रदर्शन अमेरिकेमध्ये भरवले. त्याला व्होग मॅगझिनने विस्तृत प्रसिद्धी दिली. आमच्या उत्पादनांना लंडन फॅशन विक आणि न्युयॉर्कमधील अनेक फॅशन शोमध्ये जागा मिळाली.

परंतु त्याहीपेक्षा मला अभिमान वाटावी अशी गोष्ट म्हणजे, आम्ही तब्बल ९० मुली आणि स्त्रियांना आर्थिक आधार मिळवून देत त्यांना स्वयंपूर्ण केले. आपण स्वतः पैसे कमावू शकतो असा विश्वासही नसलेल्या या स्त्रियांना व मुलींना त्यांनी आत्मनिर्भर बनवले. त्यांच्या चेहऱ्यावर जे समाधान दिसते ते सगळ्यात जास्त आनंद देऊन जाते. त्यांना मिळालेली संधी आणि त्यांनी केलेली निवड याचे समाधान त्यांच्या हास्यामध्ये दिसून येते. तोच माझ्यासाठी सर्वात मोठा पुरस्कार असतो. असा प्रत्येक मैलाचा दगड पार करीत असताना मला मी माझी नोकरी सोडण्याचे व अमेरिका सोडून पाकिस्तानात येण्याचे जे दिड वर्षापूर्वी धाडस दाखवले त्या प्रत्येक क्षणाविषयी ऋणी राहण्याची भावना मनात निर्माण होते.

'हे सारे एका बाजूला चांगले असले तरीही २०१२ हे वर्ष प्रयोग आणि नव्या धडपडीचेही होते. सुरक्षेच्या कारणास्तव आम्हाला आमचे अॅटॉकमधील काम थांबवावे लागले होते. त्यानंतर आम्ही नवे केंद्र लाहोर येथे सुरू केले होते. ब्लिसची स्थापना झाल्यापासून मी घेतलेला तो सर्वात अवघड असा निर्णय होता. हा निर्णय घेण्यापूर्वी मी अनेक रात्र विचार केला होता. हा निर्णय म्हणजे माझ्या आत्मशक्तीची परीक्षाच होती. जे काम करीत होते त्यात अॅटॉकम धील मुली माझी प्रेरणा होत्या. मी त्यातील प्रत्येक मुलीला नावानिशी ओळखत होते. मला त्यांची जीवनकहाणी माहीत होती. आठवड्यामागून आठवडे आणि महिन्यामागून महिने जात असल्याना त्यांच्यात होत चाललेले बदल मी पाहत होते. या मुलींमध्ये आता आत्मविश्वास निर्माण झालेला होता आणि आता त्या स्वप्न पाहण्याचे धाडस दाखवू शकत होत्या. मी त्यांचे निष्पाप, निरागस आणि आशा बाळगणारे चेहरे मी कधीही विसरू शकत नाही. या मुलींकडून मी जो संयम आणि सकारात्मक दृष्टिकोन शिकले त्यासाठी मी त्यांची कायम ऋणी राहीन. परंतु अखेरीस संस्थेसाठी जो सर्वोत्तम हीताचा पर्याय ठरू शकेल त्याची मी निवड केली आणि त्यामुळे आमच्या टीमची सुरक्षितता धोक्यात न आणता मला आमच्या कार्याचा विस्तार आणि प्रगती घडवून आणता आली.

'त्याचप्रमाणे या वर्षभरात आमच्या ग्राहकांची काही प्रमाणात निराशा झाली. कारण आम्ही कोणतेही नवे कलेक्शन या वर्षी आणू शकलो नाही आणि त्यामुळे २०११ च्याच उत्पादनांवर

अवलंबून रहावे लागले. आम्ही अनेक नव्या कल्पना लढवल्या आणि त्यानुसार नव्या डिझाईन्स तयारही केल्या परंतु त्या डिझाईन्सनुसार व्यावसायिक पातळीवर उपयुक्त ठरतील अशी उत्पादने मात्र तयार होऊ शकली नाहीत. या साऱ्या धडपडीमध्ये ब्रँडची प्रतिमा टिकवून ठेवणे आणि त्यांची भविष्यातील उत्पादनांची दिशा ठरणार असल्याने नवी उत्पादने सादर करण्याची घाई केली नाही. त्यात चांगली बाजू अशी की, आमच्याकडे अनेक नवी उत्पादने, डिझाईन्स आणि कल्पना तयार आहेत. त्यामुळे २०१३ च्या पहिल्या तिमाहीमध्ये अनेक नवी उत्पादने सादर केली जातील.'

'आम्ही आमची टीम बांधण्यासाठीही प्रयत्नशील आहोत. त्याशिवाय आमच्या उत्पादनांना ज्याप्रमाणात मागणी आहे ती पूर्ण करण्यासाठी अपेक्षित असलेला विस्तार करता येणार नाही. अनेकदा आमच्या ग्राहकांना काही आठवडे, प्रसंगी महिनाभरही आमच्या उत्पादनांची प्रतिक्षा करावी लागते. २०१२ मध्ये नवे लोक भरती करणे हा मला मिळालेला सर्वात मोठा धडा होता. चांगले लोक सोबत असल्याशिवाय आपण चांगले असूनही त्याला फारसा काही अर्थ नसतो. गेल्या वर्षभरामध्ये मी लोकांना निवडण्यात ज्या काही चुका केल्या त्याची फळे भोगावी लागली. एक चांगला निवडलेला माणूस हा सुरुवातीच्या काळामध्ये महत्त्वपूर्ण अशी भूमिका बजावत असतो आणि संस्थेसाठी तो मौल्यवान अशी कामगिरी करून जातो. नेक्स्टबिलियनच्या ऑक्टोबरच्या अंकात मी मला मिळालेल्या या धड्याविषयी लिहिले होते. २०१२ ची सर्वोत्तम पोस्ट म्हणून त्याची निवड संपादकांनी केली होती आणि डिसेंबरमध्ये ती पोस्ट पुन्हा प्रकाशित करण्यात आली.

परंतु या साऱ्या आव्हानांमध्येच दडलेली एक संधी होती. एक व्यवस्था निर्माण करण्याची ही संधी होती आणि संस्थेमध्ये चांगले काम सुरू करता येण्याची आशा त्यामुळेच निर्माण झालेली होती. हे परिणामकारक आणि पुन्हा राबवता येण्यासारखे होते. त्यामुळे या साऱ्या अनुभवातून गेल्यानंतर आम्ही २०११ च्या तुलनेत अधिक भव्य, अधिक सक्षम आणि अधिक मोठ्या आव्हानांचा सामना करण्यासाठी सज्ज झालो होतो.

२०१२ हे साल आमच्यासाठी टर्निंग पॉईंटचे ठरले. आम्ही ना नफा या तत्त्वाकडून नफ्याकडे गेलो. या बदलामुळे आणि त्याला मिळालेल्या दिशेमुळे मी तर थक्क झालेले होते. अर्थात एका बाजूला पैशांचा ओघ वाढलेला असला तरीही या साऱ्या रचनेमध्ये ज्यासाठी हे काम सुरू केले तो त्यामागचा सामाजिक भाग अजिबात दुर्लक्षित झाला नाही. उलट आता आम्हाला

नफा मिळू लागल्यामुळे आम्ही अधिक वेगाने प्रगती करून, अधिक स्पर्धात्मक राहून अधिक चांगल्या बुद्धिमान लोकांना तसेच गुंतवणुकदारांना आमच्याकडे आकर्षित करू शकू व त्याचा फायदा मुलींना अतिंमतः आत्मनिर्भर करण्यासाठी होऊ शकेल असे मला वाटते.'

'यापुढे आम्ही काय दिशेने वाटचाल करणार आहोत याची एक झलक सांगाविशी वाटते. त्यानुसार ब्लिसच्या माध्यमातून २०१३ मध्ये दोन नवीन उत्पादने सादर केली जातील. पंजाबमधील सुमारे २०० महिलांना शिक्षित आणि आत्मनिर्भर करण्यासाठी प्रयत्न केले जातील त्यासाठी टीममध्ये नव्याने तीन जणांची भरती केली जाईल. बाजारपेठेतील कोणत्याही ब्रँडशी स्पर्धा करू शकेल असे एथिकल फॅशन लेबल तयार करण्याचा आणि अधिक चांगले बब्रँडिंग करण्याचा आमचा प्रयत्न राहणार आहे. २०१३ मध्ये पहिल्या तिमाहीत आम्ही एक मोठी घोषणाही केलेली असेल.

'ब्लिससाठी मी आता अधिक उत्साहाने, आशेने आणि प्रेरणेने काम करीत आहे आणि नव्या येणाऱ्या वर्षांकडूनही अशाच चांगल्या गोष्टींची आशा आहे. की ते जो पैसा खर्च करीत आहेत तो सत्कार्यासाठी खर्च होत असून त्यातून चांगले बदल होत आहेत. जगभरातील माझ्या ग्राहकांमध्ये हा विश्वास निर्माण होणे गरजेचे आहे. ते जी उत्पादने खरेदी करत आहेत त्याने पृथ्वीचे निदान काही नुकसान तरी नक्की होत नाही. त्यामुळेच मला अशीच सुंदर उत्पादने सादर करायची असून त्याद्वारे समाजाच्या तळागाळातील मुली–महिलांना आत्मसन्मानाचे, नव्या संधीचे, नव्या प्रगतीचे अवकाश खुले व्हावे अशी माझी मनापासून इच्छा आहे. फॅशन इंडस्ट्री ही जगातील दुसऱ्या क्रमांकाची सर्वात मोठी इंडस्ट्री आहे. त्यामध्ये तब्बल २५० दशलक्षहून अधिक लोकांना रोजगार प्राप्त झालेला आहे. त्यातील ७५ टक्क्यांहून अधिक लोक हे विकसनशील देशांत राहणारे आहेत. या क्षेत्राच्या माध्यमातून प्रयत्न केल्यास गरीबीचा शाप निश्चितपणे काही प्रमाणात दूर होऊ शकेल. त्याखेरीज जगातील सर्वात वाईट इंडस्ट्रीमध्येही ही जगातील दुसऱ्या क्रमांकाचे क्षेत्र आहे. (पहिल्या क्रमांकावर तेल–इंधन क्षेत्र आहे) कारण त्यातून खूप मोठा पर्यावरणाचा आणि सामाजिक ऱ्हास होतो. त्याचे संख्यात्मक प्रमाण काही प्रमाणात तरी बदलावे असे माझे स्वप्न आहे.

९

जग अधिक सुंदर बनवण्यासाठी...

लुईस ड्युआर्ट

लुईस ड्युआर्ट हे 'योरिसायक्लो'या कंपनीचे संस्थापक. विविध कंपन्यांमध्ये तयार होणारा कचरा कमी करण्यासाठी व त्याच्या रिसायकलिंगसाठी ही कंपनी विविध व्यावहारिक पर्याय पुरवते. तसेच पुनर्निर्माणाची प्रक्रिया समजून घेणे व त्याचा प्रसार करणे तसेच त्यासाठी आवश्यक असणारे प्रमाणपत्र व कायदेशीर बाबींची पूर्तता करण्यासाठी मदत करते.

'योरिसायक्लो' ही कंपनी विविध संस्थांना रिसायकलींगसंदर्भातील नव्या डिझाईन्स आणि त्याच्या पूर्ततेचे पर्याय उपलब्ध करून देणारी आहे. त्या माध्यमातून रिसायकल होऊ शकणाऱ्या गोष्टींचे कच्च्या मालामध्ये रुपांतर करून त्या मालाची विक्री करता यावी म्हणून शिक्षण, प्रशिक्षण दिले जाते. हे सारे करत असताना त्यातूनच रोजगार निर्मितीही केली जाते आणि प्रत्येक ग्राहकावर होणारा त्याचा पर्यावरणीय प्रभाव काय होतो हेदेखील पाहिले जाते.

विविध शहरांमध्ये रिसायकलिंगचे प्रमाण वाढावे आणि प्रदूषण कमी करण्यासाठी उपयुक्त कचऱ्याचा पुरेपूर वापर करावा आणि लोकांना शिक्षण-प्रशिक्षण देऊन त्याद्वारे नैसर्गिक स्त्रोतांचा वापर करण्यावर भर द्यावा आणि मेक्सिकोतील रिसायकलिंगची चेन चांगली प्रस्थापित करावी म्हणून त्यातील निसटणारे दुवे जोडण्यासाठी ही कंपनी प्रयत्नशील आहे.

लुईसचा जन्म १९८१ मध्ये मेक्सिकोतील चिहुआहुआ एका छोट्याशा शहरात झाला. अत्यंत प्रेमळ आणि सहृदयी कुटुंबात तो जन्माला आला. फ्रान्सिस्को आणि इमेल्डा या दोन भावंड्याच्या मधला भाऊ लुईस. त्याला आणखी एक मोठा भाऊ होता त्याचं नाव होतं फ्रान्सिस्को आणि छोट्या बहिणीचं नाव होतं आर्ली. तिचे हास्य लुईसला फार सुंदर वाटत असे.

त्याच्या अगदी सुरुवातीच्या आयुष्यात असा एक प्रसंग घडला ज्याने त्याच्या व्यक्तिमत्त्वाला आकार दिला. लहानपणी तो ला साल्ले नावाच्या एका कॅथलिक शाळेत शिकत होता. तो अकरा वर्षाचा असताना त्याला मिशन्ससाठी बोलावण्यात आले. त्याचे सारे मित्र मिशनसाठी जात असल्याने त्यानेसुद्धा त्यात सहभागी व्हायचे ठरवले. त्यामुळे ते मिशनरीज बनले. ग्रामीण भागातील लोकांना घरे बांधण्यासाठी पैसे देता यावे म्हणून प्रायोजक शोधत ते फिरू लागले. या मिशन्सचा फार मोठा परिणाम लुईसच्या मनावर झाला.

'मला वाटतं त्यावेळच्या अनुभवानेच माझ्या मनाची खरी जडणघडण केली. आज मी जो काही आहे तो त्या अनुभवामुळेच. ग्रामीण भागात जाताना मी स्वतःला भारी समजत होतो आणि लोकांना काही गोष्टी कशा करायच्या हे सांगायच्या अभिनिवेशाने मी गेलो होतो. परंतु प्रत्यक्षात काहीतरी वेगळेच घडले. कारण ही सारी माणसे अक्षरशः अफलातून होती. आम्ही गावात पोहोचल्यानंतर त्या माणसांनी त्यांच्याकडे होते ते सारे आम्हाला दिले. केवळ आम्ही त्यांना मदत करायला आलो आहोत हे जाणल्यानंतर त्यांनी आमचे कौतुक केले. आणि अखेरीस त्यांनीच आम्हाला खरी मदत केली! असे आमच्या लक्षात आले.

त्या पहिल्या अनुभवानंतर, लुईसने १३ वर्षे हेच काम केले. त्याने चिहुआहुआ या गावातील जवळपास ७० टक्के ग्रामीण भागाला भेट दिली. ते ज्या भागात गेलेले होते त्या भागाला ला सिएरा ताराहुमारा म्हटले जात असे. (ताराहुमाराचे लोक हे चिहुआहुआपेक्षा विभक्त होते.) लुईसला तिथे जायला फार मजा येत असे आणि जेव्हा जेव्हा संधी मिळेल तेव्हा तेव्हा तो तिथे जात असे. तेव्हा परत येत असे तेव्हा त्याला 'अत्यानंद' झालेला असे.

लुईसचे वडिल फ्रान्सिस्को हे सिव्हील इंजिनिअर होते. चिहुआहुआतील एका फार मोठ्या सिमेंट कंपनीत काम करीत होते. उच्चपदावर पोहोचल्यानंतर त्यांनी नोकरी सोडून स्वतःचा व्यवसाय सुरू करण्याचा निर्णय घेतला. लुईसमध्ये उद्योजकतेचे बीज इथूनच आले! त्याची

आई पूर्णवेळ गृहिणी होती. लुईसला जेव्हा गरज असायची तेव्हा त्याची आई सोबत असल्याने त्याला ते खूप छान वाटायचे. थोडक्यात टिपिकल मेक्सिकन कुटुबांप्रमाणेच त्यांचे कुटुंब होते. वडिल चरितार्थाचे साधन पाहत आणि आई घराची धुरा सांभाळत असे.

मेक्सिकोमध्ये कुटुंबव्यवस्था फार महत्त्वाची मानली जाते. त्यामुळे विविध उत्सवांना आम्ही सारे नातेवाईक, भावंडे एकत्र येत असू. आनंदाचे क्षण सारे कुटुंबिय मिळून साजरे करीत असत. माझ्या आजोबांमुळे माझ्यामध्ये संगीताविषयीचे प्रेम निर्माण झाले. कारण ते अतिशय सुंदर सेलो वाजवत असत. मला गाणे म्हणायला आणि गिटार वाजवायला आवडू लागली.

हायस्कूलचे शिक्षण संपल्यानंतर लुईस मॉन्टेरेरेमध्ये गेला. कारण चिहुआहुआपेक्षा तिथे अधिक संधी असतील याची त्याला खात्री होती. तिथे त्याने मेकॅनिकल इंजिनिअरिंग करण्याचे ठरवले. कारण त्याला सुरुवातीपासूनच गणित आणि भौतिकशास्त्र या विषयात रस होता. त्याला लहानपणापासूनच इंजिनिअर बनण्याची इच्छा होती. त्यामुळे त्याच्या आयुष्याची दिशा पक्की ठरलेली होती.

मेक्सिकोतील टेक ऑफ मॉन्टेरेरेमधून त्याने मेकॅनिकल इंजिनिअरिंगची पदवी संपादन केली. जगातील सर्वात मोठ्या खासगी सिस्टीममधील ही पदवी होती. लुईसने चिहुआहुआमधील मिशन्ससोबत राहण्याचा प्रयत्न केला परंतु ते अंतर खूप जास्त होते. किमान आठ तासांचा प्रवास असल्याने त्याला संपर्क राखणे अवघड होऊ लागले.

इंजिनिअरिंगच्या दुसऱ्या वर्षात असताना त्याची लुईस डॅनियलशी भेट झाली. (हाच पुढे त्याचा भागीदार बनला.) तोदेखील ला साल्ले या भागातून आलेला होता आणि तोदेखील मिशन्समध्ये जात होता. उद्योजकतेविषयीचा वर्ग सुरू असताना ते दोघे एकत्र असत. आरोग्यनिगेचे भान राखून त्यांनी अतिशय साधे सोपे उत्पादन तयार केले होते. त्यांनी राबवलेली प्रक्रिया इतकी सोपी होती की, त्यांनी लोकांना नोकरी देण्याचेही ठरवले.

हे उत्पादन होते पेपर टॉयलेट सीट कव्हर्सचे. टॉयलेट सीटप्रमाणेच एक नष्ट होणारा कागदाचा तुकडा तयार करण्यात आला होता. विविध प्रकारच्या संसर्गजन्य जीवाणूपासुन बचाव करण्यासाठी तो सीटवर ठेवायचा होता. प्रामुख्याने सार्वजनिक स्वच्छतागृहांचा वापर करताना त्याचा खूप चांगला उपयोग होऊ शकणार होता.

निदान मेक्सिकोमध्ये तरी या प्रकारची सुविधा उपलब्ध नव्हती. मग आम्ही काय केले, आम्ही या प्रकारचे कागद टनावारी मागवून घेतले आणि त्याचे सहा भाग केले. आम्ही ही पॅकेट्स प्रामुख्याने मातांना आणि अपंग व्यक्तींना वाटली. त्यांच्याकडून मिळालेला प्रतिसाद अतिशय चांगला होता.

हा प्रकल्प एका अभ्यासाशी संबंधित होता. न्यु ऑरलिन्स येथील ट्युलेन युनिव्हर्सिटीने या प्रकल्पाला स्कॉलरशिपही जाहीर केली. त्यांनी पुन्हा मेक्सिकोमध्ये जावे आणि व्यवसाय नव्याने सुरू करावा अशी सूचना तेथील एक प्रोफेसर सिडनी पुलित्झर यांनी केली. त्यामुळे त्यांनी या सूचनेचा सन्मान करण्याचे ठरवले आणि ५० हजार डॉलर्सची बक्षीसरुपाने मिळालेली व्यवसायात गुंतवण्याचे ठरवले.

ही कंपनी चांगल्या रितीने प्रगती करत गेली. त्यांनी कोलंबिया आणि ग्वाटेमाला या ठिकाणी उत्पादनांची निर्यातदेखील सुरू केली. अपंग आणि संपूर्णतः दुसऱ्यावर अवलंबून असणाऱ्या लोकांची काळजी घेण्यासाठी त्यांनी प्रयत्न सुरू केले. त्यांच्या वर्कशॉपमध्ये ही उत्पादने तयार होऊ लागली. त्यात सहभागी होणाऱ्यांना त्यांनी पैसे देण्यास सुरुवात केली. कार्यशाळेत सहभागी झाल्यानंतर पैसे मिळतात म्हटल्यानंतर अनेकांनी उत्साहात भाग घ्यायला सुरुवात केली आणि लोकांचा सहभाग वाढला तशा संस्थाही आनंदी झाल्या व त्यांचीही उमेद वाढली.

> अपंगत्व असणाऱ्या लोकांना आमच्या कंपनीच्या माध्यमातून नोकरीच्या नव्या संधी प्राप्त होत होत्या. त्यामुळे आम्हाला एक वेगळे समाधान मिळत होते.

शिक्षणापासून दूर जाऊन पैसे कमवण्याकडे लुईस ओढला गेल्याने ते वडिलांना अजिबात आवडलेले नव्हते. कारण त्याचा व्यवसाय उत्तम चाललेला होता. त्यांना त्यातून चांगला नफाही मिळत होता आणि त्यांचे सारे खर्चही भागवले जात होते. लुईस मात्र वयाच्या अवघ्या १९ व्या वर्षी सुटीच्या दिवशीही काम करीत होता आणि नवा व्यवसाय चालू रहावा यासाठी धडपडत होता. सुटीच्या दिवशी असणाऱ्या काही तासिकाही तो या कामामुळे बुडवत असे. हे सारे वडिलांना अजिबात रुचणारे नव्हते.

त्यामुळे अनिच्छेनेच त्यालो कंपनीचे काम बंद करण्याचा कटू निर्णय घ्यावा लागला आणि त्यांच्या केवळ नियामक मंडळावर तो राहिला. कंपनी चालवण्याचा अनुभव मात्र गाठिशी जमा झाला.

त्याने पुन्हा अभ्यासावर लक्ष केंद्रीत केले. त्याला जर्मन भाषेचे आकर्षण निर्माण झाले आणि त्याने जर्मन क्लासेसना बसायला सुरुवात केली. त्याला बीएमड्ब्ल्यू कार खूप आवडायच्या आणि त्या कंपनीत काम करण्याची त्याची खूप मनापासून इच्छा होती. उन्हाळी सुटीच्या काळात स्टुडंट एक्स्चेंज प्रोग्रॅम अंतर्गत त्याला तीन महिन्यांसाठी जर्मनीला जाण्याची संधी मिळाली. या काळात त्याने तेथील १९ शहरांमध्ये भ्रमंती केली आणि धम्माल केली.

परत आल्यानंतर त्याने कंपनी पूर्णपणे बंद केली. त्यातील काही भाग त्याने यापूर्वीच विकलेला होता. त्याने पदवी संपादन केली आणि त्यानंतर त्याने कामगार शक्तीचा भाग बनायचे ठरवले. त्याचा पहिला जॉब हा प्लास्टीक इंडस्ट्रीतला होता. ही कंपनी होती इव्हको प्लॅस्टीक. ही कंपनी व्हीसकोसीनमध्ये होती परंतु त्यांची एक शाखा मॉन्टेरेरेमध्ये होती. ऑपरेशनल एफिशियन्सीची जबाबदारी त्याच्याकडे सोपवण्यात आली होती. कंपनीच्या प्रक्रियेमध्ये कुठे कुठे बचत करता येईल हे पाहण्याची जबाबदारी त्याच्याकडे सोपवलेली होती.

त्यावेळी लुईस पहिल्यांदा रिसायकलिंगविषयी शिकला. एव्हको कंपनी १५ टक्के भाग हा भंगारात टाकत असे. त्या भंगारात त्याला चांगले ग्राइंडर्सदेखील सापडले तसेच इतर प्लॅस्टीक उत्पादकांना विकलेला मालही सापडला. कंपनीने लुईसचे कौतुक केले आणि त्याला प्रकल्प अभियंता म्हणून बढतीही दिली. ती जबाबदारीही त्याने समर्थपणे हाताळली.

या साऱ्या वाटचालीत निर्णय घेताना त्याच्या मागे समर्थपणे उभा असलेला एक मार्गदर्शक होता. तो म्हणजे त्याचा बॉस, रफ स्मिथ. हा मूळचा अमेरिकन परंतु गेल्या वीस वर्षांपासून तो मेक्सिकोमध्ये राहत होता. २३ वर्षाच्या लुईसचा तो अतिशय जवळचा मित्र आणि मार्गदर्शक होता.

जेव्हा लुईसने बढती घेऊन काम सुरू केले तेव्हाच चिहुआहुआ येथे आणखी एका कामाची चांगली संधी चालून आली. चिहुआहुआतील ग्रामीण भागाची चांगली माहिती असणारा व त्याचवेळी चांगली व्यवस्थापकीय कौशल्य असणाऱ्या एखाद्या चांगल्या माणसाच्या ते शोधात

होते. लुईसला चांगली शासनाची नोकरी मिळत होती. त्यालाही चिहुआहुआला परत जायची इच्छा होती आणि त्या पदावरील आव्हान अधिक मोठ्या स्वरुपात होते. त्यामुळे तिथे काम करण्याची त्याला इच्छा होऊ लागली.

जेव्हा तो मुलाखतीसाठी गेला, तेव्हा बॉसने त्याला विचारले, लुईस, तुला जे माहीत आहे ते तू मला सांग. लुईसने त्याला प्लॅस्टीक इंडस्ट्रीच्या क्षेत्राविषयी, ग्रामीण जनजीवनाविषयी, त्याच्या शिकण्याच्या उर्मीविषयी मनापासून सांगितले. त्याच्या मुलाखतीनंतर अर्थातच त्याची नोकरीसाठी निवड झाली. त्यावेळी तो अवघ्या २४ वर्षांचा होता. आरोग्यविभागातील साठ वर्षांच्या अभियंत्यांना तो आता सांभाळणार होता. त्याला छान भव्य ऑफिसही देण्यात आले. त्यामुळे त्याच्या कामाची जबाबदारी किती मोठी आहे हे त्याला तेव्हा जाणवले.

जेव्हा त्याने आपल्या जबाबदारीविषयी बॉसला विचारले तेव्हा म्हणाला, तूच मोजून पहा एकदा.

त्यानंतर लुईसला असे लक्षात आले की, २०० क्लिनिक्स आणि २० रुग्णालयांचा प्रमुख म्हणून त्याच्याकडे धुरा होती. तिथे असणारी सर्व प्रकारचे इलेक्ट्रोमेकॅनिक्स उपकरणे – इलेव्हेटर्स, हिटर्स, एक्सरेसारखी बायोमेडिकल साधने तसेच हॉस्पिटल व क्लिनिक्समधील पायाभूत सुविधा या साऱ्यांवर त्याने लक्ष ठेवायचे होते.

मी माझ्या बॉसला विचारले की हे सारे करण्यासाठी टीम कुठे आहे. तेव्हा बॉसचे उत्तर होते, की तूच आहेस ती टीम! कंपनीमध्ये केवळ तीन व्यक्ती होत्या ज्या मला मदत करू शकणार होत्या. परंतु त्या तिघांनाही माझे पद हवे होते त्यामुळे मला माझ्याच बळावर सारे करायचे होते.

त्या ठिकाणी पहिले तीन महिने काम करणे फारच अवघड गेले. त्याच्या पहिल्या नोकरीतील पगारापेक्षा कमी पगार त्याला या नोकरीतून प्राप्त होत होता. परंतु जी नोकरी स्वीकारली आहे त्यातील कमतरता पाहत बसण्याऐवजी आव्हान म्हणून स्वीकारण्याचे त्याने ठरवले. त्याच्या कामातून जो काही परिणाम साधू शकणार होता तो प्रचंड होता त्यामुळे तो या नोकरीकडे खरंतर आकर्षित झालेला होता.

मी नोकरीवर जोपर्यंत असेपर्यंत मी एक लक्ष्य निश्चित केले. मेक्सिकोमध्ये भ्रष्टाचार फार मोठ्या प्रमाणावर होता. माझ्यावर फार चांगले संस्कार झालेले होते त्यामुळे तत्त्वांशी तडजोड करून नियम वाकवणं हे माझ्याकडून होणार नव्हतं. त्यामुळे निर्णयाचे अधिकार व तशी जागा मला प्रदान केलेली असली तरी फार काळ मी या पदावर राहू शकणार नाही याची मला पूर्णपणे जाणीव होती. कारण माझ्या डोक्यावर माझ्याहून अधिक शक्ती व अधिकार असणारे लोक बसवलेलेच होते.

चांगल्या दर्जाची आरोग्य सेवा देता यावी म्हणून सर्व क्लिनिक्स आणि हॉस्पीटल्समध्ये निर्धारीत केलेल्या दर्जानुसार असावीत अशी शासनाची अपेक्षा होती. चिहुआहुआ हे शहर त्या बाबतीत जवळपास शेवटच्या क्रमांकावर होते. त्यामुळे लुईसने हे एक आव्हान म्हणूनच स्वीकारण्याचे ठरवले. त्यांनी विद्यार्थी, कॉलेजचे पदवीधर, इलेक्ट्रीकल इंजिनिअर्स, सिव्हील इंजिनिअर्स आदींची भरती केली आणि त्यांचीच एक टीम बनवली. त्यासाठी खास आर्थिक तरतूद केलेली होती त्यामुळे पैशांचा काही प्रश्न नव्हता.

अवघ्या तीन ते चार महिन्यांत आम्ही एक चांगली टीम उभी केली. तिथे असणाऱ्या इंजिनिअर्सपैकी बहुतेकांना मी आवडत नव्हतो. त्यामुळे मी सुद्धा या टीममध्ये सहभागी झालो कारण आम्ही चांगले काम करीत होतो. अवघ्या दीड वर्षामध्ये आम्ही सर्व हॉस्पिटल्स आणि क्लिनिक्सना फेडरल स्टँडर्डसचा दर्जा मिळवून दिला आणि तसे प्रमाणपत्रही मिळवून दिले. कष्टांचे सार्थक झाले आणि खरा आनंदही मिळाला.

लुईसने साधारण वर्षभर तिथे काम केले. दरम्यान, त्याच्या बॉसने नोकरी सोडायचा निर्णय घेऊन स्वतःची कंपनी स्थापन करण्याचा निर्णय घेतला. तो अतिशय चांगला माणूस होता. त्यांच्या जागी जो नवीन माणूस आला तो अत्यंत भ्रष्टाचारी आणि सारी कंत्राटे आपल्या कुटुंब सदस्य आणि मित्रांमध्येच वाटणारा होता. त्याच्या बॉसच्या 'सूचनेनुसार' त्यांच्या मुलाखती घेण्याचे लुईसने ठरवले. परंतु त्यांना ज्यासाठी कंत्राटे हवी होती त्या विषयाची त्यांना अजिबात माहिती नव्हती अथवा त्यांना त्याचा काहीही अनुभव नव्हता, असे लुईसच्या प्रकर्षाने लक्षात आले. त्यांनी लुईसला पैसे देऊन त्याचे मन वळवण्याचा प्रयत्न करून पाहिला परंतु एका क्षणाचाही अवधी न घेता त्याने त्यास नकार दिला. लुईसचा बॉस त्याच्यावर खूप चिडला आणि लुईसला धमक्या देणारे फोन येऊ लागले.

लुईस अवघ्या २५ वर्षांचा तरुण होता आणि त्याला आयुष्यात असल्या समस्या नको होत्या. त्या कंपनीमध्ये त्याने जे उद्दिष्ट डोळ्यांसमोर ठेवलेले होते ते त्यान पूर्ण केलेले होते. त्यामुळे त्याने नोकरी सोडून दिली आणि तो त्याच्या साठवलेल्या पैशांच्या बळावर जर्मनीला परत गेला. तिथे तीन महिन्यांसाठी त्याने बारअटेंडिंगचे काम केले. त्याने रोजच्या कामाच्या ताणातून स्वतःला जरा मोकळे केले आणि थोडा निवांतपणा मिळवला. २००६ मध्ये फिफा वर्ल्डकपचे यजमानपद जर्मनीकडे आलेले होते आणि त्यानिमित्ताने लुईसला काही मेक्सिको खेळ पाहण्याची संधी मिळाली.

दरम्यानच्या काळात त्याचे मार्गदर्शक असलेल्या रफ स्मिथ यांनी त्याला सुचवले की त्याने आता एमबीएचे शिक्षण घ्यावे. त्यानुसार लुईसने जीएमएटीची तयारी सुरू केली आणि काम न करता जरा स्वस्थ राहू लागला. त्याने चांगले गुण मिळवले. त्यानंतर तो मेक्सिकोला परत आला आणि तिथे त्याने त्याच्या ॲप्लीकेशन्सवर काम करण्यास सुरुवात केली. त्याने मेसॅच्युसेट्समधील बॅबसन कॉलेज येथे अर्ज केला आणि त्याला प्रवेशही मिळाला.

त्याला आजवरच्या अनुभवाच्या बळावर आता उद्योजक बनण्याची इच्छा होती आणि त्यासाठी बॅबसन ही योग्य जागा होती. त्याला ट्युशन फिसाठी १०० टक्के शिष्यवृत्ती प्राप्त झाली. त्यामुळे आता त्याला फक्त आपण स्वतः कशामध्ये चांगले काम करू शकतो याचा केवळ शोध घ्यायचा होता. मेसॅच्युसॅट्समधील कर्जाचा व्याजदर खूप कमी होता त्यामुळे त्याने कर्ज घेतले. त्याचप्रमाणे त्याचे कुटुंबिय आणि त्याच्या मित्रांनीही त्याला मदतीचा हात दिला. त्याला जेव्हा जेव्हा मदतीची गरज असायची तेव्हा ते खंबीरपणे पाठिशी उभे राहायचे.

एमबीएच्या वर्षात तो खूपच व्यस्त होता. दुसरे वर्ष सुरू होण्यापूर्वी तो मेक्सिकोला परत गेला आणि त्याने लग्न केले. शिक्षणासाठी पुन्हा परत आला तेव्हा त्याची पत्नी त्याच्या सोबत आली.

आज जो त्याचा भागीदार आहे, त्याची भेट त्याच वर्षी तिथे झाली. तो म्हणजे हेक्टर. हा हेक्टर डेलॉईटच्या एमएनए विभागामध्ये पाच वर्षांपासुन काम करीत होता. त्यामुळे आर्थिक बाबींची त्याला उत्तम माहिती होती. त्याविषयी लुईसला त्याचे फार कौतुक वाटत असे. हेक्टर लहान असताना त्याने ग्रामीण भागात काम करण्याची शपथ घेतलेली होती. लग्न होण्यापूर्वी

त्याने स्वयंसेवक म्हणून मेक्सिकोतील ग्रामीण भागात काम केले होते. त्याने डेलॉईट सोडले आणि मेक्सिकोच्या दक्षिण भागात असलेल्या चिआपास येथे तो गेला. तिथेही त्याने १ वर्षभर स्वयंसेवक म्हणून काम केले व अनेक लोकांना मदत केली. त्यानंतर तो बॅबसन येथे एमबीए करण्यासाठी आलेला होता व तिथेच त्याची व लुईसची २००८ मध्ये भेट झाली.

आपण एकमेकांसोबत काम करू शकतो हे त्यांच्या लगेचच लक्षात आले. हेक्टरला मेक्सिकोमध्ये जाऊन स्वतःची कंपनी सुरु करायची होती. सामाजिक अथवा पर्यावरणाच्या क्षेत्रात काहीतरी प्रभावशाली काम करावे असे त्याचे लक्ष्य होते. हेच लुईसलादेखील करायचे होते. त्यामुळे त्यांनी मिळूनच बिझनेस प्लॅनची आखणी सुरू केली. स्थिर स्वरुपाचा आणि परिणाम घडवून आणणारा व्यवसाय स्थापन करण्यासाठी नव्या संधींचा शोध घ्यावा म्हणून त्यांचे प्राध्यापकही त्यांना सातत्याने प्रोत्साहन देत असत. लुईस आणि हेक्टर यांनी विविध कंपन्यांमधील आर्थिक उलाढालींचा अभ्यास करण्यास सुरुवात केली. त्यांना असे लक्षात आले की मेक्सिकोमध्ये रिसायकलिंगच्या उद्योगक्षेत्राला नुकती कुठे सुरुवात होत होती.

लुईस आणि हेक्टर हे दोघेही ग्रामीण भागातून आलेले होते आणि त्यांनी अनेक प्रकारचे स्त्रोत व संधी कसे कमी पडत असतात हे जवळून अनुभवलेले होते. केवळ पाणी आणण्यासाठी ग्रामीण भागांतील लोकांना खूप अंतर चालून जावे लागते हे त्यांनी प्रत्यक्ष पाहिले होते. प्राथमिक गोष्टींसाठी देखील ग्रामीण भागातील लोकांना मोठे कष्ट पडत असतात. शरीर उबदार राखता यावे म्हणून त्यांच्याकडे काही पांघरायलाही नसे. कंपन्या या ग्रामीण भागात येत असत आणि त्यांच्याकडे असेल नसेल ते ओरबाडून घेत असत.

एक दारु बनवणारी कंपनी गावामध्ये दाखल झाली आणि गावकऱ्यांसाठी असलेल्या एकमेव विहिरीवर त्यांनी अधिकार गाजवायला सुरुवात केली. त्या कंपनीला शासनानेही सवलती दिलेल्या होत्या. त्यामुळे गावातल्या लोकांना दुसरीकडे कुठेतरी जाऊन पिण्याच्या पाण्याचा शोध घ्यावा लागला. अनेकदा ही ठिकाणे फार लांब असत. त्यामुळे त्यांना पुष्कळ अंतर चालून कापावे लागत असे.

नैसर्गिक स्त्रोतांची जी पिळवणूक केली जात असे ती थांबवण्यासाठी काहीतरी करावे असे आम्हाला वाटत होते. काही गोष्टीच तुम्हाला काहीतरी करावे यासाठी प्रवृत्त करत असतात. आम्हाला निसर्ग साद घालत होता!

मेक्सिकोमध्ये त्यांना रिसायकलिंग इंडस्ट्री सापडली. विकसीत देशांमध्ये रिसायकलींगचे प्रमाण सरासरी ३० ते ५० टक्के असते हे त्यांना ठाऊक होते.

मेक्सिकोमध्ये मात्र हे प्रमाण जेमतेम ३ टक्के होते. लॅटीन अमेरिकेतील रिसायकलिंगचा दर हा जवळपास नगण्य होता. मेक्सिकोमध्ये आम्ही जेमतेम ३.३ टक्के पुनर्निर्माण वाया जाणाऱ्या वस्तुंपासून तयार होत होते तर इतर देशांमध्ये हे प्रमाण ५० टक्क्यांहून अधिक होते. समुद्रकिनाऱ्यांवर अचानक वाढत चाललेला कचरा, क्षमतेबाहेर वाहणारी लँडफिल्स या साऱ्या समस्या वाढू लागल्याने छोट्या नगरपालिका, शासन आणि व्यक्तिगत पातळीवरही आता बदल आवश्यक आहे, असे वाटू लागले.

त्याचप्रमाणे विकसनशील देशांमध्ये अधिकाधीक खासगी आणि सार्वजनिक संस्था ग्रीन सर्टिफिकेशन मिळवण्यासाठी प्रयत्नशील होत्या. शासनाने आखून दिलेले पर्यावरणीय निकष स्वीकारून ते पूर्ण करण्याबाबतीत देखील ते आग्रही होते. त्यामुळे रिसायकलिंगचे प्रमाण वाढवण्याची आणि एकूण पर्यावरणाच्या स्थितीत सुधारणा घडवून आणण्याची एक अनोखी संधी चालून आली होती.

या संधीचा लाभ उचलण्याचे ठरवले आणि रिसायकलिंगचे प्रमाण ३ टक्क्यांवरून ३० टक्क्यांवर न्यायचे लक्ष्य ठेवले. शक्य झाले तर ५० टक्क्यांवर नेण्याची त्यांची इच्छा होती. त्यादृष्टीने त्यांनी 'योरिसायक्लो' ही कंपनी सुरू केली आणि रिसायकलिंगचे प्रोग्रॅम प्रभावीपणे राबवायला सुरुवात केली. शाळांना तसेच कॉर्पोरेट संस्थांना नवे पर्याय सुचवण्यास सुरुवात केली. रिसायकलिंगविषयी लोकांमध्ये जागरुकता निर्माण व्हावी म्हणून त्यांनी पूरक शैक्षणिक साहित्य आणि व्याख्याने यांचे आयोजन केले. संपूर्ण जग अधिक सुंदर जागा बनावी हे स्वप्न त्यांनी उराशी बाळगलेले होते.

लोकांनी आता त्यांचा कचरा स्वतंत्र करण्यास सुरुवात केली. त्यासाठी योरिसायक्लो कंपनी त्यांना कचरा जमा करण्यासाठी मदत करीत असे. दर तीन महिन्यांनंतर ते त्यांच्या ग्राहकांना पर्यावरणीय प्रभावाचे प्रमाणपत्रही प्रदान करीत असत.

आमचे उद्दिष्ट साध्य करण्यासाठी अधिकाधीक लोक व्यक्तिगत पातळीवर पुनर्निर्माणाच्या प्रक्रियेत यावेत असा आमचा प्रयत्न होता. विकसनशील देशांतील कचऱ्याचे प्रमाण कमी व्हावे आणि नैसर्गिक स्त्रोतांचा प्रभावी वापर सुरू व्हावा असा आमचा प्रयत्न होता.

आयोजित केलेली व्याख्याने, पूरक शैक्षणिक साहित्य आणि प्रमाणपत्र यामुळे ग्राहकांनी वाया जाणारा कचरा कुठेही टाकण्याचे प्रमाण कमी केले आणि त्याद्वारे उत्पादनाची किंमतही कमी होऊन अधिक स्थिर व्यवसायाकडे त्यांची वाटचाल सुरू झाली. रिसायकलिंगसाठी प्रत्येक ग्राहक काय कचरा आणतो याकडे त्यांचे बारकाईने लक्ष असे आणि त्यानंतर दर तीन महिन्यांनी पर्यावरणीय प्रभावाचा अहवाल देऊन त्यांनी केलेल्या मेहनतीची नोंद आकडेवारीनिशी दाखवायला सुरुवात केली. त्याचाच उपयोग नंतर त्यांनी मार्केटिंग व ब्रँडिंगसाठी केला.

त्यांचे बिझनेस मॉडेल साधे सोपे होते. ते रिसायकल करता येण्याजोगा कचरा शोधत असत आणि त्यानंतर त्याला कच्चा माल म्हणून विकण्याइतपत तयार करत असत. हा भांडवलप्रधान उद्योग होता त्यामुळे त्यांना ३ लाख युएस डॉलर्स उभे करावे लागणार होते. वाया गेलेला माल उचलण्यासाठी त्यांना मोठ्या संख्येने ट्रक लागणार होते तसेच त्या कचऱ्याचे विक्रीयोग्य मालात रुपांतर करण्यासाठी त्यांना यंत्रसामुग्रीचीही आवश्यकता होती. त्यांच्या कर्मचाऱ्यांची सोय करण्यासाठी एक जागाही घेणे क्रमप्राप्त होते.

त्यासाठी त्यांनी त्यांच्याच एका परिचयातील बँकेतून कमी व्याजदरावरील कर्ज उचलले. या कंपनीमध्ये लुईस आणि हेक्टर यांची ५०-५० टक्के भागीदारी होती. त्यांच्या कल्पनेने छान आकार घेतला. कंपनी हळूहळू मूळ धरू लागली. उत्पादन करणाऱ्या कंपन्यांकडून त्यांना बोलावणे येऊ लागले आणि त्यांच्या ग्राहकांची यादी लक्षणीय रितीने वाढू लागली.

कंपनीत आता ५० कर्मचारी असून नफा मिळवणारी कंपनी म्हणून त्यांच्या कंपनीची ओळख प्रस्थापित झालेली आहे. त्यांचे तब्बल ४५ ग्राहक आता प्रस्थापित झालेले आहेत. दर महिन्याला ते ४०० ते ५०० टन इतका पुनर्निर्मित करता येणारा माल हाताळतात आणि आता १००० टनांवर जाण्याचे त्यांचे लक्ष्य आहे. त्यासाठी त्यांना अर्थातच अधिक भांडवलाचीही

गरज लागणार आहे. त्यामुळेच लुईसने 'अनरिझनेबल इन्स्टिट्यूट'कडे अर्ज केला. त्यांच्या एका चांगल्या संकल्पनेचा आणखी चांगल्या पद्धतीने प्रसार व्हावा आणि नव्या संधींचा शोध घेता यावा या विचारातून त्यांनी हे पाऊल उचलले.

आम्ही सप्टेंबर २००९ मध्ये सुरुवात केली. आमच्या या प्रयत्नांमुळे मेक्सिकोतील पुनर्निर्माण करण्याचा दर आणखी वाढला आहे. छोट्या शाळांपासून ते महापालिकांपर्यंत आम्ही प्रसार केला असून आमचे ४५ ग्राहक आहेत. आम्ही तब्बल ५ हजारांहून अधिक लोकांना या संदर्भात शिक्षण दिलेले आहे. आम्ही १९९९ टन्स कचऱ्याचे पुनर्निर्माण करून जवळपास ३१५०२ झाडांना जीवदान मिळाले आहे. त्यामाध्यमातून त्यांनी तब्बल १ कोटी २२ लाख ५७ हजार ४६ गॅलन्स (४.६ कोटी लीटर्स) इतके पाणी वाचवले आहे आणि ९६ लाख ७० हजार किलोवॅटची ऊर्जा वाचवली आहे.

त्यांना पहिल्या लँडफिल्ससाठी पुढच्या तीस वर्षांसाठी सवलत मिळाली आहे. त्यामुळे आता ते दररोज ३०० टन कचऱ्यावर प्रक्रिया करू शकणार आहेत. त्यांचे एकूण उत्पन्न दहा लाख डॉलर्सवर पोहोचले आहे आणि आठ महिन्यांच्या कालावधीत त्यांनी मोठी मजल मारली आहे.

या बिझनेस मॉडेलच्या धर्तीवर अन्यत्र कुठेही त्याची सुरुवात होऊ शकते व ते मेक्सिकोपुरतेच ठेवण्याची गरज नाही हे आमच्या लक्षात आले आहे. त्यामुळे मेक्सिकोखेरीज इतर लॅटीन देशांत त्याचा प्रसार करण्याचा विचार आहे.

योरिसायक्लोमध्ये काम करताना सर्वात आनंद देणारी जर कुठली गोष्ट असेल तर ती म्हणजे, मी संध्याकाळी काम संपवून घरी जातो आणि जेव्हा माझ्या मुलाचा चेहरा पाहतो तेव्हा मला खात्री असते की, माझ्या मुलाच्या भविष्यासाठी चांगली जागा तयार करीत आहेत. ही गोष्ट अतीव समाधान देऊन जाणारी असते आणि ती तुम्हाला अधिक विधायक काम करण्यासाठी प्रवृत्त करीत असते.

योरिसायक्लोच्या प्रयत्नांची दखल 'अनरिझनेबल इन्स्टिट्यूट' ने घेतली आणि लुईस २०११ मध्ये 'अनरिझनेबल फेलो' बनला.

मेक्सिकोच्या इतर भागांत अथवा मेक्सिकोच्या बाहेर प्रसार करण्याची काही योजना आहे का?

नक्कीच. लोक जेव्हा जेव्हा रिसायकलिंगचा विचार करतील तेव्हा त्यांच्या मनात 'रिसायक्लो' हेच नाव यावे अशी आमची इच्छा आहे. परंतु ते होण्यासाठी जगातील विविध देशांमध्ये आमचे स्थान प्रस्थापित होणे आवश्यक आहे. आम्ही मेक्सिकोच्या इतर भागांमध्ये व इतर शहरांमध्ये प्रायोगिक तत्त्वावर प्रसाराची सुरुवात केली असून बाजारपेठेचा प्रतिसाद कसा मिळतो आहे हे आजमावून पाहत आहोत. आम्ही ग्वाटेमाला आणि कोलंबिया येथील लोकांशी बोललो असून त्यांनीही सकारात्मक प्रतिसाद दिलेला आहे. तेथील मार्गदर्शक व गुंतवणकदार यांचा दृष्टिकोन चांगला आहे.

'योरिसायक्लो'चे काम पाहून अनेक गुंतवणुकदार व मार्गदर्शकांनी त्यांना प्रोत्साहन दिले आहे. सद्यस्थितीत पैसा हीच त्यांच्यापुढील सर्वात मोठी अडचण आहे. परंतु त्यांना अपेक्षित असणारे पैसे उभे राहतील असा त्यांचा विश्वास आहे. अनेकदा तर क्षमतेचा अंदाज घेतल्यानंतर काही मोठ्या ऑर्डर येत असूनही त्या नाकाराव्या लागतात. कारण त्यासाठी त्यांना अधिक यंत्रसामुग्री लागणार आहे. अधिक चांगली वाहतुक यंत्रणा लागणार आहे आणि अधिक मनुष्यबळ लागणार आहे. त्यासाठी जर पुरेसे भांडवल हातात असेल तरच हे सारे उभे करता येण्यासारखे आहे.

ही कंपनी हळूहळू विकसीत होत असली तरीही ती सक्षम होत आहे. आमची आर्थिक स्थिती चांगली आहे. बँकादेखील आमच्यावर अधिक विश्वास टाकत आहेत. परंतु त्यांचे व्याजदर आमच्या आवाक्यापलिकडचे आहेत.

ही कंपनी संपत्ती तर मिळवत आहे त्याशिवाय ते स्वतःचा एक चांगला प्रभावही निर्माण करीत आहेत. लुईसची कहाणी ही त्याने घेतलेल्या धाडसाच्या निर्णयांमुळे घडली आहे. परंतु त्याला सातत्याने प्रेरणा देणारे त्याचे जीवनविषयक तत्त्वज्ञान काय आहे?

तुमचे मन काय सांगते ते ऐका, स्वतःच्या क्षमतांवर विश्वास ठेवा जे जे तुम्हाला हवे असेल त्यावर विश्वास ठेवा.

'तुम्ही जी वाटचाल करता त्यामध्ये जोवर तुमचे पूर्ण समाधान होत नाही तोपर्यंत थांबू नका. यशस्वी होण्यासाठी खूप काही गोष्टी आवश्यक असतात असे काही नाही. एक टीम म्हणून एकत्रितपणे चांगले काम करण्यासाठी पाच गोष्टी प्रामुख्याने आवश्यक असतात. प्रामाणिकपणा, उच्च नितीमुल्ये असावी लागतात, एखादा टीम प्लेअर असावा लागतो, प्रचंड चिकाटी असावी

लागते, कारण कुठल्याही व्यवसायाची सुरुवात होताना मग तो छोटा असो अगर मोठा त्यामध्ये उद्योजकाला चढ उतार येतच असतात. व्यवसायात जे काही करत आहोत, त्यात अत्यंत स्मार्ट आणि वाकबगार असणे गरजेचे आहे. आणि ज्याला फारसे महत्त्व दिले जात नाही परंतु तो अत्यंत महत्त्वाचा घटक असतो तो म्हणजे, विनोदाचे अंग. तेदेखील असणे आवश्यक आहे. तुम्ही एखाद्या विषयाकडे कसे पाहता यावर अनेक गोष्टी तुमच्यावर कसा परिणाम करणार आहात ते ठरते. अंतिमतः महत्त्वाचा ठरतो तो तुमचा दृष्टिकोनच!

कामाच्या ठिकाणी एक छानसे शांततापूर्ण वातावरण असणे ही देखील बाब तितकीच महत्त्वाची आहे. त्यामुळे बैठक संपताना कायम विनोदाने त्याचा शेवट करावा. त्याअगोदर कितीही गंभीर अशा विषयावर चर्चा झालेली असली तरीही हे पथ्य पाळावे. आजूबाजूला अनेक विनोदी माणसे असतील तर एकत्रितपणे काम करताना खूप मजा येते.

रिसायकलिंगच्या या क्षेत्रात जर आला नसता तर लुईसने दुसऱ्या कोणत्या क्षेत्राचा कधी विचार केला आहे का?

होय... हा असा मुर्खासारखा दिलासा मी माझ्याच मनाला सातत्याने देत असतो. माझ्या कुटुंबासाठी ते चांगले आहे की नाही हे मला माहीत नाही परंतु मेक्सिको सध्या अत्यंत अवघड अशा परिस्थितीतून जात आहे. ड्रग कार्टल्स आणि भ्रष्टाचार ही दोन फार मोठी आव्हाने देशासमोर आहेत. त्यामुळे जर मी या रिसायकलिंगच्या क्षेत्रात नसतो तर मी निश्चितपणे या समस्या सोडवू शकेन अशा एखाद्या विषयात काम करताना दिसलो असतो.

त्यामुळे सुरक्षा अथवा शिक्षण या पैकी एखाद्या क्षेत्राला अथवा दोन्ही क्षेत्रे मिळून असतील अशा एखाद्या विषयाला लुईसने प्राधान्य दिले असते. पण अंतिमतः मेक्सिकोचे भले व्हावे हेच उद्दिष्ट मनाशी कायम ठेवले असते. जोपर्यंत आपण सुरक्षित नाही अशी भावना मनात असते तोपर्यंत अशा जागी राहणे खरोखरच अवघड असते.

त्याची कंपनी सध्या जे काम करीत आहे आणि त्याचा समाजमनावर जो प्रभाव निर्माण होत आहे त्यामुळे लुईस अत्यंत समाधानी आहे. त्याला जे काही करावेसे वाटत होते त्यासाठी तो पूर्ण जिद्दीने मैदानात उतरला. त्याने त्याच्या भवितव्यावर पूर्ण विश्वास ठेवला आणि झपाटून त्या विषयासाठी काम केले.

तुम्ही ज्या ठिकाणी काम करता ती जागा जर तुम्हाला पूर्ण समाधान मिळवून देत नसेल, तर मला खरंच प्रश्न पडतो, की तुम्ही तिथे नक्की काय करताय? जर तुम्हाला दुसरे काही करण्याची इच्छा मनापासून होत असेल तर सरळ ते करायला बाहेर पडा. आयुष्य मनसोक्त जगा आणि जगण्याचा आनंद घ्या. आयुष्य खूप लहान आहे, ते असेच वाया घालवू नका.

नवे काय?

सप्टेंबर २०१२ मध्ये लुईसने 'योरिसायक्लो' या कंपनीच्या सीओओ आणि सीओबी या पदांचा राजीनामा दिला. लुईसने जेव्हा कंपनी सोडण्याचा निर्णय घेतला तेव्हा कंपनीची आर्थिक स्थिती भक्कम होती आणि कंपनी उत्तम रितीने विकास करीत होती. परंतु २०१२ नंतर काही नवी आव्हाने आपल्याला खुणावत आहेत, असे लुईसला वाटले. त्यामुळे जिथे खरोखर गरज आहे अशा ठिकाणी सामाजिक आणि पर्यावरणाशी संबंधित काम उभारण्याचा निश्चय केला. हा अर्थातच अवघड निर्णय होता परंतु ज्या अर्थी त्याला वाटले होते त्याअर्थी ते नक्कीच घडणार होते.

त्यानंतर त्याने कोलेरॅडोतील गॅरी कम्युनिटी इन्व्हेस्टमेंट कंपनी (जीसीआयसी) मध्ये नोकरी सुरू केली. प्रोजेक्ट फॅसिलीटेटर म्हणून त्याने काम सुरू केले. ही एक ना नफा तत्त्वावर काम करणारी इन्व्हेस्टमेंट फर्म असून नाविन्यपूर्ण कल्पना आणि गुंतवणुकीला प्रोत्साहन देण्याचा प्रयत्न ही कंपनी करते. त्यामुळे या नव्या भूमिकेत सध्या लुईस रमलेला आहे आणि त्याचे वेगळेपण आणि चौकटीबाहेरचे जगणे आणखीनच उजळून निघते आहे!

१०

चांगल्यासाठीच गुंतवणूक करा...

शिवानी सिरोया

शिवानी सिरोया... युनायटेड नेशन्सची अर्थतज्ज्ञ... त्यानंतर बनली इनव्हेस्टमेंट बँकर... त्यानंतर बनली सामाजिक उद्योजक. 'इन्व्हेंचर' ही त्यांची कंपनी म्हणजे पहिला जागतिक स्तरावरचा 'मायक्रो-इन्व्हेस्टिंग प्लॅटफॉर्म' आहे. त्यामध्ये क्रेडिट स्कोअरिंगसाठी मोबाईलसारख्या साधनांचा वापर करण्यात येत असून ग्रामीण भागातील उभरत्या नव्या उद्योजकांना संधी मिळवून देण्यासाठी ही कंपनी प्रयत्नशील आहे. त्यांचे बिझनेस मॉडेल साधे सोपे आहे. त्यामध्ये त्यांच्या वेब पोर्टलच्या माध्यमातून व्यक्तिगत गुंतवणुकदारांना गुंतवणुकीसाठी प्रवृत्त करून पैसे उभारले जातात. आणि हे पैसे कर्जरुपाने न देता मायक्रो इक्विटीच्या स्वरुपात लहान परंतु विस्तारण्याची क्षमता असणाऱ्या दुर्लक्षित भागातील लघुउद्योजकांना दिले जातात.

त्यांचे काम हे गुंतवणुकदाराबरोबर प्रॉफिट शेअरिंगतत्त्वावर चालते आणि त्यांचे पुरस्कार प्राप्त असे जे इनसाईट मोबाईल ट्रेकिंग सिस्टीमचे तंत्रज्ञान आहे त्याच्या साह्याने गुंतवणूकदारांना क्रेडिट स्कोअर्सचा दैनंदिन डाटा व कंपनीच्या कामगिरीचे विश्लेषण सातत्याने पाठवले जाते. दर्जेदार अशी क्रेडिट स्कोअरिंग सिस्टीम प्रस्थापित करण्यामध्ये इनव्हेंचर या कंपनीचा पुढाकार आहे. त्यामाध्यमातून ज्यांना कर्ज मिळत नाही अशांनाही त्यासाठी पात्र बनवून स्वतःच्या पायावर उभे राहण्याची एक संधी मिळवून दिली जाते.

तब्बल २७० कोटी लोक या संधीपासून वचित आहेत. 'इनसाईट'च्या माध्यमातून अशा तरुणांना आर्थिक साक्षरता, अकाउंटिंग आणि क्रेडिट स्कोअरिंगचे शिक्षण दिले जाते. या मोबाईल ॲप्लीकेशनच्या माध्यमातून जो डाटा संकलित केला जातो, त्यामाध्यमातून शिक्षण, आर्थिक सांख्यिकी माहिती आणि कमी उत्पन्न क्षेत्रातील आर्थिक सेवा क्षेत्रात क्रांती व्हावी असा हा प्रयत्न आहे. मूलतः इनव्हेंचर्स ही कंपनी प्रामुख्याने आकड्यांवर लक्ष केंद्रित करते आणि त्याद्वारे अधिक चांगल्या रितीने व्यवसायाची उन्नती व्हावी यासाठी मायक्रो इक्विटी आधारित मॉडेलचा पुरस्कार केला जातो. त्यामाध्यमातून लघु उद्योग क्षेत्र अधिक सक्षम आणि गतीमान व्हावे असा प्रयत्न आहे. त्याद्वारे आपोआपच रोजगारात वाढ होणार आहे आणि विकसनशील जगातील असंख्य लोकांना या माध्यमातून उत्पन्नाची नवी संधी प्राप्त होऊ शकणार आहे.

माझ्या समोर उभी होती ती शिवानी सिरोया नावाची एक तरुणी. 'इन्व्हेंचर फंड' या कंपनीची संस्थापिका, जगातील सर्वाधिक वेगाने प्रगती करणारी मायक्रो इन्व्हेस्टिंगमधील कंपनी. विकसनशील देशांमध्ये छोट्या व्यवसायांमध्ये लघु गुंतवणुक करण्यासंदर्भात सुविधा देण्यासाठी मोबाईल ॲप्लीकेशनची सुविधा देणारी ही पहिली कंपनी आहे.

ही अत्यंत उत्साही अशी तरुणी मुळची भारतातील राजस्थानची. तिने कोलंबिया विद्यापीठातून मास्टर्स इन पब्लिक हेल्थ ही पदवी संपादन केली. न्युयॉर्कच्या युनायटेड नेशन्समध्ये तिने काम केले. त्यानंतर लॉस एंजेलिसमध्ये ती इन्व्हेस्टमेंट बँकर म्हणून काम करीत होती. आंतरराष्ट्रीय विकास, जनआरोग्य आणि इन्व्हेस्टमेंट बँकिंगचे विश्व या साऱ्या क्षेत्रांतील अनुभवांचा पुरेपूर उपयोग करून डेव्हलपमेंट फायनान्सच्या जगात सर्वात वेगळे फंड सादर करण्याचा तिचा सातत्याने प्रयत्न आहे.

शिवानीची जीवनकहाणी भारत आणि अमेरिका या दोन शहरांत विखुरलेली आहे. त्याची सुरुवात होते राजस्थानमधून. शिवानीच्या किमान चार पिढ्या तिथेच राहत आलेल्या आहेत. त्यामुळे ते सारे उदयपूरलाच त्यांचे घर मानतात. तिथेच ती लहानाची मोठी झाली. तिथेच तिचे सारे कुटुंब एकत्र राहायचे. इथेच तिच्या वडिलांनी त्यांच्या जीवनाची सुरुवात केली. त्यांचा जीवनप्रवास त्यांना विविध उपखंडांमध्ये घेऊन गेला. भारताहून थेट अमेरिकेस. त्यातून त्यांच्या करियरचे क्षितीजही बदलत गेले... भौतिकशास्त्रातून थेट आर्थिक क्षेत्राकडे वळले.

शिवानी म्हणते, माझ्या वडिलांविषयी मी सांगायलाच हवे. त्यांना पोलिओ झालेला होता. त्यांच्या अगोदर तीन भावंडे होती. त्या साऱ्यांचे दुर्दैवाने निधन झाले. त्यामळे शेवटी माझे वडिलच एकुलते एक राहिले. त्यांना एका पायाला पोलिओ झालेला होता. त्यांच्या बालपणी त्यांना अनेक समस्यांना तोंड द्यावे लागत होते. अनेकदा त्यांना पॅरालिसीसचे झटकेही आले होते. माझे आजोबा आणि काकांनी त्यांच्यासाठी जे जे काही म्हणून केले त्याला खरोखर शब्द नाहीत. त्यांच्यामध्ये कधीही न्यूनगंड निर्माण होणार नाही अथवा ते असहाय्य होणार नाहीत याची त्यांनी वेळोवेळी काळजी घेतली. आयुष्यामध्ये जे काही करशील ते बिनधास्त कर असा विश्वास त्यांनी त्यांच्या मनामध्ये पेरला. त्याच आत्मविश्वासाच्या बळावर त्यांनी थेट अमेरिकेत झेप घेतली.

शिवानीचे आजोबा हे उदयपूरमध्ये बँक मॅनेजर होते. स्थानिक लोकांमध्ये त्यांना विशेष मानसन्मान होता. त्यांचा शिक्षणावर पूर्ण विश्वास होता. त्यांच्या मुलाने अर्थात शिवानीच्या वडिलांनी भौतिकशास्त्र हा विषय शिकावा अशी त्यांची मनापासून इच्छा होती. उदयपूरमधून त्यांच्या वडिलांनी त्या विषयात पदव्युत्तर पदवी संपादन करून वडिलांची इच्छा पूर्ण केली. परंतु आर्थिक क्षेत्र हेच त्यांचे सर्वात आवडते पॅशन होते. त्यामुळे वडिलांचा आशीर्वाद घेऊन त्यांनी उदयपूर मधील सुखवस्तू व आरामदायी अशा आयुष्याला रामराम केला आणि अमेरिकेच्या दिशेने कूच केले. युनिर्व्हसिटी ऑफ कॅलिफोर्निया, लॉस एंजेलिस (युसीएलए) मध्ये त्यांनी प्रवेश घेतला. काही काळातच त्यांच्या असे लक्षात आले की, तेथे शिक्षणासाठी येणारा प्रचंड खर्च त्यांनी लक्षातच घेतलेला नव्हता. त्यामुळे त्यांना जाणवले की अधिक काळ आपण हे शिक्षण सुरू ठेवू शकणार नाही. अस्तित्व टिकवण्यासाठी त्यांना अर्थार्जन करणे भाग होते त्यामुळे शिक्षण अर्धवट सोडावे लागले. लॉस एंजेलिसमध्ये त्यांना लाईट बल्ब तयार करणाऱ्या एका कंपनीमध्ये नोकरी मिळाली. त्यांच्या कामातील सातत्य आणि परिणामकारकता तेथील अमेरिकन बॉसच्या लगेचच लक्षात आली व त्याने त्यांना सुपरवायजर म्हणून बढती दिली. तिथे बऱ्यापैकी पैसा मिळू लागला. त्यामुळे त्यातील काही रक्कम आता कुटुंबियांसाठी घरी पाठवणे शक्य होते. फायनान्समधील राहिलेले पुढचे शिक्षण घेता यावे यासाठी पुन्हा एकदा प्रयत्न करण्यासाठी त्यांनी आवश्यक पैसे साठवलेले होते. अमेरिकेतील महाविद्यालये अतिशय महागडी होती. त्यामुळे त्यांनी कॅनडातील युनिर्व्हसिटी ऑफ ओट्टावा येथे प्रवेश घेतला. त्यांनी फायनान्सचे शिक्षण घेण्यास सुरुवात केली. त्यांचा अभ्यासक्रम पूर्ण होत असतानाच त्यांच्या वडिलांचे अपघातात निधन झाल्याची दुर्दैवी बातमी

येऊन धडकली. त्यांनी थेट भारताकडे धाव घेतली. तिथेच दैवाने त्यांची त्यांच्या भविष्यातील पत्नीशी भेट घडवून आणली.

राजस्थान हॉस्पिटलमध्ये त्यांच्या वडिलांना भरती केलेले होते. तिथेच आणखी एका वृद्धाची एक तरुण डॉक्टर मनापासून काळजी घेत होती. अत्यंत आत्मविश्वासू, सक्षम आणि प्रभावशाली असे ते व्यक्तिमत्व पाहताक्षणी मनात भरावे असे होते. त्या ज्येष्ठावर तिचा खूपच चांगला प्रभाव पडला. आपल्या पुतण्यासाठी या मुलीचे लग्न जमवावे असा त्यांनी विचार केला. ते सिरोयांचे वडिलबंधू होते. ते त्याचवेळी त्याच रुग्णालयात भरती झालेले होते. शिवानीचे वडिल नुकतेच अमेरिकेहून परत आलेले होते. त्यामुळे हॉस्पिटल कामाच्या मधल्या वेळेत झालेल्या गप्पांनंतर त्या तरुण जोडप्याने एकमेकांना पसंत केले आणि आयुष्यभराचे नाते जोडण्याचे निश्चित केले.

माझ्या वडिलांना सर्वात प्रभावित करून गेलेली एकमेव गोष्ट होती, ती म्हणजे माझ्या आईचा आत्मविश्वास! ती स्वतः नोकरी करीत होती त्यामुळे ती तिचे करियर घडवू शकणार होती. भारतामध्ये त्या दिवसांत हे चित्र तसे फारच दुर्मिळ होते.

शिवानीचे वडिल आणि आई यांनी जिथे जिथे संधी मिळेल तिथे तिथे स्वतःचे चांगले करियर घडवण्याचा मनापासून प्रयत्न केला. ते दोघेही संघर्ष करीत पुढे जात राहिले. त्यातून ते ज्या देशातून आलेले होते तो काही फार श्रीमंत देश नव्हता. (डॉलर्सच्या तुलनेत रुपयांचे मूल्य विचारात घेता) शिवानीचा जन्म अमेरिकेत झाला; परंतु अकराव्या महिन्यातच काळजी घेण्यासाठी उदयपूरला आजोबांकडे पाठवण्यात आले. आज मागे वळून पाहताना याचा विचार करताना हे खूपच विचित्र वाटतं. मी सहा वर्षांची होईपर्यंत माझ्या आजोबांकडेच वाढले. त्यामुळे माझे आजी आजोबाच माझे आई वडिल आहेत अशी माझी समजूत झालेली होती.

शिवानी तिचे भारतातील चुलत भाऊ, काका, काकू यांच्या अधिक जवळ होती. नंतरच्या काळात ती अमेरिकेत शिकायला गेल्यानंतरदेखील ती नियमितपणे राजस्थानला येऊन त्यांना भेटत असे.

मी जेव्हा अमेरिकेत परत गेले तेव्हा मी माझ्या या साऱ्या बालपणीच्या आठवणी घेऊन गेले. मला तिथे लक्षात आले की, माझे आईवडिल माझ्याशी किती मोकळेपणाने वागतात. ते नेहमी प्रत्येक गोष्ट माझ्याशी मोकळेपणाने चर्चा करीत असत. अगदी तरुण वयात सुद्धा ते एखाद्या मोठ्या व्यक्तीप्रमाणे मला घरामध्ये महत्त्व देत असत. इतकेच काय मी त्यांना माझ्यासमोरच

मोकळेपणाने भांडतानादेखील पाहिलेलं आहे. अशावेळी मी मध्ये पडत असे आणि त्यांच्या वादाचे कारण जाणून घेत त्यांच्यामध्ये मध्यस्ती करीत असे. त्यावेळी माझे वय होते अवघे सात वर्षे! ... ही गंमत सांगताना ती खळखळून हसते. आम्ही तिघेही एकमेकांचा जीव होतो. त्यांनी मला नेहमीच अगदी प्रामाणिकपणाने मुक्त वातावरणात वाढवले.

आम्ही काही खूप श्रीमंत नव्हतो. त्यामुळे माझ्या आईवडिलांना अनेकदा आठवड्यातील सुटीच्या दिवशीदेखील काम करावे लागे. परंतु त्यावेळी ते मला त्यांच्यासोबत घेऊन जात असत. त्यामुळे मी आईसोबत हॉस्पीटलमध्ये अगर वडिलांसोबत त्यांच्या बँकेमध्ये जात असे. मला एका क्युबिकलमध्ये ठेवले जात असे आणि तिथे माझ्या डोळ्यांसमोर सतत आकडे आणि कसले ना कसले ग्राफ असत. मला वाटतं, त्यावेळी त्या लोकांनी व्यापारासाठी माझ्या वडिलांवर विश्वास टाकायला सुरुवात केलेली असावी. लहानपणी ते सारे पाहताना मला खूप मजा यायची. जेव्हा लहान वयातच तुम्हाला मोठ्या माणसांसारखे वागवले जाते तेव्हा खरंच धमाल येते. मी तेव्हा तिथल्या साऱ्यांशी जाऊन बोलायचे. त्यावेळी मी जेमतेम सात किंवा आठ वर्षांची होते. मी बऱ्याचदा माझ्या आईच्या शेजारी उभी राहत असे आणि रुग्णांना न घाबरता विचारत असे, की तुमच्या ग्लुकोजची पातळी तुम्ही तपासली आहेत का?

न्युयॉर्कमधील युनायटेड नेशन्स इंटरनॅशनल स्कूलमध्ये शिवानीने प्रवेश घेतला. त्यातील अभ्यासक्रमानुसार विविध संस्कृती व विविध इतिहासांचा साकल्याने अभ्यास करता येणार होता.

मला आठवतंय आम्हाला एक निबंध लिहायला सांगितला होता. विषय होता रोमन साम्राज्य. हे लेखन करताना आम्हाला आमची स्वतःची भूमिका मांडायलाही सांगण्यात आले होते. सुरुवातीला आम्हाला थोडी भिती वाटली. त्या साऱ्या इतिहासाविषयी मला काय माहिती असणार असं सुरुवातीला वाटून गेलं. परंतु त्यानंतर मी एखाद्या भाषणासारखं ते लिहून काढायचं ठरवलं. ज्युलियस सीझर हाच जणू त्याविषयी बोलतो आहे अशा शैलीमध्ये ते मी लिहिलं.

तिची विविध विषयांतील समज आणि सहानुभूती वाढवण्यामध्ये अध्यापनशास्त्र महत्त्वाचे ठरले असे ती मानते. इतरांशी चांगला संवाद साधणे आणि प्रभावी संवाद साधण्याची कलाही तिला शिकता आली. आम्हाला सातत्याने खूप काम दिलेले असे. त्यामध्ये आमच्याकडे

नुसती माहिती साठलेली असेल तर शिक्षक अजिबात समाधानी नसत. आम्ही त्या विषयावर आणखी बोलावे, चर्चा करावी, वादविवाद करावे, त्याच्या विविध बाजू समजून घ्याव्या, त्याचे विविध दृष्टिकोन लक्षात घ्यावे अशी त्यांची अपेक्षा असे. उदाहरणादाखल सांगायचे तर पहिले महायुद्ध प्रत्येकवेळेस वेगवेगळ्या देशाच्या संदर्भात शिकले.

हे शिक्षण सुरू असतानाच शिवानीला जीवशास्त्रामध्ये रस निर्माण झाला. बहुतांश भारतीय पालकांना वाटते तसे, तिच्या वडिलांनाही वाटत होते, की त्यांच्या मुलीने डॉक्टर व्हावे. अर्थात दरम्यानच्या काळात तिची जीवशास्त्राचीही आवड मागे पडली आणि तिला आणखी काहीतरी 'क्रिएटीव्ह' करावे असे वाटू लागले.

माझ्या आयुष्यात एक टप्पा असा आला की, मला अचानक फॅशन डिझायनर बनावेसे वाटू लागले. त्या निर्णयावर मी ठाम होईपर्यंत मला शू डिझायनर बनावेसे वाटू लागले. मला जे जे काही वाटायचे त्यासाठी मी जीव तोडून सर्वतोपरी प्रयत्न सुरू करायचे. त्यामुळे जेव्हा मी शू डिझायनर बनायचे ठरवले तेव्हा मी १०० शूजचे डिझाईन असणारा पोर्टफोलिओदेखील तयार केलेला होता.

त्यानंतर तिला संपादक व्हावेसे वाटू लागले व त्यानंतर प्रकाशक व्हावे असेदखील. परंतु प्रत्येकवेळी मी एका क्रिएटीव्ह क्षेत्राचा शोध घेत राहिले होते. परंतु त्यावेळी मी उद्योजिका होऊ शकेन अशी मी कल्पनादेखील केलेली नव्हती.

महाविद्यालयीन शिक्षणातील वैविध्यामुळे ती अमेरिकेत रमली आणि तिथेच तिने त्या भव्य संस्थेसाठी योगदान देण्याचे तिचे ध्येयही ठरवून टाकले. 'कनेक्टीकट' येथील 'वेस्लीयान' विद्यापीठामध्ये प्रवेश घेऊन तिने शासकीय व्यवस्था आणि अर्थशास्त्र या विषयांचा अभ्यास केला. अर्थात तिची काम करण्याची सुरुवातीपासूनची पद्धत तीच होती. एकदा एखाद्या विषयामध्ये आवड निर्माण झाली की, त्याच विषयामध्ये डोकं खूपसून बसायचे. त्यामुळे ती अनेक अभ्यासक्रमांमध्ये रस घेत असे. काही वेळा तर ९ पेक्षा अधिक सत्रांचा ती अभ्यास करत असे. त्यामुळे त्याचा अपेक्षित लाभ होत नव्हता. त्याचवेळी हे सारे शिकत असताना तिला हवा तेवढा आनंदही मिळवायचा होता. त्यामुळे त्यातील काही विषय मी चांगल्या रितीने पूर्ण करू शकले नाही आणि त्यामुळे माझ्या वडिलांना माझी चिंता वाटू लागली. मी या विद्यापीठामध्ये आई व वडिलांपासून दूर होते त्यामुळे माझ्या वडिलांनी मला त्या विद्यापीठातून बाहेर काढले आणि त्यांनी मला पुन्हा एकदा न्युयॉर्क विद्यापीठामध्ये शिक्षणासाठी परत आणले.

त्याचा खरोखर फायदा झाला आणि शिवानी पुन्हा एकदा तिच्या अभ्यासावर लक्ष केंद्रित करू शकली. त्यानंतर ती पुन्हा वेस्लीयान विद्यापीठातही पुढील शिक्षणासाठी गेली. तिथे तिची भेट प्रा. मेलानी प्राईस या हुशार बाईशी झाली. वर्गाच्या बाहेर जे वास्तव जग आहे त्याच्याशी वर्गातील पुस्तकी संकल्पना जुळवण्याचा प्रयत्न करावा, असे त्या नेहमी सांगत असत. शिवानीवर त्यांचा मोठा प्रभाव पडला होता.

त्यांनी मला विचार करायला शिकवले, त्यांनीच मला समजून घ्यायला शिकवले. मी आजवर जे केले ते का केले? मी शासनव्यवस्था आणि अर्थशास्त्र हा विषय का घेतला? मला नक्की काय साध्य करायचे आहे? हे सारे प्रश्न माझ्यासमोरच उभे केले. आयुष्यात जशी शिस्त महत्त्वाची आहे तितकेच योग्य दिशाही महत्त्वाची आहे, हे लक्षात आले. पण ही दिशा गवसणार कशी? मला त्या टप्प्यावर तरी दिशा सापडलेली नव्हती. परंतु मी केवळ अर्थशास्त्रच शिकायला हवे अथवा केवळ वैद्यकीय शिक्षण घ्यायला हवे असे मला वाटत नव्हते. त्यामुळे युनिव्हर्सिटी ऑफ कोलंबियामध्ये 'जनआरोग्य' या विषयात पदव्युत्तर शिक्षण घेण्यासाठी तिने प्रवेश घेतला. त्यामुळे लोकांविषयीचे धोरण, वैद्यकिय शिक्षण आणि अर्थशास्त्र या तिन्हींचे मिश्रण आता तिच्या शिक्षणामध्ये झालेले होते.

जर तुम्ही माझा रिझ्युमे पाहाल तर तुमच्या असे लक्षात येईल, की मी प्रत्येक टप्प्यावर जे जे शिक्षण घेत गेले ते इनव्हेंचरच्या उभारणीमध्ये टप्प्याटप्पाने साह्यभूत ठरत गेले. कशा गोष्टी साकारत जातात हे पाहण्यात खरंच गंमत असते. तुम्ही जे जे काही अनभुवत असता त्याचेच तुम्ही उत्पादनही बनलेले असता. माझ्यासंदर्भात सांगायचे तर माझ्यावर सर्वात मोठा प्रभाव होता माझ्या आईवडिलांचा. माझी आई प्रसूतीशास्त्रतज्ज्ञ होती आणि एन्डोक्रायनॉलॉजीस्ट होती. ती गरीब रुग्णांकडून क्वचितच पैसे घेत असे. त्यांना बरे करणे आणि त्यांच्यासमवेत वेळ घालवणे हीच कमाई तिच्यासाठी महत्त्वाची होती. माझे वडिल मात्र थोड्या वेगळ्या दृकोिनांतून या सार्‍या विषयांकडे पाहत असत. त्यांच्या मते व्यवस्थेचा दृष्टिकोन अधिक महत्त्वाचा होता. ते प्रामुख्याने आर्थिक बाबी, तर्क आणि त्याचे मार्ग यांच्यावर विचार करून उत्पन्नवाढीचे पर्याय शोधत. मला हे दोघेही लाभले हे माझे भाग्य!

युनायटेड नेशन्स पॉप्युलेशन फंडमध्ये शिवानीने प्रशिक्षणार्थी म्हणून काम केले. 'मला तेव्हा खरंच वाटलं की, मला माझी वाट सापडली. मला जे करत रहावेसे वाटले असते ते हेच असावे. आरोग्याचे अर्थशास्त्र याच विषयात बहुदा मी पीएचडी संपादन केली असती.

त्यानंतर या विविध विषयांवर काम सुरू केले असे त्यामुळे मी देखील आता युएनमधल्या लोकांप्रमाणेच बनेन असे मला वाटू लागले होते.'

परंतु तिथे असणाऱ्या इव्हा वाईजमन या महिलेने शिवानीचे आयुष्य संपूर्णपणे बदलून टाकले. शिवानीला ज्या कामाचा कंटाळा यायचा असेच काम तिच्या बॉस असणाऱ्या या महिलेने शिवानीकडे सोपवले. खूपशा माहितीच्या साठ्याची मदत घेऊन मायक्रोसॉफ्ट एक्सेलमध्ये मॉडेल बनवण्याचे काम देण्यात आले. हे सारे तसे डेस्कवर बसून करायचे काम होते आणि तरुण शिवानीला मात्र प्रत्यक्ष फिल्डवर उतरून काम करण्याची इच्छा होती. प्रत्यक्ष अनुभव घेण्याची उर्मी अधिक होती. परंतु इव्हा ही स्वतः पूर्वी इन्व्हेस्टमेंट बँकर होती आणि तिला असे मनापासून वाटत होते, की शिवानीने या साऱ्या आकडयांशी खेळावं, त्यांना समजून घ्यावं. त्या डाटातून उलगडणारी एक मोठी गोष्ट सर्वांसमोर उलगडावी.

मला आजही तिचे ते शब्द आठवतात. ती म्हणाली होती, लोक जेव्हा धोरणांची चर्चा करतात अथवा व्यवस्थेमध्ये मोठा बदल घडवू पाहतात तेव्हा ते अनेकदा उपलब्ध माहितीचा नीट आधार घेत नाही. मला वाटतं या संख्यांच्या मागे दडलेली शक्ती जाणून घ्यावीस. तू स्वतः या शक्तीचा वापर करावास असं मला वाटतं. त्यानंतर तू प्रत्यक्ष फिल्डवर उतर. त्यासाठी कॉस्टींग मॉडेलचा वापर करावा. प्रत्येक गोष्टीसाठी किती खर्च येतो ते लोकांना दाखवावे. त्याचवेळी ते किती आवश्यक आहे हे देखील पटवून द्यावे.

शिवानी म्हणाली, मी अगदी त्यानुसारच केले.

या क्षेत्रामध्ये असा दृष्टिकोन ठेवून पुढे गेले तर आपण फार खाली येणार नाही हे शिवानीला उमगून चुकले. या पद्धतीने तिच्याशी कुणीही किंमत अथवा लाभांची तिच्याशी चर्चा करत बसणार नाही तर त्यांच्यासाठी तिची अब्जावधी किंमतीचे मूल्य असणारी संकल्पना अधिक महत्त्वाची वाटणार होती. त्यातूनच त्यांना अनूदान वा परवानगी मिळवण्यासाठी त्याचाच खरा उपयोग होणार होता.

माझ्याकडे सारी माहिती तपशीलवार असायची. मी दररोजचे परिणाम, जीवनाची गुणवत्ता उंचावण्याच्या दिशेने कोणत्याही धोरणांमध्ये काय बदल करता येतील हे मी पाहायचे. त्याचा अंतिमतः फायदा काय फलित काय याला महत्त्व द्यायचे. आणि हेच त्या क्षेत्रामध्ये त्यावेळी इतर कुठे घडताना दिसत नव्हते.

आता याच ठिकाणी तिला बदल अपेक्षित होता. कारण जर ती युएनमध्येच राहिली असती तर ती आत्मसंतुष्ट झाली असती. ती तिच्या क्षमतांविषयी समाधानी होती परंतु ते युएनसाठी उपयुक्त ठरतील का नाही याविषयी मात्र साशंक होती. त्यामुळे आता तिथे थांबून तरी काय करणार होती? त्याचवेळी ॲक्युमेन फंडची संधी तिच्याकडे चालून आली. ते साल होते २००७. ॲक्युमेन फंड हे त्याकाळी आजच्या इतके लोकप्रिय नव्हते. इम्पॅक्ट इन्व्हेस्टमेंट ही संकल्पना त्या काळात प्रचलित आणि लोकप्रिय झालेले असताना त्यांनी दोन वर्षांचे ओल्ड इम्पॅक्ट इन्व्हेस्टमेंट फंड सादर केलेले होते. नंतरच्या काळात व्हेंचर कॅपिटल आणि ग्रँट फंडिंग मॉडेल्सचे बेमालुम मिश्रण करून जी मॉडेल विकसीत झाली त्याची ही सुरुवात होती. बाजारपेठेवर आधारित विकासात्मक उपक्रमांमध्ये त्याचा वापर होऊ लागला.

शिवानीला हे करण्यात उत्साह वाटत होता कारण त्यामध्ये फायनान्स, जनआरोग्य आणि धोरण या तिन्हींचा समावेश होता. त्याचप्रमाणे तिला जे करावेसे वाटत होते असे काहीतरी विकासात्मक काम तिला मिळाले होते. तिच्या कौशल्यांचा इथे नेमका उपयोग होऊ शकणार होता आणि त्याचा फायदा तिला भविष्यात करियरसाठी देखील होणार होता. परंतु तेवढ्यात एक वाईट बातमी येऊ धडकली. एमबीएची पदवी नसल्याने तिच्यासारखा बायोडाटा असणाऱ्या कोणत्याही व्यक्तीला घेण्यास ॲक्युमेन तयार नव्हते.

शिवानी काही काळ खचितच निराश झाली परंतु तिचा दुर्दम्य उत्साह आणि चांगले काम करण्याची प्रेरणा परत आली आणि तिने इन्व्हेस्टमेंट बँकिंग या नव्या पर्यायाचा विचार करण्यास सुरुवात केली. त्यासाठी ती लॉस एंजेलिसला गेली आणि तिथे तिने सिटीग्रुपसमवेत काम सुरू केले आणि त्यानंतर हेल्थनेटसमवेत काम केले. त्यावेळी विलीनीकरण आणि कंपन्या ताब्यात घेणे या साऱ्या प्रक्रिया तिला जवळून अनुभवता आल्या.

याच भागात मनोरंजनाच्या क्षेत्रात काम करणाऱ्या तिच्या भविष्यातील नवऱ्यासोबतही ती काही वेळ व्यतित करीत असे. कामाच्या बाबतीत तिचा काही प्रश्नच नव्हता. नोकरीमध्ये कामाची अपेक्षा काय आहे हे नेमकेपणाने जाणून ती पूर्ण करू शकत होती. एक्सेल मॉडेल्स तयार करणे असो, गुंतवणुकीसाठी एकत्रित बसून ठरवण्याचा विषय असो, धोरणात्मक बाबींवरची चर्चा असो किंवा काहीही. ती सर्वच बाबतीत सर्वार्थाने तयार होती. तिच्या कामाचे स्वरुपही तिला आनंद देणारे होते तरीही तिने अधिक चांगले काही देऊ शकणाऱ्या पर्यायांचा वर्षभरातच शोध सुरू केला.

आपण जे काही करीत आहोत त्याचा अपेक्षित परिणाम होत नसल्याचेही तिला जाणवू लागले होते. युएनमध्ये इतर अनेक समस्या असल्या तरीही आपल्या पूर्ण क्षमतांनिशी चांगले उद्दिष्ट ठेवून काम करणारे अनेकजण होते. इन्व्हेस्टमेंट बँकिंगच्या जगामध्ये अनेकदा तिथले काम वेगवान पद्धतीने होत असे तरीही ते दिशाहिन आहे असे तिला अनेकदा वाटायचे. त्यामुळे आपल्या कामाच्या माध्यमातून जगामध्ये काही चांगला सकारात्मक बदल होतो आहे, असे तिला काही वाटत नव्हते.

त्यामुळे तिच्या बॉयफ्रेंडने अर्थात होणाऱ्या नवऱ्याने तिला सल्ला दिला. तू आनंदी नाहीस कारण तू स्वतःला आनंदी ठेवत नाहीत. दुसऱ्यांना दोष देत राहण्यापेक्षा बाहेर पड आणि जी गोष्ट तुला आनंदी ठेवू शकेल ती करायला सुरुवात कर.

शिवानीन आत्मपरिक्षण केले तेव्हा तिच्या असे लक्षात आले, की गेल्या वर्षभरात ती खरोखरच सातत्याने दुःखी होत चालली आहे. डोळ्यांसमोर कुठलाही सुस्पष्ट मार्ग अगर योजना नसतानाही तिने बाहेर पडण्याचा निर्णय घेतला.

मी हा निर्णय घेत असताना प्रत्येकाजवळ सूचना आणि सल्ले तयार होते. मी पुन्हा डॉक्टर बनण्याचा विचार करावा असे माझ्या वडिलांना वाटत होते. मी लोकांमध्ये रमत होते. त्यातून जीवशास्त्र आणि वैद्यकशास्त्र हे माझ्या आवडीचे विषय होते. तेव्हा तर्काच्या पातळीवर सारे जुळून येत असल्याने हा पर्याय अर्थातच चांगला वाटू शकत होता. माझा बॉयफ्रेंड चेतन याला मात्र मी जनआरोग्याच्या क्षेत्रात काम करावे असे वाटत होते.

मायक्रोफायनान्स आणि आरोग्य हे दोन्ही विषय एकत्रित येतील असे क्षेत्र मिळावे असे शिवानीला वाटत होते. या कल्पनेचे बीज तर मनात रुजले होते परंतू ही दोन्ही भिन्न क्षेत्र एकत्रित येणार कशी हा खरा प्रश्न होता. परंतु त्यावर विचार करण्यासाठी आता तिच्याकडे भरपूर वेळ होता.

मायक्रोफायनान्स आणि आरोग्य या विषयात मिळून काय करता येऊ शकेल, या विषयी तिने तिच्या युएनमधील बॉस जेम्स रोगन यांचाही सल्ला घेतला.

जेम्स हा अत्यंत उत्साही होता आणि त्याच्याकडे कायम नव्या कल्पना असायच्या. त्यामुळे त्याच्याशी चर्चा करण्यासाठी शिवानी लॉस एंजेलिसवरून थेट न्युयॉर्कला गेली.

विकसनशील देशांची जी गरज आहे त्या आरोग्याच्या क्षेत्रात आणि मायक्रोफायनान्सिंगच्या क्षेत्रातील मी सारे काही वाचलेले होते. परंतु ही दोन्ही भिन्न विश्व होती, याची वास्तवाचीही मला जाणीव होती.

युनायटेड नेशन्स पॉप्युलेशन फंडमध्ये तिने जो अनुभव संपादन केला होता. त्यामुळे मायक्रो इन्व्हेस्टमेंट याविषयातही तिला रुची होती. परंतु ज्या पद्धतीने स्वयंसेवी संस्थेचे काम चालत होते ते पाहून तिला निराशा आलेली होती. लहान उदयाजकांना त्यांच्या उद्योगांची पायाभरणी करता यावी म्हणून काही छोट्या स्वरुपात कर्ज देण्याची प्रत्यक्ष माहिती व अनुभवही तिच्या गाठिशी होता.

त्यावेळी सरासरी ३०० अमेरिकन डॉलर्स इतकेच कर्ज दिले जात असे. हे कर्ज एक वर्षभराच्या कालमर्यादितच परतफेड करणे आवश्यक असे आणि बहुतेकदा त्यासाठी लावलेला व्याजदर हा अधिक असे. दुसऱ्या बाजूला विचार केला तर लघु आणि मध्यम उद्योजकांचे अर्थव्यवस्थेतील योगदान महत्त्वपूर्ण होते. त्यांच्या माध्यमातून मोठ्या प्रमाणावर रोजगारनिर्मिती केली जात होती. देशाच्या एकूण अर्थव्यवस्थेत ६८ टक्के जीडीपी याच क्षेत्रातून उभा राहत होता. केवळ ३२ टक्के जीडीपी हा विकसनशील देशांतून उभा राहत होता. विकसनशील देशांमध्ये हा मधला दुवाच हरवलेला होता. त्यामुळे छोटी कर्जे आणि धोका पत्करून उभारले जाणारे भांडवल (व्हेंचर कॅपीटल) यांच्यातील दरी कायमच राहत होती.

एमएफआयच्या माध्यमातून तोपर्यंत ६३ अब्ज डॉलर्सची आजवर गुंतवणूक झालेली होती. मायक्रोडेबीटचे प्रमाण चांगले होते. परंतु अशा लघुउद्योगांना दारिद्र्यातून वर येण्यासाठी, त्यांचा व्यवसाय अधिक वाढणे आणि त्यांच्या व्यवसायाच्या माध्यमातून नवी रोजगार निर्मिती होणे गरजेचे होते. त्यामुळे आता समन्याय किंवा दृष्य स्वरुपात समान ठरेल अशा काही स्वरुपात कर्जरचनेचा नवा पर्याय समोर आणणे आवश्यक होते.

अल्पबचतीला सक्षम करावे अशी शिवानीची कल्पना होती. मायक्रो व्हेंचर कॅपीटल या संकल्पनेमध्ये गुंतवणूदार हे सावकारापेक्षा भागीदार म्हणून सक्रिय असतील असा विचार होता. लघुकर्जांमध्ये जे लोक नियमितपणे कर्जांची परतफेड करणारे आहेत अशा काही चांगल्या लोकांचा प्रथमतः शोध घ्यायचा आणि त्यांना पुढच्या टप्प्यावर घेऊन जायचे. त्यांना इक्विटीच्या बरोबरीने ठरेल अशा स्वरुपात मोठ्या प्रमाणावर कर्ज उपलब्ध करून द्यायचे

आणि व्यवसाय विस्तारण्याची संधी मिळवून द्यायची. एमएफआयच्या वतीने जेमतेम १००० युएस डॉलर्सचे कर्ज उपलब्ध करून दिले जात होते. त्यावर तिने १५ हजार युएस डॉलर्सचे कर्ज उपलब्ध करून देण्याचा धाडसी विचार केला. त्या लघु उद्योजकाच्या सातत्यपूर्ण कामगिरीवर बारीक लक्ष ठेवल्यानंतर हे नवे मॉडेल विश्वासार्ह आणि किंमतीच्या दृष्टीने परिणामकारक ठरणारे होते. त्याचप्रमाणे व्यवसायाच्या उत्कर्षासाठी सातत्याने प्रशिक्षण आणि आवश्यक तिथे मार्गदर्शनही दिले जाणार होते.

त्या काळात इतर साऱ्या एमएफआय ज्या पद्धतीने काम करीत होत्या त्या तुलनेत हा वेगळ्या वाटेने जाणारा मार्ग होता आणि शिवानीला या दिशेने जाण्यासाठी प्रोत्साहन हवे होते. ही संकल्पना प्रत्यक्षात उतरवण्यासाठी धडाडीने पुढे जावे आणि प्रयत्न करावेत असे प्रोत्साहन जेम्स रोगन याने दिले. पुढच्या काही वर्षांमध्ये तो इनव्हेंचरचा एक चांगला मार्गदर्शक आणि सच्चा पाठिराखा बनला.

त्यानंतर बऱ्याच काळानंतर मी या क्षेत्रात स्थिर झाले आणि सद्यस्थितीत चार देशांमध्ये माझ्या या व्यवसायाचा प्रसार झालेला आहे. डिड कोसी ही माझ्या पाठिशी खंबीरपणे उभा राहिली आणि तिने मला याचा प्रयोग घानामध्ये करण्याची अनुमती दिली. चांगल्या व योग्य कारणासाठी मोठ्या कंपन्या प्रयत्न करताना दिसत नाहीत असा तिचा अनुभव होता. कारण त्यांचा अंतःस्थ हेतू कायम व्यवसायाचा विस्तार करणे हाच असतो. त्यासाठी अधिकाधीक लक्ष्यपूर्तीवर त्यांचा भर दिसून येतो. परंतु माझ्याबाबतीत मी माझ्या उद्दिष्टांविषयी सुस्पष्ट आहे असे तिच्या लक्षात आले. कारण मला थेट लोकांना मदत करायची होती.

जानेवारी २०१० मध्ये इन्व्हेंचरची अधिकृतपणे सुरुवात झाली. त्यावेळी त्यांच्याकडे पहिल्यांदा केवळ तीन ग्राहक होते. कोसीच्या एमएफआयच्या यंत्रणेच्या माध्यमातन ते मिळाले होते. शिवानीच्या मनातील मॉडेल अखेर प्रत्यक्षात उतरले होते!

दरम्यान ती अजूनही हेल्थनेटमध्ये नोकरी करीत होती आणि तिथे तिचा दिनक्रम अत्यंत त्रासदायक व व्यस्ततेचा होता. रात्रीची वेळ, पहाटेची वेळ आणि सुट्ट्यांचे दिवस इनव्हेंचरने व्यापलेले होते. कोसीशी सातत्याने बोलून तिला दिशा मिळत होती. ती जे करीत होती त्यातून शिकत होती व तिने निर्माण केलेले मॉडेल आणखी चांगले उभारून विकसीत करण्याचा प्रयत्न करीत होती.

तिच्या या धडपडीला 'इनव्हेंचर' हे नाव जेम्स रोगन सोबत स्काईप कॉल सुरू असताना त्यादरम्यान दिले होते. त्यांच्या दोन्ही देशांतील कामाच्या वेळा भिन्न असत आणि ते बऱ्याचदा ऑनलाईन चर्चा करीत असत. शिवानीच्या मते तिच्या या कंपनीचे नाव ठेवले जात असताना त्यात मायक्रो, व्हेंचर किंवा इक्विटी या पैकी काहीतरी शब्द असणे गरजेचे आहे. तिने शेवटी इनव्हेंचर पसंत केले परंतु जेम्सला ते पसंत नव्हते. तेव्हा त्यांनी इतर नावांवरही विचार सुरू केला आणि त्यांनी त्यासाठी एक यादी देखील बनवली. इनव्हेंचर हे नाव त्यांनी बाजूला काढून ठेवलेले होते. परंतु वेळ जात राहिली आणि त्यानंतर आजतागायत तरी शिवानीने ते नाव बदललेले नाही. ते तसेच राहिले.

जो पहिला ग्रुप त्यांच्या समवेत सहयोगी होता त्यांना लॉस एंजेलिस, वॉशिंग्टन डीसी, घाना, मिशिगन, युरोप या ठिकाणाहून डायल करावे लागायचे. त्यामुळे हे मॉडेल विकसीत करताना अधिक चांगला काय पर्याय देता येऊ शकेल याचा विचार पुढच्या टप्प्यासाठी सुरू झाला.

जेम्स मात्र सातत्याने माझा पाठपुरावा करीत होता. अनेकदा मी माझ्या हेल्थनेटच्या कामाने थकून जायचे आणि त्यामुळे ही कल्पना केवळ कल्पनाच राहण्याचा धोका होता. परंतु जेम्स मला नेहमी विचारायचा, की तू त्या कल्पनेविषयी आज काय केलेस?

इनव्हेंचर फंड हे त्याच्याशिवाय साकारूच शकले नसते.

हळूहळू पूर्णवेळ कर्मचारी वर्ग भरती झाला. टॉम हा पोर्टफोलिओ मॅनेजर होता. जेन ही मार्केटिंग आणि इतर ऑपरेशन्स सांभाळणारी होती. लॉस एंजेलिसमधील मायक्रो फायनान्सची त्यांना तपशीलवार माहिती होती. या दोघांशी शिवानीने असंख्य वेळा चर्चा केलेली होती.

जेन त्यावेळी नोकरी करीत होती आणि नव्या नोकरीचा शोध घेण्यापूर्वी ही एक चांगली संधी असू शकते म्हणून ती तिच्यासोबत आलेली होती.

इनव्हेंचर मॉडेल हे सुरुवातीच्या काळात वेगाने पसरत गेले. इनव्हेंचरच्या टीमने चार वेगवेगळ्या प्रकारची मॉडेल्स विकसीत केली. घानासाठी बायआऊट, भारतासाठी प्रॉफिट शेअरिंग, मालीमध्ये कोऑपरेटिव्ह, मेक्सिकोमध्ये स्टेप डाऊन हे चार प्रकार सादर केले. एक सरळ सोपे उत्पन्न शेअरिंग करणारे मॉडेल अखेर जिंकले. लघुउद्योजकांना इक्विटीसारखे साधन प्राप्त करून देताना त्यामध्ये क्रेडीट स्कोअर्स आणि अकाउंटिंग टूल्स हे दोन नवे पर्याय

उपलब्ध करून देण्यात आले. ज्यांना साध्या साध्या आर्थिक सेवा मिळत नाहीत त्यांच्यासाठी ही सुविधा अतिशय महत्त्वपूर्ण ठरणारी होती. या क्षेत्रामध्ये मोबाईल तंत्रज्ञानाचा वापर करणारे आम्ही पहिले होतो. आम्ही इनसाईट नावाचे एक साधन तयार केले त्याद्वारे उद्योजक आणि गुंतवणूकदारांना दररोजच्या उत्पन्न, किंमत आणि दैनंदिन विश्लेषण अहवालांवर लक्ष ठेवता येणे शक्य होते..

इनव्हेंचर मॉडेल हे प्रामुख्याने लोकांच्या सहभागातून होणाऱ्या पैशांवर आधारित होते. परंतु व्यक्तिगत गुंतवणूकदार हे प्रामुख्याने अमेरिका आणि युरोपमधूनच एकवटलेले होते. पैसे निर्माण करून, ते उभे करून त्यानंतर त्याचा वापर लघु वा मध्यम उद्योगामध्ये करून जगात ज्या भागात खरी गरज असेल तिथे पैशांच्या रुपाने मदतीचा हात द्यायचा होता. इनव्हेंचरच्या वेब इंटरफेसच्या माध्यमातून क्षमता असणाऱ्या गुंतवणूकदारांचे प्रोफाईल पाहणे आणि त्यांचे ट्रॅक रेकॉर्ड पाहणे शक्य होते. प्रत्येक केल्या जाणाऱ्या गुंतवणुकीची दैनंदिन कामगिरी काय आहे हे देखील ते पाहू शकत होते. ही पारंपरिक इक्विटी गुंतवणूक नसल्याने नफ्याच्या टक्केवारीवर आधारित परतावा होता आणि तो पुन्हा गुंतवणूक करता येण्यासारखा होता. इनसाईट या मोबाईल प्लॅटफॉर्मच्या माध्यमातून हा सारा डाटा सविस्तरपणे मांडला जात होता. नियमित एसएमएस अपडेट्स पाठवून त्यांच्या गुंतवणुकदारांना एकत्रित जोडून ठेवले जात होते.

त्यांच्या गुंतवणूकदारांना योग्य मार्गदर्शन व गुंतवणुकीचे सल्ले देता यावेत म्हणून इनव्हेंचरने स्थानिक एमएफआय आणि कन्सल्टंट्शी भागीदारी केलेली होती. गुंतवणुदारांना मिळणाऱ्या नफ्यातील ५ टक्के रक्कम इनव्हेंचर त्यांच्याकडे घेत असे व हा पैसा आरोग्य व इतर सामाजिक गरज असलेल्या क्षेत्रांमध्ये पुन्हा गुंतवला जात असे.

आजपासून पाच वर्षानंतर मागे वळून पाहताना मी काहीतरी भरीव काम केले आहे, असे पाहायला मला आवडेल. वैविध्यपूर्ण अशी फायनान्शिअल मॉडेल्स, क्राउडफंडिंग आणि इक्विटी मॉडेल्स, ग्राहकांसाठी व्यक्तिगत स्तरावर उपयुक्त ठरतील आणि लवचिक ठरतील असे गुंतवणुकीचे पर्याय मला सादर करायचे आहेत. माझा हा विचार थोडा आततायी वाटू शकेल परंतु पाच वर्षानंतर आमच्या गुंतवणुकदारांच्या माध्यमातून तयार झालेल्या हजारो नव्या नोकरीच्या संधी मला पाहायला आवडतील. नवे बदल होताना मला पाहायचे आहेत. एखाद्या शहरामध्ये प्रभाव नसलेले १२ टाईलमेकर असण्यापेक्षा ३ जणच प्रभावशाली बनलेले

मला पाहायला आवडेल. ते बाहेरच्या जगाशी स्पर्धा करतील, उत्पन्नाच्या बाबतीत आत्मनिर्भर आणि सक्षम असतील आणि त्यांच्या माध्यमातून स्थानिकांना नवे रोजगार प्राप्त होतील. आमच्या माध्यमातून येथे लघु आणि मध्यम व्यावसायिक क्षेत्र निर्माण करण्याचा भरीव प्रयत्न सुरू आहे.

उपलब्ध असलेल्या डाटाशी सातत्याने जोडलेले राहणे अथवा डाटाच उपलब्ध नसणे, हे शिवानी आणि तिच्या टीमपुढील सर्वात मोठे आव्हान होते. पाश्चात्यांमधील रुजलेल्या मोठ्या बाजारपेठांमध्ये कोणतीही अधिकृत क्रेडीट हिस्ट्री उपलब्ध नसल्याने लोकांवर विश्वास ठेवणे त्यांना खूप अवघड जाते. त्यामुळेच इनव्हेंचरने तयार केलेले इनव्हेंचर हे फार महत्त्वाचे सॉफ्टवेअर ठरले. त्यामाध्यमातून लघु उद्योजकांचा एक विस्तृत डाटा तयार होऊ शकला आणि पुढील काळात त्यांनी त्याच आधारावर क्रेडिट स्कोअर्स आणि इतिहासही त्यांना संग्रहित करून ठेवता आला. उद्योजकांच्या दृष्टीने विचार केला तर, त्यामुळे व्यवसायाच्या विस्तारासाठी त्यांना नवे स्त्रोत खुलेपणाने समोर येत होते. गुंतवणुकदार आणि फायनान्शिअल संस्थांच्या दृष्टीने विचार केला तर, अधिक पारदर्शकता आलेली होती आणि व्यवसायाच्या गुणवत्तेविषयी व आर्थिक कामगिरीविषयी सुस्पष्ट आकलन होऊ शकणार होते.

मोबाईल टेक्स मेसेजिंगच्या उत्तम सुविधेमुळे इनव्हेंचरमध्ये गुंतवणूक करणाऱ्या प्रत्येकाकडे किमान एक मोबाईल फोन असणे आवश्यक होते. त्याद्वारे त्यांची बुक्स तपासणे आणि त्यांच्या व्यवसायाची आर्थिक स्थिती पाहणे त्यांना शक्य होणार होते. त्यांचा व्यवसायातील एकूण खर्च आणि उत्पन्न यांची माहिती जेव्हा ते एसएमएसद्वारे घेत असत तेव्हा त्यांना त्यांच्या व्यवसायात यशस्वी होण्यासाठी आणखी काय करायला हवे याचा सुस्पष्ट अंदाज येत असे. इनव्हेंचर ही सारी माहिती आधुनिक अल्गोरिदमच्या माध्यमातून सादर करीत असल्याने त्यामाध्यमातून लघु उद्योजकांचे क्रेडिट स्कोअर तपासणे आणि प्रसिद्ध करणे शक्य झाले होते. हे पूर्वी लघुउद्योजकांना मिळत नसल्याने त्यांना त्यांच्या व्यवसायाच्या स्थितीचा नीट अंदाजच येत नसे. क्वासी इक्विटी फंडिंगच्या माध्यमातून नव्या उभरत्या उद्योजकांना कशी विस्तारण्याची संधी मिळते याचे हे मूर्तीमंत उदाहरण होते. ते त्यांच्या शेजाऱ्यांना नोकरीच्या संधी मिळवून देऊ शकत होते आणि त्यांच्या बांधवांना दारिद्र्याच्या गर्तेतून बाहेर काढण्यासाठी हात देऊ शकत होते.

मात्र हे सारे करताना त्यामध्ये अनेक गुंतागुंतीच्या कसरती होत्या ज्या इनव्हेंचरला सांभाळाव्या लागत असत. दररोज हे सारे पूर्ण करण्याची मोठी कसरत त्यांना करावी लागत असे.

कल्पना करा, पोर्टफोलिओमध्ये असणाऱ्या जे वेगवेगळ्या भौगोलिक प्रदेशांमध्ये विस्तारलेल्या अनेक छोट्या छोट्या व्यावसायिकांची आर्थिक माहिती एकत्रित करणे आणि त्याद्वारे डाटा तयार करणे ही अत्यंत क्लिष्ट आणि हळूहळू होणारी प्रक्रिया होती. ते खरोखर मोठे आव्हान होते, असे शिवानी सांगते.

इनव्हेंचरच्या माध्यमातून त्यांनी स्थानिक पातळीवर लोक भरती केलेले होते त्यांच्या माध्यमातून मोबाईल सुविधेची व्यवस्था पाहिली जात असे. इनसाईटच्या प्लॅटफॉर्मचे यश त्यामध्येच दडलेले होते. स्थानिक एजन्सी आणि स्थानिक एमएफआयसमवेत भागीदारी केल्यामुळेच हे मॉडेल खऱ्या अर्थाने यशस्वी ठरलेले होते.

शिवानी म्हणजे उत्साहाने भरलेला झराच होती. 'मला ज्या गोष्टींचा उत्साह वाटतो त्या गोष्टींविषयी इतरांच्या मनातही तितकाच उत्साह निर्माण व्हावा असा माझा प्रयत्न असायचा. आणि मला तर अनेक गोष्टींविषयी कमालीचा उत्साह असायचाच!'

इनव्हेंचरचा आता चांगल्या रितीने विस्तार होत आहे. सद्यस्थितीत दोन लेंडर्स आणि पाच स्वयंसेवी संस्थांच्या भागीदारीसह (या साऱ्यांकडे त्यांच्या लघु उद्योजकांचे पोर्टफोलिओ आणि व्यक्तिगत संबंध आहेत.) येणाऱ्या वर्षभरात ४० हजार लोकांनी इनसाईटचा वापर करावा असे शिवानीचे उद्दिष्ट आहे.

२०१६ पर्यंत जगभरातील उभरत्या अर्थव्यवस्थांमधील ३ कोटी लघु उद्योजकांनी इनसाईटचा वापर करावा असे आमचे लक्ष्य आहे.

आता आम्ही आमचा ठसा नक्की उमटवून दाखवू, शिवानी अत्यंत आत्मविश्वासाने सांगते.

सद्यस्थितीत शिवानी आणि तिच्या टीमकडे भरपूर काम आहे. त्यांच्या लक्ष्यपूर्तीसाठी सारे कटिबद्ध होऊन मनापासून प्रयत्न करीत आहेत. दहा बँका आणि एमएफआयसमवेत त्यांनी व्यावसायिक संबंध प्रस्थापित केलेले आहेत. विविध भौगोलिक प्रदेशांतून चांगले स्त्रोत शोधून त्यांच्यावर लक्ष केंद्रित केले जात आहे.

उदाहरणादाखल सांगायचे तर आता आम्ही केनियावर नजर ठेवून आहोत.

आश्चर्याचा भाग असा की इनव्हेंचरला न्युयॉर्क शहरातही चांगला प्रतिसाद लाभला आहे. साऊथ ब्राँक्समध्ये मात्र त्यांना तितकेसे रुजता आले नाही. विशेष म्हणजे अमेरिकेसारख्या शहरातदेखील लोकांकडे स्मार्टफोन असताना ॲपवर माहिती शोधण्याऐवजी ते आमच्या

टस्ट मेसेजवरील माहिती अधिक महत्त्वाची व विश्वासार्ह मानतात. लोक कुठल्याही देशाचे का असेनात त्यांना असा साधेपणा अधिक आवडत असावा.

शिवानी सिरोया ही जग बदलायला निघाली आहे. त्यासाठी एका छोट्या व्यवसायाला ती एका वेळी घडवण्याचा, आकार देण्याचा प्रयत्न करते. ज्या बाजारपेठा आजवर दुर्लक्षित होत्या अशा बाजारपेठांचे अडथळे दूर करून त्यांना तंत्रज्ञान व माहिती यांचे पाठबळ देण्याचा प्रयत्न इनव्हेंचर करते.

माझ्या मॉडेलच्या पार्श्वभूमीला चांगला सामाजिक परिणाम दडलेला आहे. कारण समाजासाठी काही चांगलं करण्याचीच माझी धडपड आहे.

या एकाच गोष्टीसाठी मी स्वतःशीही वाद घालत नाही!

नवे काय?

आमच्या पहिल्या मुलाखतीनंतर जानेवारी २०१३ मध्ये मी पुन्हा एकदा शिवानीशी संवाद साधला.

मी अजूनही विवाहीत आहे, ती हसत उत्तर देते.

चांगलंच सुरू आहे. परंतु इनव्हेंचरमध्ये काही नवे मोठे बदल झालेले आहेत. तत्त्वतः त्यांचे उद्दिष्ट आहे तेच कायम आहे. छोट्या व्यावसायिकांना आर्थिक साक्षरता आणि भांडवलाची मोकळीकता उपलब्ध करून देणे, त्याद्वारे उद्योगक्षेत्राचा विकास करणे आणि दारिद्र्याच्या गर्तेतून तळागाळातील समाजाला वर आणणे याच गोष्टींवर लक्ष्य ठेवून त्यांचे काम सुरू आहे. परंतु त्यात एक महत्त्वाचा बदल झाला आहे तो असा, की त्यांच्या मोबाईल आधारित अकाउंटिंग आणि फायनान्शिअल मॉनिटरिंग ॲप्लीकेशनवर त्यांचे लक्ष अधिक केंद्रित झालेले आहे. काळाच्या ओघात त्यांचे हेच उत्पादन आता प्राधान्याने समोर येत आहे. लोकसहभागातून पैसे उभे करणारी संस्था म्हणून त्यांची प्रतिमा तयार होण्याऐवजी आणि इतर फायनान्शिअल संस्थांना सेवा देणारी सर्व्हिस प्रोव्हायडर कंपनी बनलेली आहे. इनसाईटच्या या सुविधेचा अधिकाधीक वापर व्हावा यासाठी इनव्हेंचर अधिक प्रयत्नशील आहे.

डिसेंबर २०११ मध्ये या बदलाची सुरुवात झाली. 'इनसाईट' चे पहिले मॉडेल या काळात तयार झाले. व त्याचे दुसरे मॉडेल भारतातील २५० लोकांसाठी उपलब्ध करून देण्यात

आले. हे सारे लोक प्रामुख्याने चेन्नईमधील होते. एका नव्या कंपनीसाठी ही फार महत्त्वाची गोष्ट ठरली होती कारण एका बैठकीनंतर त्यांच्या व्यवसायाचे स्वरुपच संपूर्णतः बदलून जाणार होते.

डिसेंबर २०११ मध्ये 'इनव्हेंचर'मधील नियामक मंडळाची एक बैठक झाली. त्यानंतर संपूर्ण धोरणात्मक दृष्टिकोन बदलण्यावर गांभीर्याने चर्चा झाली. त्यांची सारी शक्ती क्राउडफंडिंग वेबसाईटवर, लेंडिंग प्लॅटफॉर्मवर खर्च करण्यापेक्षा संपूर्ण लक्ष इनसाईट या सुविधेवर केंद्रित करावे. या साऱ्या तिन्ही गोष्टींवर जर लक्ष विचलित होत राहिले तर त्याचा अपेक्षित परिणाम मिळणार नाही असे तिचे मत होते. कोअर टीममध्ये केवल चार जण होते त्यामुळे त्या साऱ्यांनाच तिचा हा मुद्दा पटला. तिने या विषयाचा साऱ्या अंगांनी अभ्यास केलेला होता हे साऱ्यांनाच चर्चेतून जाणवले.

त्यांनी या बैठकीसाठी त्यांच्या विविध समभागधारकांनाही बोलावले होते. त्यांचीही मते त्यांनी जाणून घेतली. तसेच या बैठकीच्या एक महिना अगोदर शिवानी आणि त्यांच्या टीमने भारतातील ८४ आर्थिक संस्थांशी प्रत्यक्ष संपर्क साधला आणि तब्बल २ हजार इ-मेल पाठवले. त्यातून एकच समान धागा समोर आला तो म्हणजे, क्षेत्रातील प्रत्येक घटकाला, विश्वासार्ह अशा डाटाचीच गरज होती. एकदा कर्ज दिल्यानंतर कर्जदाराची नियमित माहिती व प्रगती कळत रहावी ही साऱ्यांचीच अपेक्षा होती. कारण हीच त्यांची मुख्य डोकेदुखी होती. ती दूर करण्यासाठी व अशी माहिती मिळवण्यासाठी आवश्यक ते पैसे देण्यासही तयार होते. या समस्येवर 'इनसाईट' हेच समर्पक उत्तर होते. आर्थिक व्यवस्थेमध्ये तळामध्ये जो गोंधळ होता त्यामध्ये 'इनसाईट'च्या माध्यमातून एक चांगला पर्याय उपलब्ध झाला तर ते एकूणच अर्थव्यवस्थेसाठी मोठे योगदान ठरणार होते.

आम्हाला आमचे उद्दिष्ट बदलण्याची गरज नव्हती. आर्थिक समाधान, संधी आणि निवड या तिन्ही गोष्टी एकत्रित कशा येतील? एक म्हणजे माहिती मिळण्याची सुविधा असावी आणि दुसरे म्हणजे शिक्षण. आर्थिक साक्षरता! इनसाईटच्या माध्यमातून या दोन्ही गोष्टी घडल्या. आम्हाला केवळ लेंडर अथवा क्राउडफंडिंग प्लॅटफॉर्मवर मर्यादित राहायचे नव्हते. कारण ते करणारे इतर खूप लोक होतेच.

शिवानीच्या योजनेला साऱ्यांनी एकमुखाने पाठिंबा दिला. हा खऱ्या अर्थाने टर्निंग पॉईंट होता. कारण या एका निर्णयाने कंपनीच बदलून जाणार होती. हा सुयोग्य निर्णय होता?

अर्थातच हे एक धाडसी पाऊल होते. आम्ही हा बदल केला याचा मला खरोखर खूप आनंद झाला. अनेक लोक रुळलेल्या वाटा बदलताना घाबरून जातात. एखादे मॉडेल नीट कार्यान्वित होत नसेल तरी त्याच्याच मागे फरफटत जाणारे कितीतरी लोक असतात. ते मॉडेल चांगले काम करीत आहे अशी तेच त्यांची भलामण करीत राहतात. मला वाटते, आपण आपल्याशी प्रामाणिक राहणे सर्वात महत्त्वाचे. कोणती गोष्ट प्रभावीपणे काम करते आणि कोणती नाही हे उपलब्ध असलेल्या डाटाच्या बळावर नीट डोळसपणे पाहायला हवे.

डिसेंबर २०११ नंतर एका बाजूला प्रगती होताना दिसत असताना शिवानीने हा ट्रेंड कसा काय लक्षात घेतला असावा?

क्राउडसोर्सिंग प्लॅटफॉर्मवर काम करणे ही संकल्पनाच भन्नाट आहे. त्यातून मोबाईल डाटा संग्रहीत करण्यासाठी आमच्याकडे आवश्यक तंत्रज्ञान होते. छोट्याशा टीमच्या बळावर हे आव्हान पेलणे अवघड तर होतेच. पण त्याहीपेक्षा काही मूलतः स्थापित अशी तत्त्व असतात. अमेरिकेमध्ये अनेक लोक हे त्यांच्या व्यवसायामध्ये मोठ्या प्रमाणावर पैसे गुंतवत असत. भारतातील ज्या व्यवसायांना ते मदत करीत असत त्यातील रोजचे व्यवहार, उत्पन्न, किंमत आणि नफा याची माहिती त्यांना हवी असायची परंतु बहुतांश गुंतवणुकदारांना त्यामध्ये फारसा रसच नसायचा. त्यांना अनेकदा केवळ त्याची बातमी आली की पुरेसे वाटायचे. आतील गोष्टी ते पाहायचेच नाहीत.

इनव्हेंचरने ७० हजार अमेरिकन डॉलर्स ऑनलाईन क्राउडफंडिंगच्या माध्यमातून उभे केले. अमेरिकेतील ग्राहक त्यासाठी ५० युएस डॉलर्स प्रत्येकी खर्च करीत असत.

हे मॉडेल चांगल्या रितीने कार्यान्वित व्हावे यासाठी त्यांनी प्रामुख्याने देणगीदारांचा शोध सुरू केला. इतरही संस्था हे काम करीत होत्या आणि प्रत्यक्षात त्यांच्या कामाचे आऊटसोर्सिंग करीत होत्या. मला मात्र पैसे आल्यानंतर त्याचा प्रत्यक्ष वापर कशा पद्धतीने होतो हे पाहण्यामध्ये जास्त रस होता. त्यामुळेच मला क्राउडसोर्सिंगच्या दृष्टिकोनातून इनव्हेंचरची वाढ व्हावी असे वाटत होते.

त्यामुळेच क्राउडफंडिंगच्या विषयातून इनव्हेंचरने आपले पाऊल मागे घेतले. इनसाईटवर त्यांनी सारे लक्ष केंद्रीत केले तरीही त्याची प्रत्यक्ष सुरुवात होण्यास काहीसा वेळ लागत होता.

जानेवारी ते एप्रिल २०१२ या काळात इनसाईटची चाचणी केली जात होती आणि अधिक क्लायंट्सवर लक्ष केंद्रीत केले जात होते. हे उत्पादन अधिक साधे सोपे आणि अधिक चांगले बनवण्यावर प्रामुख्याने भर होता. लोकांना नक्की काय हवे हे उत्पादन बनवताना आता चांगले समजलेले होते.

कोणतीही विशिष्ट भाषा नाही. केवळ एसएमएसद्वारे येणारे कीवर्डस्. तसेच आयव्हीआर तंत्रज्ञानामुळे आवाजदेखील ऐकू येण्याची सुविधा होती. हे सारे मोफत होते. देशामध्ये अनेक भाषा असतात तसा साक्षरतेचाही प्रश्न असतो परंतु आकडे ही मात्र जगाची भाषा आहे. हे सारे इनसाईटमध्ये समाविष्ट करण्याचा आम्ही प्रयत्न केला. सातत्याने मिळणारा प्रतिसाद आणि उपयुक्त मुद्दे यांच्या बळावरच इनसाईटची उभारणी होत होती. सेव्हिंग्ज आणि आर्थिक नियोजनाचे अहवाल, उत्पन्नाची आकडेवारी, कर्जाचे थकीत हप्ते या साऱ्यांची माहिती घेतली जात असे. त्याद्वारे तयार होणाऱ्या डाटामुळे संबधित युजरला सक्षम बनवले जात असे व त्याचवेळी कर्ज देणाऱ्यांना हा महत्त्वपूर्ण डाटा उपलब्ध करून दिला जात असे. आर्थिक संस्थांनाही त्यांच्या पोर्टफोलिओचा पाठपुरावा करण्यासाठी इनसाईटचा अतिशय चांगला उपयोग होताना दिसत होता. कारण तिथून तुम्हाला अनेक गोष्टी करणे शक्य होते. कर्जांना पूर्वपरवानगी, डिफॉल्टसची पूर्वमाहिती, क्रेडिटस्कोअरिंगसाठी असणारे अल्गोरिदम अशा अनेक सुविधा होत्या. मे २०१२ मध्ये बेंगळुरूमधील विस्तार या पहिल्या वहिल्या लेंडर संस्थेने इनसाईटकडून डाटा खरेदी करण्यास सुरुवात केली. त्यापाठोपाठ ३ मोठ्या नॉनबँकिंग आर्थिक कंपन्यांनीही त्याची सुरुवात केली. त्यामध्ये मुथुट हाऊसिंग फायनान्स आणि मायमेला यांचा समावेश होता.

डिसेंबर २०११ पासूनचा प्रवास म्हणजे एका वर्षात एखादी नवीन कंपनी सुरू करण्यासारखेच होते, असे शिवानी सांगते. सद्यस्थितीत भारतातील ६५०० हून अधिक ग्राहक सध्या इनसाईटचा वापर करीत आहेत. त्याच्या रिटेन्शनचा दर आश्चर्यकारक असा ८५ टक्के आहे. त्यामुळे हे उत्पादन जे वापरतात त्यांना ते अतिशय आवडते. या कोअर डाटाच्या बळावरच इनव्हेंचर हे कार्यशाळा आणि मार्गदर्शनपर कार्यक्रमांचे आयोजन करते. त्यांच्या डाटाचा सर्वोत्तम असा वापर कसा करायचा याचे सुयोग्य मार्गदर्शन केले जाते. व्यावसायिक आणि घरगुती अशा दोन्ही स्तरांवर त्याचा उपयोग होऊ शकतो त्यामुळे ग्राहकांना त्यासाठी खर्च करताना योग्य मूल्य असल्याचा भाव असतो.

पारंपरिक मायक्रोफायनान्सच्या डिझाईन्सपेक्षा इनव्हेंचरची आखणीच वेगळी आहे. एनबीएफसीदेखील इनसाईटचा प्रभावी वापर करताना दिसत आहे. सूक्ष्म पातळीवर देखील या डाटाच्या माध्यमातून अनेक ट्रेंड बदलतानाही दिसू लागले आहेत.

उदाहरणार्थ आपल्या परिसरात अनेक टाईल निर्माते एका प्रदेशातून कच्चा माल खरेदी करत असतात. मोठ्या प्रमाणावर कच्चा माल घेतल्यास किंमतीत सवलत मिळू शकते. त्याचवेळी त्याच भागात काम करणाऱ्या एखाद्या स्वयंसेवी संस्थेच्या त्या सवलतीत वाचणाऱ्या किंमतीचीच गरज असू शकते. अशाच स्वरुपाची सेवा व आवश्यक असणारा सेतू निर्माण करण्याचा इनसाईटचा प्रयत्न आहे.

आणखी एक महत्त्वाची बाब म्हणजे इनसाईटच्या क्रेडिट रेटिंग स्कोरसह युनिक आयडेंटिफिकेशन क्रमांक (युआयडी) दिला जाणार आहे. त्यामाध्यमातून प्रत्येकावर लक्ष ठेवणे शक्य होणार आहे, असे शिवानी उत्साहाने सांगते.

इनसाईटच्या यशामुळे इतरही देशांचे लक्ष आता त्याकडे वळू लागले आहे. या उत्पादनाला आता प्रचंड मागणी आहे. इनव्हेंचरन त्यांची भूमिका पार पाडलेली आहे. तरीही अद्याप त्यांना इतर देशांमध्ये ही सुविधा सुरू करण्यासाठी आवश्यक यंत्रणा प्रस्थापित करता आलेली नाही. ते प्रामुख्याने लायसनिंग मॉडेलवर काम करतात. केनिया, मेक्सिको, ब्राझिल आणि युगांडा या देशांना इनसाईटचे सहा महिन्यांचे सबस्क्रीप्शन देण्यात आले आहे व इतर पूरक सुविधाही दिल्या जाणार आहेत. त्यामुळे हा उत्पन्नाचा एक नवाच मार्ग ठरला आहे.

त्यांच्या प्रगतीला आर्थिक आकार देण्यासाठी इनव्हेंचरने ०.५ दशलक्ष डॉलर्स उभे केले आहेत. व्यक्तिगत स्तरावरून तसेच युसेड डिव्हीजन, व्होडाफोन आणि मुंबई एंजल्स यांच्याकडून ही रक्कम प्राप्त झालेली आहे.

सध्या त्यांच्या टीममध्ये ९ जणांचा समावेश आहे. शिवानी, तीन इंजिनिअर्स, पाच प्रत्यक्ष काम करणारे लोक आहेत. त्यांचे मुख्य कार्यालय सांता मोनिका, मुंबई व बेंगळुरू येथे आहे. या संस्थेचे आणखी एक वैशिष्ट्य म्हणजे, व्यावसायिक विकास, प्रत्यक्ष कार्यवाही आणि तंत्रज्ञान व आर्थिक बाबी या साऱ्यांमध्ये काम करणाऱ्या सर्व स्त्रिया होत्या आणि त्या साऱ्या तीस वर्षांच्या आतमध्ये होत्या.

शिवानी हसतच सांगते, आम्ही जेव्हा जेव्हा भारतातल्या मोठ्या आर्थिक संस्थांमध्ये जातो तेव्हा तिथे बोर्डरुममध्ये चांगल्या जाडजूड मिशा असणारा एखादा पन्नाशीतला भारतीय पुरुष आमची वाट पाहत बसलेला असतो. आणि कदाचित स्वतःलाच तो विचारत असावा, या बायका आहेत तरी कोण?

जनलक्ष्मीमधून त्यांनी आशा राणी यांना नोकरीवर घेतले आणि डायरेक्टर ऑफ प्रॉडक्टस असे पद दिले. इंटेलीकॅप या कंपनीतून दासासी मुडली यांना बिझनेस डेव्हलपमेंटची धुरा सोपवण्यात आली. अशा तऱ्हेने त्यांची भन्नाट अशी टीम बनलेली आहे.

शिवानी अतिशय मोकळेपणाने आणि ओघवत्या पद्धतीने तिचा जीवनप्रवास उलगडते.

इनव्हेंचर येणाऱ्या तीन वर्षांत कुठे असेल?

तीन वर्षे हा खरंतर मोठा काळ आहे. तोपर्यंत कदाचित वर्तुळ पूर्ण झालेले असेल आणि आम्ही पुन्हा एकदा लेंडिंगकडे वळलेलो असूदेखील. परंतु सद्यस्थितीविषयी आम्ही खूप आशा बाळगून सकारात्मक दृष्टिकोन ठेवुन आहोत. आम्हाला विश्वास आहे की आमच्याकडे योग्य साधन आहे. आम्हाला आणि ग्राहकांना दोघांनाही ते समाधान देणारे असून योग्य निर्णय घेण्यास मदत करणारे आहे.

www.ingramcontent.com/pod-product-compliance
Lightning Source LLC
Chambersburg PA
CBHW030325020726
47493CB00004B/1165
* 9 7 8 9 3 8 3 5 7 2 4 4 1 *